STUDIA ISLANDICA

50

STUDIA ISLANDICA

ÍSLENSK FRÆÐI

50. HEFTI

RITSTJÓRI
SVEINN SKORRI HÖSKULDSSON

REYKJAVÍK 1993

BJARNI GUÐNASON

TÚLKUN HEIÐARVÍGASÖGU

BÓKMENNTAFRÆÐISTOFNUN
HÁSKÓLA ÍSLANDS

Gefið út með styrk úr
Háskólasjóði

1993

STEINHOLT HF

ISBN 9979-9011-3-6

Föður mínum,
Guðna Jónssyni,
helga ég þetta rit.

EFNISYFIRLIT

I FORSPJALL

1. Vandkvæði á rannsókn Íslendingasagna

Hvað vitum við eiginlega um Íslendingasögur? Þegar vel er að gáð miklu minna en fólki er ljóst eða vill vera láta, eins og rannsóknarsagan ber glöggt með sér. Fræðimenn eru ekki einu sinni á sama máli um, hvers konar sögur Íslendingasögur séu og tala því oft hver fram hjá öðrum, ef þeir á annað borð ræðast við. Sögurnar eru gögn um manninn, *documenta humana*, sem flestar huggreinar sækja föng til. Menn verða hins vegar ráðvilltir, þegar þeim er gert að leggja það á sig að kynnast öllum þeim reiðinnar ósköpum, sem fyrr og síðar hafa verið skrifuð um sögurnar. Fræðimenn spyrja ólíkra spurninga, beita mismunandi rannsóknaraðferðum og komast þar með að ólíkum niðurstöðum. Rannsóknir Íslendingasagna eru á hverfanda hveli.

Það eru ekki ýkjur að segja, að þekkingin á fornsögunum sé blanda vísindalegrar reynslu og hreins hugarburðar, þar sem rannsakendur hafi oft án nægrar gagnrýni haft misgóðar kennisetningar að leiðarljósi við athuganir sínar. Vondar og góðar kreddur eru undirstaða fræðanna, og á þeim er reist spilaborg hugmynda um Íslendingasögur. Þetta ætti engum, sem gefur gaum að málavöxtum, að koma í opna skjöldu.

Naumast verður um það deilt, að Íslendingasögur séu frumlegasta bókmenntategund okkar, enda eiga þær sér engar nánar hliðstæður meðal erlendra miðaldabókmennta hvorki að formi, efni né stíl.[1] Það verður því eigi höfð veruleg stoð af erlendum ritverkum við greiningu sagnanna líkt og við bisk-

[1] Greinargóð rannsóknarsaga Íslendingasagna síðustu áratugi ásamt bókfræði er eftir Carol J. Clover: „Icelandic Family Sagas (Íslendingasögur)“, 239–315.

upasögur og riddarasögur, svo að dæmi séu tekin. Þar að auki skortir sögurnar bæði lærða formála og eftirmála, en þeir veita stundum sundurleita vitneskju um sköpun og tilgang annarra sagna.[1] Þótt Íslendingasögur hafi orðið fyrir margháttuðum erlendum áhrifum, þá bendir hið einkennilega formálaleysi, sem tíðkast lítt í latínubókum, til fjörlegrar innlendrar menningar og rennir stoðum undir þá hugmynd, að sögurnar hafi átt langa og mikla frásagnarhefð að baki við upphaf sagnaritunar. Það sannar raunar sögustíllinn líka með sjálfum sér. Þar með er ekki sagt, að engin áhrif latínumennta kunni að greinast í stíl elstu sagna.

Engin íslensk bókmenntafræði er til frá ritunartíma Íslendingasagna, sem varpi birtu á sköpunarsögu þeirra í líkingu við fræðslu Snorra-Eddu um brag og mál hins forna hirðkveðskapar. Ekki bætir úr skák, að engin markverð gagnrýni er til um Íslendingasögur fyrr en á tímum lúthersks rétttrúnaðar og fornmenntastefnu á fyrra hluta 17. aldar, þegar þær voru skildar sögulegum skilningi. Þá var spurt: Er þetta satt eða ósatt? Þetta sögulega viðhorf hefur í stórum dráttum mótað afstöðu ritskýrenda til sagnanna og sagt þeim fyrir verkum allar götur fram á þessa öld. Á síðustu áratugum hafa hins vegar margir fræðimenn reynt að fara nýjar leiðir við athuganir á sögunum til að komast á snoðir um innsta eðli þeirra, en því er eigi að leyna, að menn hafa ekki haft erindi sem erfiði, ef á það er litið, að ágreiningur með ritskýrendum hefur ekki dvínað að marki. Á hinn bóginn má fullyrða, að áherslur á viðfangsefnum hafi breyst. Enn sem fyrr knýr fast á hin þráláta spurning: Hvers konar sögur eru Íslendingasögur?[2]

[1] Sjá Sverrir Tómasson: *Formálar íslenskra sagnaritara á miðöldum*. Sjá einnig andmælaræðu mína við doktorsvörn Sverris í *Griplu* III (1993), 135–155. Enn fremur andsvar Sverris í sama riti, 170–182.

[2] Firnin öll hafa verið skrifuð um mismunandi afstöðu og skilning manna á Íslendingasögum, sem hér gefst ekki færi á að fara nánar út í, en vísa má enn í téða yfirlitsgrein um sögurnar eftir Carol J. Clover. Jónas Kristjánsson hefur nýlega vikið að þessu efni, þar sem hann fjallar um rætur sagnanna. Hann nefnir tvö meginsjónarmið við rannsóknir þeirra: hið *sögulega* (the historical approach) og hið *bókmenntalega* (the literary approach). Síðara viðhorfið flokkar hann í undirdeildir. Þá nálgast menn sögurnar *sál-*

Það er deginum ljósara, að fræðimenn standa illa að vígi við rannsóknir sínar og hvimleiðar staðreyndir tala sínu máli. Hver er uppruni sagnanna? Að hve miklu leyti eru þær sköpun munnmæla og arfsagna eða höfundarverk? Menn hafa óljósar hugmyndir um, hvar þær voru saman settar og í hverju skyni. Voru þær samdar af leikum eða lærðum og hvað hratt ritun þeirra af stað? Höfundar eru ónafngreindir, og við erum ekki mjög fróð um, hvenær og hvar sögurnar voru hafðar um hönd. Eigi er fullkunnugt um, hvenær sagnaritun hófst né hvenær stakar sögur voru í letur færðar, enda þótt blómaskeið fornsagnanna sé vafalaust 13. og 14. öldin. Íslendingasögurnar eru bókmenntir. Fátt vitnar skýrar um þekkingarskortinn á bókmenntalegum forsendum sagnanna en sú tíðkanlega aðferð að flokka þær eftir sögustöðvum, og í nýlegri heildarútgáfu er þeim skipað eftir stafrófsröð líkt og mannanöfnum í símaskrá. Eigi er talið kleift að hafa hliðsjón af aldri eða einkennum sagna.

Margar Íslendingasögur hafa farið forgörðum, en eigi að síður eru þrír til fjórir tugir varðveittir. Sögurnar eru samdar á löngum tíma við breytta innlenda samfélagshætti og aðstreymi erlendrar tískumenningar. Fortakslaust má gera ráð fyrir, að höfundar hafi haft misjafnt í huga með sköpun þeirra. Það er höfuðatriði. Menn hafa skilið samtíð sína í ljósi sögunnar og horft um leið til framtíðar.

Fróðleikur og skemmtun eru sýnilegustu þættir fornsagnanna, en ásetningur höfunda takmarkast ekki við þá. Lesendur mega hvorki láta forn vísindi, gamansemi né umbúnað

---

fræðilega, þar sem jafnvel sálgreiningu er beitt, *félagslega* eða virða þær fyrir sér frá *þjóðsagnarlegu* sjónarmiði, og loks nefnir Jónas þá afstöðu, þegar aðaláherslan er lögð á *samsetningu* sagnanna. Sjálfur gerir Jónas grein fyrir skoðun sinni m.a. með þessum orðum: „Since the sagas were history, based on oral tales, the authors did not have a free hand as artists.“ Þessi orð standa nær hugmyndum sagnfestu um uppruna Íslendingasagna en bókfestu, sem (að minnsta kosti að nafninu til) hélt eindregið fram hlut höfundar í sköpun sagnanna. Þessi ummæli Jónasar virðast fela í sér, að hlutur höfundar sé fyrir borð borinn. Hann sé nánast skrásetjari. Sjá „The Roots of the Sagas“, 183–200.

sagna villa sér sýn. Laxdæla, Heiðarvígasaga og Hávarðarsaga Ísfirðings — í þeirri aldursröð, sem hér er talin — eru ólíkar sögur að lífsskilningi og stefnu, enda þótt rætur þeirra standi djúpt í íslenskum jarðvegi, séu slegnar úr góðmálmi hetjusagna og hjúpaðar hlutlægni sögustílsins. Ein er gullin hetjusaga í anda, önnur er siðavönd friðarsaga, sú þriðja hetjusaga, sem stendur á höfði.[1] Áherslumunurinn er auðsær. Sögurnar þrjár beina kastljósinu að þróunarsögu Íslendingasagna, því að hver sagan rekur aðra og er bundin í hnappheldu tímans. Rannsóknir sagnanna hljóta í auknum mæli að stefna að því að ganga úr skugga um viljann að baki verkinu, eins og hin bókmenntalega náttúra þeirra mælir fyrir um.[2]

Fræðimenn eru smám saman að vakna til vitundar um, að tilgangur fornsagnanna sé rannsóknarinnar virði og hann sé sá sjónarhóll, þar sem víðsýnið er mest. Þá væri ugglaust léttara að koma auga á, að sumar sögur vilja vekja menn til umhugsunar um það sem miður fari í þjóðfélaginu í því skyni að ráða bót á því. Nú hefur til að mynda runnið upp fyrir rýnendum, að Hænsa-Þóris saga sé líklegt áróðursrit fyrir nýjum réttarskilningi, og að því gefnu hefur sagan verið tímasett á nýjan leik eftir samfélagslegum skilyrðum. Að svo búnu er Hænsa-Þóris saga ekki einvörðungu talin ávöxtur arfsagna og fornfræði, heldur fyrst og fremst lifandi afsprengi tímabundinna félagslegra þarfa, sem fyrir hendi eru og kalla á úrlausn. Viðhorfsbreytingin til sögunnar er lærdómsrík, þ.e. frá háum aldri og sannsögulegum atburðum til ungs aldurs og siðbóta

[1] Til þess að skýra þessa skilgreiningu Hávarðarsögu, skal þess getið, að höfundur skopast víða að hetjuhugsjóninni, en hvergi jafnberlega og með lýsingu sinni á Atla í Otradal. Megingildi standa á höfði í sögunni. Sagan þróast frá elli til æsku, fátækt til auðlegðar, harmleik til gleði. Niðurlagið er hamingjusamlegur endir ævintýrisins. Hávarðarsaga er stórmerk bókmenntaleg nýjung 14. aldar. Hún er tilraun til að glæða Íslendingasögur lífi með nýjum sjónarmiðum, efnistökum og áherslum.

[2] Íslendingasögurnar hafa samkenni og sérkenni. Orð Finns Jónssonar eru ekki á rökum reist: „De islandske sagaer er overhovedet alle ens, de er levnedsbeskrivelser, *biografier*, og kun dette.“ *Litt.hist.* II, 283 (önnur útg.).

í réttarfari.[1] Sögurnar reynast vera sundurleitari en margur hyggur, hver saga er sínu marki brennd, og þarfnast þar af leiðandi sérstakrar rannsóknar.

Eigi verður fyrir það synjað, að misjafnar og breytilegar skoðanir á fornsögunum hafa leitt til þess, að mörg vönduð fræðibókin hefur verið lögð til hliðar í minjasafn rannsóknarsögunnar.

Að sjálfsögðu vitum við núorðið um Íslendingasögur margt, sem verulegt hald er í, og hafa margir ágætir textafræðingar og bókmenntafræðingar lagt þar mikið af mörkum. Er það meira en svo, að talið verði í stuttu máli. En það fær ekki hnikað þeirri staðreynd, að fátt er vitað til sanns um sögurnar, svo að fræðimenn hafa að vonum farið þá leið að reyna að bæta úr hinum mikla þekkingarskorti með því að smíða hugvitsamlegar kenningar sér til aðstoðar við að leysa þær þrautir, sem að sækja í fræðunum. Skýlaus dæmi um þetta eru allsherjarskýringar á þroskaferli og aldri Íslendingasagna, sem hafa um langan aldur geirneglt fræðin.

Meginkreddan hefur verið sú, að söguritunin sýni nánast eftir settum reglum togstreitu sagnfræði og skemmtunar,[2] birti þar með þróunarsögu Íslendingasagna sem bókmenntagreinar frá upphafi til enda og leysi um leið þá gátu, hver hafi verið tilgangurinn með ritun hverrar sögu: að fræða eða

[1] Sjá m.a. grein Guðrúnar Ásu Grímsdóttur: „Um sárafar í Íslendinga sögu Sturlu Þórðarsonar“, 198–199 og tilvitnanir þar. Vísdómsleg er þessi athugasemd hennar: „Alþekkt er sú aðferð kirkjunnar manna á miðöldum sem fram kemur í helgisögum og ævintýrum að sögum er fléttað inn í aðrar sögur til þess að skýra ákveðin siðaboð eða kenningar er skapa skyldu fordæmi um breytni manna. Það hlaut því að vera nærtækt veraldlegum valdhöfum að gera eða láta gera sögur sem boðuðu athæfi sem þeir töldu æskilegt, jafnvel ákveðnar lagagreinar og má Hænsa-Þóris saga teljast af slíkum toga spunnin.“

[2] Sigurður Nordal hefur víða í ritum sínum fjallað um baráttu sagnfræði og skemmtunar í sagnarituninni, einkum í riti sínu *Snorri Sturluson* (1920) og í útgáfu sinni af Egils sögu (lx): „Sögur voru sagðar til skemmtunar, eigi síður en til fróðleiks. Þessar tvær stefnur togast á frá öndverðu, fara stundum hvor sína leið með sama efnið.“

skemmta.[1] Þótt fróðleikur og skemmtun séu nýt hugtök við umfjöllun sagnanna, þá eru þau ekki öndverð í botni, þar sem þau fela líka í sér erindi höfundar.

Að sönnu gæti markmið sögu verið hulið höfundi, ef hann ætti að lýsa því. En hann er sífellt að endurgera veröld sína, og það verk er liður í því viðfangi hans að ná með skilningsins og þekkingarinnar krafti tökum á tilveru sjálfs sín og samtíðar sinnar. Fyrirferð efnisþátta eins og fróðleiks og skemmtunar í sögu er því fyrst og fremst leið höfundar til að koma heimsmynd sinni til skila. Fræðimenn hafa yfirleitt ekki talið það ómaksins vert að inna eftir því, hvað vaki í reynd fyrir höfundi með verki sínu, því að kenningakerfið hefur ávallt svar á reiðum höndum, og þá hefur valið yfirleitt staðið á milli sagnfræði og skemmtunar. Menn hafa ekki í reynd skilið sig verulega frá sagnfestunni, enda þótt stór orð hafi um hana fallið.

Íslendingasögurnar eru sem bókmenntagrein epískar hetjusögur, sem segja frá viðburðum og athöfnum manna á söguöld, en þessi gamla skilgreining tekur ekki nægilega tillit til þess, að hugmyndaheimur höfundar hefur hlotið að setja mark sitt á sögurnar. Sagnfræðin hefur um of girt fyrir bókmenntalegan skilning manna á þeim. Hin epísk-dramatíska sögusýnd hefur fjarlægt höfundinn úr frásögninni, svo að menn hafa talið sér trú um, að hann skeyti ekki um að koma á framfæri skoðunum sínum á mönnum og málefnum. Af

[1] Einar Ólafur Sveinsson segir svo um tilgang sagnagerðarinnar: „Spørger vi så om forfatternes intentioner ved de skrevne værker, skorter det os på udtalelser af dem, hvad Í. angår. Men vi har visse indicier. Den skrevne isl. litt. begynder med, hvad man kan kalde nyttige kundskaber, det næste stadium er underholdende kundskaber, det sidste ren underholdning. De ældste Í. synes at være skrevet så tidligt, at man måske ret nylig var indtrådt i det andet stadium, og den kritiske, sandhedssøgende Ari er stadig det store navn. Da man skred til den højtidelige handling at skrive den første Í., synes meningen at have været at nedfælde kundskaber om fortiden — kundskaber, man satte lid til — på det varige pergament.“ Sjá „Íslendingasögur“, *KLNM* VII (1962), 503–504. Þessi orð spegla grundvallarhugmyndir fræðimanna um tilgang og þróun sagnaritunarinnar, og vart þarf að taka fram, að Einar Ólafur taldi Heiðarvígasögu að öllum líkindum elstu Íslendingasöguna, eins og síðar verður að vikið.

þessum misskilningi hefur leitt, að sögurnar hafa almennt verið taldar lítt túlkanlegar viðburða- og deilusögur án nokkurrar meginhugmyndar. Engin Íslendingasaga hefur þótt sanna þessa eiginleika bókmenntategundarinnar gerr en Heiðarvígasaga, sem hefur fram að þessu verið álitin sannur fulltrúi ómengaðrar lífsskoðunar norrænnar hetjualdar.[1]

Aldrei verður að minni hyggju lögð nógu rík áhersla á, að höfundurinn og áform hans verða ekki sundur skilin, svo að vit sé í. Vitund höfundar birtist í tilgangi ritverksins, höfundurinn lagar sögu sína að ætlun sinni og því betur sem hann er meiri listamaður. Það má raunar merkilegt heita, hvað fræðimenn, sem eigna „höfundum" Íslendingasögurnar, hafa stundum verið tregir að veita þeim fulla aðild að verkum sínum.[2] Höfundurinn er annaðhvort skapari að verki sínu eða ekki. Með „höfundi" á ég við, að hann standi ekki aðeins utan

[1] Andersson mælir víst fyrir munn flestra, þegar hann segir almennt um Íslendingasögur: „The saga is plane narrative with no vertical dimensions." *The Icelandic Family Saga*, 32. Og í sama riti (148) verður honum að orði: „Heiðarvíga saga is the purest example of a feud saga." Síðar breytti Andersson um skoðun og lagði huglægan skilning í söguna, sem er annar en sá, sem hér er gert ráð fyrir; sbr. „Displacement of the Heroic Ideal in Family Sagas", 575–593. Lönnroth auðkennir Heiðarvígasögu á svipaðan hátt og Andersson með því að telja hana vera „a pure feud story with rather few Christian overtones". *Njáls saga*, 105.

[2] Þetta hefur jafnvel komið fyrir Sigurð Nordal, sem allra manna mest hugleiddi hlut höfunda að verkum sínum. Í hinni áhrifaríku Hrafnkötlurannsókn sinni frá 1940 lagði Sigurður Nordal vissulega áherslu á höfundinn og skáldskapinn, en í útgáfu Borgfirðingasagna frá 1938 (*ÍF* III) var höfundarhugtakið í meira lagi reikult. Af formála Sigurðar um Bjarnar sögu Hítdælakappa og Heiðarvígasögu mætti t.d. ráða, að höfundar sagnanna hefðu í raun réttri verið tveir: munnmæli og höfundur. Sigurði Nordal varð síðar ljóst, að hér væri ekki alls kostar rétt á málum tekið, því að hann víkur sérstaklega að þessu í Hrafnkötluritgerðinni. Þar bendir hann á, að útgefendur Fornritanna hafi enn sem komið er gert of mikið úr þætti munnmæla og sögulegu gildi, en höfundum ekki „eignað meira en minnst varð komizt af með". Sigurður boðar þar nýja stefnu í rannsóknum sagnanna, kallar eftir minni fornfræði og að menn eigi að beina athyglinni að „hinum lifandi kjarna sagnanna, leysa þær úr álagaviðjum rótgróinna hleypidóma". Sjá *Hrafnkatla*, 78. Þessi orð vil ég gera að mínum við rannsóknir Íslendingasagna.

við ritið í líkamlegum skapnaði sínum, heldur sé hann hluti af heimi og tíma verksins, sem birtir heimsmynd hans. Þótt höfundur felli sögu sína inn í mótaða frásagnarhefð, er hann ekki bandingi heimildanna, eins og ráða má best af því, hvernig hann leikur kostamikil skráð aðföng. Ef Íslendingasögur eru höfundarverk — og fáir munu lengur bera brigður á það — verða menn að taka afleiðingunum af því og skoða fornsögurnar frá því sjónarmiði, jafnvel þótt höfundurinn hafi stuðst við fjölskrúðug munnmæli eða arfsagnir.[1]

Jafnan verður traustust þekking á sögunum sótt til sögutextans, hvað sem fræðigrillum og snillitúlkunum líður. Með kostum sínum og göllum er textinn botn allrar rýni. En hann er harður húsbóndi, ekki síst þegar hann gengur ekki sjálfur heill til skógar, eins og Heiðarvígasaga er til sanninda um.

En ekki er sopið kálið, þótt í ausuna sé komið. Eftir er að skilja sögurnar réttum skilningi, en viðbúið er, að hann vefjist fyrir mönnum við það mikla menningarrof, sem greinir að annars vegar hugmyndaheim, samfélag og lífsgildi kaþólskra miðalda og hins vegar neyslusamfélag lútherskrar tölvualdar. Bilið milli sköpunartíma sagnanna og nútímans er hvorki meira né minna en sjö aldir og gott betur þó í sumum tilvikum. Menn sjá að vísu fyrir sér lifandi tungu á bókum og trúa því, að allt sé þar auðskilið. En svo er ekki, þegar til kastanna kemur. Merkjamál horfinnar heimsmyndar ber með sér ýmsa leynda dóma orða og athafna, sem þurfa túlkunar við.

Við rannsóknir sagnanna er einsætt að gera verður skarpan mun á hinni ytri sögulegu sýnd og hinni ósögðu duldu reynd, sem að baki býr. Menn verða jöfnum höndum að hafa í huga tvær aðferðir við lestur þeirra, og má hvorug án hinnar vera. Menn lesa yfirleitt sögurnar með yfirborðsskilningi (*sensus literalis*), en gefa lítinn gaum að því, að höfundi kynni að liggja eitthvað á hjarta og brenni í skinninu að koma boðum til lesenda sinna. Menn hafa almennt vanrækt að huga að hinni dýpri merkingu eða hinum andlega skilningi (*sensus*

[1] Sjá athugasemdir Halldórs Guðmundssonar: „Skáldsöguvitund í Íslendingasögum“, 62–72.

spiritualis).[1] Upphaf og endir allra bókmenntalegra rannsókna Íslendingasagna er spurningin: Hvað vill höfundur með verki sínu? Á latínumáli heitir það *causa scribendi*.

Með þessum fáu orðum hefur verið vakin athygli á, að rannsóknir Íslendingasagna eru ekki reistar á jafntraustum grunni og ætla mætti við fyrstu sýn og sögurnar séu oftsinnis metnar og tímasettar eftir alin staðfestulítilla kenningakerfa. Þeim fylgja vitanlega önnur villuljós, eins og „raunsæi" elstu sagna, þar sem Fóstbræðrasaga af öllum sögum er meðal málsraka, og „hlutleysi" sagnanna, sem hefur í reynd byrgt úti höfundinn og vitund hans og gert fornsögurnar að einfara í menningarsamfélagi miðalda.

Ég hef minnst á nokkur helstu tormerki á könnun Íslendingasagna, til þess að enginn skuli standa með öllu berskjaldaður fyrir óvæntum athugasemdum, sem mæla gegn mörgu, sem menn hafa tekið fyrir satt og lengi við unað.

2. *Viðfangsefnið*

Heiðarvígasaga hefur haft mikil og margvísleg áhrif á hugmyndir manna um Íslendingasögur yfirleitt. Því veldur einkum merkileg bókmenntasöguleg staða sögunnar, nefnilega sú, að hún hefur jafnaðarlega verið talin elst allra fornsagna og hefur fyrir þær sakir dregið óspart að sér athygli fræðimanna. Þar með hefur hún orðið ómetanlegur vitnisburður um bernskuskeið bókmenntagreinarinnar eða jafnvel spegilmynd sjálfrar frumsögunnar. Að þessu lúta ummæli Björns M. Ólsens, þegar hann segir um Heiðarvígasögu, að hvert orð hennar sé „gullvægt".[2] Þegar menn rannsaka söguna, taka þeir sér sæti við uppspretturnar.

Það virðist ótrúlegt nú, þegar gefinn er gaumur að breyttum viðhorfum til Íslendingasagna, en samt er það satt, að ritskýrendur eru á einu máli um flest þau atriði Heiðarvígasögu,

[1] Um mannfólkit segir í Prologus Snorra-Eddu: „En alla hluti skilðu þeir jarðligri skilningu, því at þeim var eigi gefin andlig spekðin." *Edda*, 5.

[2] Björn M.Ólsen: *Um Íslendingasögur*, 189.

sem mestu varða við sögurannsóknir yfirleitt, tilurð hennar, markmið og aldur. Undur þessa samdæmis eykst af því, að varðveisla sögunnar er svo bágborin, að rúnir hennar munu seint verða ráðnar, svo að öllum líki. Í fljótu bragði virðist því hvorki girnilegt né brýnt að leggja til atlögu við sögu, sem lítill ágreiningur er um. Varkár gagnrýnandi mundi hugsa sig um tvisvar, áður en hann færi að strita með þeim kraftlitlu verkfærum, sem tiltæk eru, við að færa úr stað mosagróinn hornstein í aldagömlu kenningakerfi. En þrátt fyrir alla þá óvissu, sem fylgir viðfangsefni af þessum toga, mun það gagnast hinni endalausu þekkingarleit að vekja upp spurdaga, sem eiga rétt á sér, enda þótt svörin verði ekki einhlít frekar en fyrri daginn. Með þetta í huga er ýtt úr vör.

Í júlímánuði 1988 flutti ég opinberan fyrirlestur á vegum Stofnunar Sigurðar Nordals um aldur Heiðarvígasögu og leiddi þá líkindarök að því, að sagan væri mun yngri en rýnendur hefðu jafnan talið. Þessar athuganir mínar um ritunartíma sögunnar hafa ekki birst á prenti. Síðar sama ár fjallaði ég um Heiðarvígasögu á sjöunda fornsagnaþingi í Spoleto á Ítalíu, en í þetta sinn ekki um aldur hennar heldur hugmyndaheim. Taldi ég veigamikil rök hníga til þess að leggja í söguna aðra merkingu en fræðimenn áttu vanda til. Þetta erindi var síðan ásamt öðrum gögnum þingsins gefið út á ensku í riti, sem nær aðeins til þröngs hóps vísindamanna.[1]

Það segir sig sjálft, að rannsóknir eru í raun ekki mikils virði nema þær komi fyrir sjónir almennings og komi hinni fræðilegu umræðu að notum. Úr því að niðurstöður mínar um aldur og eðli Heiðarvígasögu kollvarpa fyrri skoðunum, er löngu tímabært að birta þær í þeirri von, að þær sýni Heiðarvígasögu í nýju ljósi, efli þekkingu manna á henni og síðast en ekki síst losi um gamalgróin viðhorf til Íslendingasagna.

Ástæða er til að taka fram, að athuganir mínar á ritunartíma sögunnar hafa verið verulega auknar, en það hefur ekki haggað niðurstöðunum. Einnig er meginkaflinn um lífsskiln-

[1] „Some Observations on *Heiðarvíga saga*: The Author's Message", 447–461.

ing sögunnar lengdur til muna og bættur, enda ber hann, þegar grannt er skoðað, líka í sér þungvæg aldursrök, svo fremi ég legg réttan skilning í söguna. Siðamat Heiðarvígasögu er að sjálfsögðu bundið við ákveðnar samfélagsaðstæður, annars væri sagan rótarslitin.[1]

Tvö svið mynda heim sögu. Annað er atvik, persónur og viðhorf, hitt er tíminn. Þessi atriði verða hér á eftir undir smásjánni, en þau verða ekki aðgreind að neinu ráði við könnunina, því að þau eru öll strangt tekið óaðskiljanlegur hluti söguheildar og varpa skini hvort á annað. Allir þættir sögu markast af því, sem höfundi býr í huga, enda þótt hann sé samfélagsvera og aðili að arftekinni menningu. Á þeirri staðreynd er eftirfarandi rannsókn reist, og hún er sú að skyggnast um í hugarheimi höfundar Heiðarvígasögu.

Heiðarvígasögu hefur ávallt verið skipað á bekk með sagnfræðiritum, meira að segja hefur hún þótt standa Íslendingabók Ara fróða lítt að baki að heimildargildi. Fræðimenn hafa sannarlega ekki legið á liði sínu við athuganir á sögunni, sem eru flestar á sinn hátt merkar og þakkarverðar, en þær hafa að langmestu leyti verið sögulegar og textalegar, en beinst minna en skyldi að sögunni sjálfri.[2]

Sigurður Nordal gerði Heiðarvígasögu skil í útgáfuformála, sem er skilmerkilegust og framsæknust greinargerð um söguna, sem enn er til.[3] Þar fjallar hann um söguna á tæpu hálfu hundraði blaðsíðna. Fjörutíu síður eru lagðar undir texta-

[1] Um siðferði og samfélag í fornsögunum vil ég benda á nýlega grein Vilhjálms Árnasonar: „Morality and Social Structure in the Icelandic Sagas", 157–174

[2] Ástæðulaust er að draga fram skoðanir allra fræðimanna á Heiðarvígasögu, því að þær eru yfirleitt samdóma. Sem dæmi má nefna viðhorf Finns Jónssonar. Hann taldi heimildir Heiðarvígasögu traustar arfsagnir, þótt vandkvæðum væri bundið að sannprófa þær í einstökum atriðum, en máli sínu til stuðnings benti hann á, að sagan væri ekki í neinni mótsögn við sögulegar staðreyndir og segði ekki frá neinu, sem gæti ekki staðist. Þótt fræðimenn geri nú yfirleitt lítið úr slíkum röksemdum, þá er þeim beitt leynt og ljóst. Sjá *Litt. hist.* II, 479–484 (önnur útg.).

[3] Heiðarvíga saga (=Hvs.). *Borgfirðinga sǫgur. Íslenzk fornrit* (=ÍF) III. bindi, xcviii–cxlvii.

fræði, mannfræði, tímatal og alls kyns sögulegan fróðleik. Um söguna sjálfa er fjallað á átta síðum. Þessi hlutföll sagnfræði og bókmennta við athuganir á sögunni tala skýru máli um afstöðu fræðimanna til Heiðarvígasögu, enda tekur Sigurður fram á öðrum stað, að sagan geti ekki „kallazt skáldsaga“.[1] Til þess að sannmælis sé gætt, ber að nefna, að Heiðarvígasaga hefur heimtað margar og miklar söguskýringar fyrir sakir bágrar varðveislu.

Heiðarvígasaga hefur verið nátttröll í íslenskum bókmenntarannsóknum allar götur frá því, að fræðilegar rannsóknir hófust á Íslendingasögum á fyrra hluta 19. aldar. Við ritskýringar á sögunni hefur blindur leitt blindan, og gagnrýnendum hefur skotist yfir leynda dóma hennar. Þeir hafa ekki komið auga á lífsgildin, sem liggja að baki nöktum atburðum, en þau gera söguna í senn að siðferðislegri spegilmynd ritunartímans og að sérkennilegu bókmenntaverki. Heiðarvígasaga hefur verið ritskýrendum í reynd lokuð bók, því að hún hefur ekki verið skilin réttum skilningi, enda ekki eftir honum leitað. Sá skilningur er hinn huglægi vilji verksins, sem er kveikja allra hluta. Það er ekki vonum fyrr, að farið sé að grennslast eftir því, hvað höfundur Heiðarvígasögu hugðist fyrir.

Margir ágætir fræðimenn hafa gert glögga grein fyrir varðveislu sögunnar og tekið saman margar nytsamlegar athugasemdir um hana, sem unnt er með góðu móti að reiða sig á. Hér er því síður en svo um allsherjarkönnun að ræða. Ekki verður til að mynda fjallað að neinu gagni um vísur sögunnar og uppruna þeirra, sem er vissulega að sama skapi forvitnilegt sem það er torleyst viðfangsefni, svo sem Sigurður Nordal vakti athygli á.[2] Hafi ég eitthvað nýtt og bitastætt fram að færa til aukins hugmyndasögulegs skilnings á Heiðarvígasögu, þá eiga fyrri ritskýrendur hlutdeild í því og þakkir skildar.

[1] *Um íslenzkar fornsögur*, 136.

[2] Vert er að vekja athygli á athugunum Guðrúnar Ingólfsdóttur á bókmenntagildi vísna. Sjá grein hennar: „Um hlutverk vísna í Íslendingasögum“, 226–240 og þar tilvitnuð rit.

Ólík afstaða til sögunnar hefur eðlilega leitt til annarra ályktana. Það er allt og sumt.

Það er kunnara en frá þurfi að segja, að höfundar Íslendingasagna forðast eins og heitan eldinn að bera á torg það sem liggur þeim á hjarta. Þeir segja og sýna, en skýra ekki. Heiðarvígasaga er undir sömu sök seld og aðrar sögur. Gagnrýnandi verður því að fara þá leið að gaumgæfa sérkenni sögunnar. Hann verður eftir mætti að hyggja að úrvali atriða og orsakasamhengi þeirra í því skyni að komast á snoðir um afstöðu höfundar til manna og málefna. Ærið er þetta vandasamt, einkum þegar í hlut á 13. aldar bókmenntaverk eins og Heiðarvígasaga, sem er ekki nema skugginn af sjálfri sér. Í fljótu bragði virðist næsta vonlítið að lesa í málið, þegar hún á í hlut.

Þar sem Heiðarvígasaga er talin varpa öðrum sögum fremur skæru ljósi á bernskuskeið Íslendingasagna, sýna vaxtarverki þeirra og þar með vera eitt helsta kennileiti bókmenntagreinarinnar, þarf ekki að fara í grafgötur um, að slík saga á skilið ekki aðeins sögulega og textalega rannsókn heldur og vandaða bókmenntalega athugun. En skoðun fræðimanna á sögunni hefur eigi örvað menn til að nálgast hana með þeim hætti.

Tilgangur Heiðarvígasögu hefur ávallt legið ljós fyrir, og menn inna ekki eftir því, sem þeir vita fyrir. Heiðarvígasaga hefur verið álitin saga eins og aðrar sögur að öðru leyti en því, að hún hefur þótt snauðari að bókmenntalegum einkennum. Höfundur hafi sagt forn tíðindi af minnisstæðum köppum og honum hafi þess vegna verið ofarlega í huga að fræða áheyrendur og lesendur um hið stórbrotna, það sem einu sinni var og draga mátti nýtilega lærdóma af. Heiðarvígasaga hefur ævinlega verið skilin og skýrð sem erindislaus athafnasaga hefnda og víga. Yfirborðsleg epísk frásögn örvar ekki rýnendur til að sökkva sér djúpt í söguna til að grennslast eftir leyndum dómum hennar. Þar væru engir huldir fjársjóðir í afhellum.

Til hægðarauka fyrir lesendur fylgi ég þessari könnun úr hlaði með stuttu ágripi úr sögunni, því að fáir kunna skil á henni, sem vonlegt er. Erfitt er að leggja hana á minnið, því að hún er margslungin, kemur víða við og ófáir eru við hana riðnir. Þegar rakið er efni Heiðarvígasögu, er hentugt að greina hana í tvo meginhluta eftir efni og samsetningu: Víga-Styrs sögu og Sögu Víga-Barða.[1]

Víga-Styrs saga. Upphafið vantar. Sagan hefst í endursögn Jóns Ólafssonar á því, að Atli nokkur „stóð í durum úti". Er hann veginn og hefnir Styrr hans. Svo einkennilega vill til, að einmitt þessi atriði eru Heiðarvígasaga í hnotskurn: mannvíg og hefnd.

Vermundur hinn mjóvi, bróðir Styrs, fer utan til Noregs að sækja sér húsavið, og hefst þá hin svonefnda berserkjasaga (3. og 4. kap.). Vermundur þiggur tvo berserki, Halla og Leikni, að gjöf af Hákoni Hlaðajarli og fer með þá til Íslands. En berserkirnir voru fúsir til manndrápa en eigi til vinnu, og Vermundur sá brátt, að í illt efni var komið. Leysir Styrr vandræði hans með því að taka við berserkjunum, og þykir þá Styr vel fallið að koma fram hefndum á Þorbirni kjálka í Kjálkafirði. Fer Styrr að honum með berserki sína og vegur hann. Vel fer á með Styr og berserkjum, þar til Leiknir vill fá Ásdísar, dóttur Styrs, til eiginorðs. Styrr leitar ráða hjá Snorra goða að Helgafelli. Að því búnu krefst hann þess af berserkjum að þeir ryðji illfært hraun til vegagerðar. Þegar þeir höfðu unnið það þrekvirki, býður Styrr þeim til baðstofu. Þar springur Leiknir af hita, en Styrr banar Halla með öxi. Snorri goði fær Ásdísar.

Yfirgangur Styrs vex (5. kap.). Hann telur sakir á hendur Einari nokkrum í Akureyjum, lætur dæma sér fébætur, slær síðan eign sinni á lönd hans og tekur hann af lífi, þegar hann hyggst forða sér til Borgarfjarðar. Næst sækir Styrr tvo bændur til saka, sem höfðu liðsinnt Einari. Varð annar bóndinn fyrir fjárútlátum, en hinn, Þórhalli á Jörva í Kolbeinsstaðahreppi, skyldi jafnan veita Styr og föruneyti hans beina, þegar

[1] Rétt er að geta þess, að Saga Víga-Barða er fornt heiti á síðara hluta Heiðarvígasögu, en á þetta auknefni Barða er ekki minnst í sögunni, þótt svo sé í öðrum sögum.

hann gisti hjá honum. Eitt sinn er slátur af ómörkuðum heimaalningi borið á borð fyrir Styr, og var það talið lagabrot, því að fé skyldi auðkenna. Fyrir þær sakir drepur Styrr Þórhalla, er hann hyggst flytjast búferlum í skjól frænda og mága í Borgarfirði (7. kap.).

Þegar hér er komið, segir frá því, að kristni sé upp tekin í landinu og Styrr reisi kirkju að Hrauni. Þórhalli lét tvö börn eftir sig, Gest og Ásdísi, en ekkert varð af eftirmálum. Styrr heldur uppteknum hætti að þiggja mat á Jörva. Þorleikur nokkur tók þar við búi og beiddi einhverju sinni bóta fyrir Þórhalla. Styrr bauð syni Þórhalla í föðurgjöld „hrútlamb eitt, grátt at lit", og þótti lítill sómi að (8. kap.).

Þegar Styrr gisti næst á Jörva, réð Gestur honum bana og mælti um leið og hann hjó í höfuð honum: „Þar launaða ek þér lambit grá." Snorri fór eftir líkinu. Í þeirri för gengur Styrr aftur og verður valdur að dauða Guðríðar heimasætu í Hrossholti á Mýrum (9. kap.).

Gestur leitar ásjár hjá frændum sínum Gíslungum í Borgarfirði, og er hann lengstum með Þorsteini Gíslasyni í Bæ. Snorri goði býr málið á hendur Borgfirðingum, safnar liði og ríður suður til Borgarfjarðar, en verður frá að hverfa sökum liðsafnaðar Borgfirðinga að Haugsendavaði við Hvítá. Þeir koma Gesti utan til Noregs, en Snorri fær engu áorkað um mál sitt á alþingi (10. kap.).

Þorsteinn, sonur Styrs, fer utan til að ná fram hefndum, og reynir hann þrívegis að týna lífi Gests, en mistekst, tvisvar í Noregi og einu sinni í Miklagarði. Væringjar vildu taka Þorstein af lífi, en Gestur leysti með fé. Þegar hér var komið málum, tókust fullnaðarsættir með Gesti og Þorsteini, sem sneri heim, en Gestur kom ekki aftur á Norðurlönd.

Úr því að Þorsteinn bar ekki auðnu til að hefna föður síns, sneri Snorri goði hefndinni á hendur Borgfirðingum og tók af lífi Þorstein Gíslason og son hans Þorvarð. Um þessi víg tókust sættir á alþingi (12. kap.).

Saga Víga-Barða. Kynntir eru til sögunnar bræður tveir, Hárekssynir, sem án efa eru skyldir eða venslaðir Þorsteini Gíslasyni. Í Noregi verður Kolskeggur, fylgdarmaður Snorra goða, á vegi þeirra, og hyggjast þeir hefna sín á honum fyrir víg Þorsteins. Kolskeggur kemst undan og leitar ásjár Halls Guðmundarsonar frá Ásbjarnarnesi í Víðidal, sem var í Noregi í kaupferð. Hallur gefur honum skip og fé, svo að Kolskeggur kemst undan til Englands, en Hárekssynir beina þá hefndinni að Halli og myrða hann í skógarrjóðri á eyjunni Fólskn. Hárekssynir drukkna í hafi við Jótlandssíðu (13. kap.).

Guðmundur í Ásbjarnarnesi verður slíkum harmi lostinn við fráfall sonar síns, að hann lifir eigi lengur en mánuð. Barði, sonur hans, tekur við eftirmálum, en veit ekki, hvar bera skuli niður um hefndir. Barði leitar ráða hjá fóstra sínum, Þórarni á Lækjamóti, og hefjast þar með langar frásagnir af ráðleggingum Þórarins og undirbúningi að drápi Gísla Þorgautssonar á Gullteig (14.–26. kap.) í hefndarskyni fyrir Hall Guðmundarson. Í 14. kap. er greint frá því, hvernig Þórarinn leggur á ráðin um að vísa á Gísla til hefnda og réttlæta víg hans. *Í lokum 15. kap. er frásögn Jóns Ólafssonar á enda og skinnbókarbrot Heiðarvígasögu tekur við.*

Undirbúningurinn að vígi Gísla á Gullteig er svo margþátta og smásmyglislegur að of langt mál yrði að rekja þá sögu að ráði, en þessi atriði eru helst: Hestarán og sverðstuldur (15. kap.). Þórarinn telur upp fyrir Barða, hvaða menn hann skuli hafa með sér í suðurför að drápi Gísla (16. kap.). Barði leitar liðsinnis þeirra (17. kap.). Aflað er vista til fararinnar (18. og 19. kap.) og hrossum skilað (20. kap.). Barði safnar liði (21. kap.), frýja Þuríðar, móður Barða, sem fellur af hestbaki í Saxalæk (22. kap.). Heimanför Barða og leiðangursmanna hans, ráðleggingar Þórarins, hvernig staðið skuli að liðskipan, njósnum, næturgistingu, bardaga á Gullteig, heimreið o.fl. (23.–25. kap.). Fyrirburðir og draumar Þorbjarnar Brúnasonar (26. kap.), dráp Gísla á Gullteig (27. kap.), liðsafnaður sunnanmanna, reið Barða og félaga á Tvídægru, bardaginn á heiðinni (28.–31. kap.). Heimreið. Barði safnar vistum og býr sig undir vetursetu (32. kap.). Griðamál, eftirmáli á alþingi, sættir (33.–35. kap.). Barði og félagar verða afturreka við Siglunes og gista um veturinn hjá Guðmundi ríka á Möðruvöllum. Barði fer utan til Noregs, og Ólafur helgi synjar honum vetursetu (36.–39. kap.). Barði snýr heim, fær Auðar, dóttur Snorra goða, og eru þau með honum vetrarlangt. Þau sitja um vetur í Noregi, þar skilur Barði við Auði, heldur til Miklagarðs og fellur þar í liði Væringja (40.–41. kap.).[1]

Ekki er því að leyna, að framvinda Heiðarvígasögu er á köflum snúin, frásagnarhátturinn óþjáll, persónur hvorki margbrotnar né óræðar og þar til koma gamalkunnar lífsskoðanir hetjusagna, sem leiða í ljós yfirburðastyrk í mannraunum en ekki flókið sálarlíf. Enda þótt Heiðarvígasaga hafi í líkingu við aðrar Íslendingasögur dulmál fyrirburða og drauma, sýnir orðalagið ekki mikinn skyldleika við margræðni bókmenntamáls, sem brýnir menn til að kafa í sögutextann. Fyrsta kastið virðist öll merking sögunnar auðsótt til yfirborðs hennar. Ekki verður efast um snilld höfundar til að segja sögu og nægir að benda á orðaleiki, söguflléttur og listræn brögð því til sönnunar, og hvergi kemur frásagnaríþrótt hans betur í ljós en við margslunginn undirbúning að suðurferð Barða Guðmundarsonar, sem spannar stóran hluta sögu hans. Þá er ekki síður athyglisvert, að sagan greinir frá mörgu, mönnum og málefnum, sem á sér naumast samsvaranir í öðrum sögum. Heiðarvígasaga er bæði lík og ólík öðrum Íslendingasögum. Einkum vekur það sem er öðruvísi forvitni, enda er þess að vænta, að þar liggi helst fiskur undir steini.

Víga-Styrr á vanda til að murka lífið úr varnarlausum bændum, uns hann er sjálfur drepinn af smásveininum Gesti Þórhallasyni, sem aldrei hefur vopn borið. Dauður ærir Styrr bóndadóttur, og Snorri goði, mágur hans, á ekki annars úrkosta en að dysja hann vetrarlangt á melholti einu, þegar lík Styrs tekur að snúast öfugt og verða svo þungt í flutningi, að líkmenn fá ekki valdið honum. Önnur aðalhetja Heiðarvígasögu gengur aftur.

Forneskja heitir orsök þess, að Barði fær eigi hirðvist með

[1] Kapítulatölur eru úr útgáfu Heiðarvígasögu frá 1938, en ekki úr ljósprentuðu útgáfu sögunnar í Íslenskum fornritum, eftir að skinnblað hennar kom í leitirnar.

Ólafi helga. Konungurinn vill eigi hafa samneyti við hann. Barði lætur steypa stórættaðri móður sinni aldraðri af hestbaki í læk einn, þegar hún vill slást í för með honum til hefnda. Enginn garpur í fornum sögum óvirðir móður sína með líkum hætti og Barði. Hann rekur konu sinni Auði, dóttur Snorra goða, kinnhest í rekkju þeirra og segir síðan skilið við hana. Eftir það endar hann ævi sína úti í Miklagarði. Hann á enga afkomendur. Hin aðalhetja Heiðarvígasögu hverfur út í buskann. Endadægur kappanna tveggja sætir undrun og hlýtur að vekja lesandann til umhugsunar.

Fleiri atriði draga til sín athygli. Guðlaugur Snorrason goða synjar beiðni föður síns að taka þátt í leiðangri suður yfir heiði til að hefna Styrs, móðurföður síns, og gerist eftir það munkur á Englandi. Slík frásaga á engan sinn líka í Íslendingasögum.

Gestur fyrirgefur Þorsteini Styrssyni þrisvar frumhlaup við sig og gefur honum jafnframt helming fjár síns til þess, að hann komist heilu og höldnu frá Miklagarði út til Íslands. Gestur hverfur sjónum líkt og Barði og það í Miklagarði. Það er eins og mönnum sé stefnt utan til dóms.

Eru þessi tíðindi sótt til fullmótaðra arfsagna genginna kynslóða eða hefur höfundur Heiðarvígasögu skapað hetjum sínum þessi fáheyrðu örlög í því skyni að koma skilaboðum sínum því betur á framfæri? Hið sögulega viðhorf spyr um *hvað* og *hvernig*, en hin andlega merking lætur sig mestu varða *hvers vegna*.[1] Víga-Styrr og Barði taka menn af lífi, en Guðlaugur og Gestur tala máli fyrirgefningar og friðar. Höfundur leiðir augljóslega saman öndverðar hugsjónir, og þær takast á í sögulegu samhengi. Björn M. Ólsen, sem hugði höfund Heiðarvígasögu vera klerk, skýrir þessi átök gagnstæðra lífsviðhorfa á afar einfaldan hátt:

> Enn sá klerkur hefur eflaust verið af höfðingjaætt, því að hann hefur bersínilega mikið gaman af að lísa deilum höfðingja og vígaferlum.[2]

[1] Sjá Allen: *Fire and Iron*, 29 o.áfr. Í þessari bók eru margar ágætar athuganir um Íslendingasögur.

[2] *Um Íslendingasögur*, 214.

Ég efa ekki, að klerkar hafi oft býsna gaman af vígaferlum, en stundum er þeim mikið niðri fyrir. Ummæli Björns eru skemmtilegt dæmi um, hversu fræðimenn hafa verið fráhverfir þeim kosti, að Heiðarvígasaga kynni að rista djúpt og klerkur ætti sitthvað vantalað við samtíð sína.

Af nánari kynnum mínum við Heiðarvígasögu rann smám saman upp fyrir mér, að hún væri ekki öll, þar sem hún var séð, og hún væri hugsanlega undir niðri atlaga að stanslausum mannvígum, sem tíðkuðust á upplausnartímum þjóðveldisins. Þessi hugsun hefur orðið mér leiðsögutilgáta.

Heiðarvígasögu verður ekki með góðu móti skipað á bás með helstu tegundum Íslendingasagna, ævisögum, ættarsögum eða héraðssögum. Að formi til sýnist hún einkum eiga samleið með Brennu-Njálssögu.[1] Heiðarvígasaga segir frá tíðindum, sem ekki eru bundin við eitt hérað, heldur gerist hún í þremur landshlutum, á Snæfellsnesi, í Húnaþingi og Borgarfirði. Í annan stað eru þeir Víga-Styrr og Barði hvorki hvor annars ættmenni né sveitungar og hafa aldrei átt neitt saman að sælda. Þrátt fyrir þessa aðgreiningu söguhetjanna leikur enginn vafi á, að um eina sögu sé að ræða með óslitinni atburðafléttu. Sögunni svipar til Njálu að gerð, þótt söguhelmingar hennar, Gunnarssaga og Njálssaga, séu á hinn bóginn miklu samofnari söguheild en Heiðarvígasaga, eins og Einar Ólafur Sveinsson rakti rækilega í doktorsriti sínu *Um Njálu*.

Þess skal getið, að bæði varðveisla og bygging Heiðarvígasögu hafa valdið því, að hún hefur verið nefnd ýmsum nöfnum: *Víga-Styrs saga*, *Víga-Barða saga*, *Saga af Víga-Styr og Heiðarvígum*, *Víga-Styrs saga og Heiðarvíga*. Í skinnbókarbroti Heiðarvígasögu kemur „Heiðarvíg" fyrir í eintölu: „Fjórtán menn skyldu útan fara, þeir sem verit hǫfðu at Heiðarvígi."[2] Samkvæmt þessu ætti sagan að heita *Heiðarvígssaga*.[3] Nafnið *Heiðarvígasagu* er hins vegar sótt til Eyr-

[1] R. Heinzel: *Beschreibung der isländischen Saga*, 9–10.
[2] *Hvs.*, 317.
[3] Sigurður Nordal: *Hvs.*, cxxvii nmáls. — *Heiðarvíga saga* (Kålund), xii. — *Islandica* I, XXIV, XXXVIII.

byggju, og dregur Heiðarvígasaga vafalaust nafn sitt af þeim víðkunna atburði, sem átti sér stað, þegar norðanmenn og sunnanmenn börðust á Tvídægru árið 1014 að sögn bestu annála. Auðsætt er, að nöfn Heiðarvígasögu og Njálu svara ekki fyllilega til yrkisefnis.[1]

Auðvitað er nauðsynlegt við skilgreiningu á sögu að huga vendilega að efni og viðfangi hennar, en það er líka fjarska lærdómsríkt að gera sér góða grein fyrir því, hvenær höfundur fer fljótt yfir sögu eða hvers konar hluti hann lætur ósagða. Af þessu þrennu má draga ályktanir um einkenni og stefnu sögunnar.

Eigi þarf að rýna lengi í Heiðarvígasögu til þess að verða þess vís, hversu yrkisefnið er fábreytilegt miðað við margar aðrar sögur, athyglin beinist nær óheft að mannvígum og hefndum, það örlar ekki á leikjum, hestaati, hvalreka, landadeilum og erfðamálum, sem ósjaldan kveikja ófrið í sögum.

Í Íslendingasögum er æskusaga kappanna iðulega drjúgt frásagnarefni. Þeir sækja sér hróður erlendis með vaskleik í víkingaferðum og fræknu framferði í sölum jarla og konunga. Ekki er Heiðarvígasaga skreytt slíkum hlutum, þótt höfundur sé sagður hafa hið mesta dálæti á vígaferlum.[2]

Styrr og Barði vinna engar æskudáðir ytra, að því er séð verður. Þeir halda eigi í víking til að afla sér fjár og frama eins og Hrútur Herjólfsson eða Gunnar á Hlíðarenda, fella hvorki dreka né kappa líkt og Björn Hítdælakappi né þreyta sund líkt og Kjartan Ólafsson. Víga-Styrr og Barði koma fullvaxnir til víga og höfundurinn fellir vitandi vits ekki orð um ungdómsafrek þeirra. Þetta hefur ugglaust ekki farið fram hjá áheyrendum, og þeir hafa skilið það sínum skilningi. Sagnahefðin var svo rík, að menn tóku undir eins eftir því sem bæði var sagt og ekki sagt. Vígamenn, sem hleypa ekki heimdraganum, bjóða af sér annan þokka en þeir kappar, sem vinna ungir að árum frægð og frama erlendis. Víga-Styrr er heima-

[1] Sjá Einar Ólafur Sveinsson: *Um Njálu*, 229–230.

[2] Sjá t.d. athugasemdir Kersbergens um víkingaferðir í Njálu og öðrum Íslendingasögum. *Litteraire motieven in de Njála*, 143–145. — L. Lönnroth: *Njáls saga*, 71–76 (The travel pattern).

alningur, og utanferðir Barða eru samfelld hrakfallasaga. Afstaðan til söguhetjanna er mörkuð.

Skefjalaus vígaferli unna lesanda lítillar hvíldar, og hann saknar þess, að höfundur Heiðarvígasögu skuli sjaldan gefa sér tóm til að krydda frásögn sína með gamansemi eða kímni. Grályndi og heift ráða ríkjum. Sagan er því undarlega snauð að gleði og hamingju. Þar eru engar mannlýsingar svipaðar Birni í Mörk eða Atla í Otradal. Þetta er saga ofsa og illsku. Iðuköst manndrápa eru þreytandi til lengdar, þegar gleðin á sér lítinn þegnrétt í frásögunni, og það er ekki fjarri lagi að ætla, að sá drungi, sem hvílir yfir sögunni, stafi af þungri undiröldu siðrænnar alvöru.

Óskipta athygli hlýtur það að vekja, að Heiðarvígasaga skýlir sér ekki að baki auðnu og örlaga til að skýra atferli og endalok manna líkt og Íslendingasögur leggja í vana sinn.[1] Þótt Heiðarvígasaga sé óskapaverk, hefur hún ekki á takteinum hamingju eða giftu til að útlista gang mála eins og Vatnsdæla,[2] flokkar menn ekki í gæfumenn og ógæfumenn líkt og Grettissaga og beitir ekki reglu forlagatrúarinnar, „eigi má sköpum renna“, svo sem Gíslasaga Súrssonar. Söguhetjur Heiðarvígasögu eru á hinn bóginn sjálfráðar gerða sinna og fá goldið að verðleikum fyrir athæfi sitt. Þær velja og hafna og bera sjálfar ábyrgð.

Úr því að Heiðarvígasaga hefur svipmót hetjubókmennta, þá er ekki úr vegi að sjá, hvernig hún fellur að söguefni hetjusagna.

Samsetning fullburða hetjusögu er hefnd, ást og dauði. Kjarninn er hetjudauðinn, sem er ris frásögunnar og söguleg-astur, því að þá er þrekraunin mest og þá fá menn það orð, sem æ verður í minnum haft. Hin sanna hetja er drengur góður. Í Heiðarvígasögu horfir þetta öðruvísi við. Styrr er verðugur aftöku, og hann er fáum harmdauði. Barði fellur hins vegar í Miklagarði við góðan orðstír, en höfundur hirðir

[1] Sjá m.a. Davíð Erlingsson: „Om öde och ödestro“, 73–91.
[2] R. Boyer: „Fate as Deus Otiosus in the Íslendingasögur: A Romantic view?“, 61–77.

hvorki um að fjölyrða um atvikin að falli hans né dauðdaga. Barði hnígur ekki í valinn líkt og náfrændi hans, Kjartan Ólafsson. Viðskilnaðurinn við Barða sýnir tvíræðni sögunnar til hetjunnar og utangarðsmannsins. Það leitar á hugann, að Styrr og Barði súpi báðir seyðið af meingerðum, sem falslausar hetjur skirrist við að fremja.

Sigurður Fáfnisbani hefnir föður síns ungur að árum og færir þar með sönnur á manndóm sinn. Styrr ræður menn af dögum að litlu tilefni, en Barði gerir upp sakir vegna bróður síns. Í þessu kemur glöggt fram munur þeirra þremenninga. Ástin leiðir Sigurð Fáfnisbana í dauðann. Hins vegar er engin ást í Heiðarvígasögu, aðeins hefnd og dauði. Kærleikur er utangátta í ævi Styrs, og Barði segir skilið við tvær eiginkonur sínar til þess eins að knýja fram hefndir. Gervallri ást er í Heiðarvígasögu fórnað á altari hefndarinnar, og það er ekki ofmælt, að önnur lífsgildi hverfa í skuggann, þegar hefndin er annars vegar. Sagan af Sigurði Fáfnisbana og Heiðarvígasaga eru frásögur af köppum og viðbrögðum þeirra við ólíkar aðstæður, en munur þeirra virðist einkum vera fólginn í því, að saga Sigurðar beinir athyglinni að hetjunni og afrekum hennar, á meðan Heiðarvígasögu verður einkum starsýnt á breytnina og afleiðingar hennar.

Íslendingasögurnar segja, eins og allir vita, frá deilum, mannvígum og hefndum, en engin saga er jafnóblandin hefndarsaga og Heiðarvígasaga. Hún snýst frá upphafi til enda um hefndir og gagnhefndir. Engir útúrdúrar eru í sögunni, sem lúta ekki á einn eða annan hátt þema verksins um hefndarnauðung sæmdarinnar. Menn eru neyddir til að endurgjalda svívirðingar, sem þeir telja sig verða fyrir bæði í orðum og gerðum og vilja ekki fyrir nokkurn mun brjóta odd af oflæti sínu eða minnka sig í neinu. Þeir svífast einskis til að halda sæmd sinni, en þegar menn geta ekki undir neinum kringumstæðum gætt virðingar sinnar nema með því að vega menn fyrir litlar sakir einar, þá er sæmdin orðin siðblind og friðarspillir. Þessi siðfræði er sögð berum orðum í sögunni og mótar athafnir manna.

Eins og fyrr segir, virðist höfundi Heiðarvígasögu vera fátt hugleiknara en hefnd og vígaferli, sem af henni leiðir. Sagan heldur sig markvisst við efnið og skal vitnað til ummæla Sigurðar Nordals í þessu sambandi:

> Það er einkennilegt um Heiðarvíga sögu, hversu hefndir koma þar oft fjarri niður. Gestur, vegandi Styrs, sleppur við hefndina, en Þorsteinn Gíslason er veginn fyrir liðveizlu sína við Gest. Hárekssynir reyna að hefna Þorsteins á einum förunaut Snorra, en hann kemst úr greipum þeirra, og hefndin bitnar á Halli Guðmundarsyni. Hárekssynir drukkna, og Halls verður ekki hefnt nema á fjarkomnum frændum þeirra eða venzlamönnum. Það er stundum eins og sagan verði nokkurs konar dæmisaga um ranglætið í hinum fornu ættvígum.[1]

Skyldi ekki „ranglætið í hinum fornu ættvígum“ hafa farið fyrir brjóstið á höfundi Heiðarvígasögu? Stígandin í hefndinni er íhugunarverð. Fyrst kemur maður fyrir mann, þar næst menn fyrir mann og undir lokin leiðir hefndin til orrustu á heiðum uppi milli byggðarlaga. Hefndin magnar ófrið bæði milli einstaklinga og héraða, svo að stefnir í þjóðarvoða. Undirrótin að Heiðarvígum var sú, að Þórhalli bar ómarkað hrútshöfuð á borð fyrir Víga-Styr og félaga hans. Naumast er unnt að láta sér til hugar koma öllu lítilmótlegri tildrög að þjóðhættulegri sundrungu en þetta atvik, sem minnir á atburðarás Þorgils sögu og Hafliða.

Menn fara í Heiðarvígasögu með hernaði í önnur héruð, eftir það er siglt af landi brott til Noregs, og þaðan er förinni heitið til Miklagarðs. Hvötin er jafnan hefndarskylda sæmdarinnar. Menn láta sig ekki muna um að halda heimsenda á milli til að fyrirkoma þeim, sem þeir telja sig eiga sökótt við. Öll heimsbyggðin er vettvangur hefndarinnar, og enginn — hvorki sekur né saklaus — er óhultur um líf og eignir, þar sem vægðarlaus hefndin þekkir engin takmörk hvorki stundar né staðar.

Söguþráður Heiðarvígasögu sýnir glundroða og siðlos í samtíð höfundar. Misfarið er bæði með menn og málefni. Hlutir eru öfugsnúnir. Ofureflismenn brjóta lög á mönnum

1 *Hvs.*, cxii.

og gæta sæmdar sinnar með því að vinna á búandkörlum, sem geta ekki borið hönd fyrir höfuð sér, og skiptir litlu, hvert sakarefnið er. Bændur og búalið lúta duttlungum ófyrirleitinna höfðingja, og alþingi fulltingir valdsmönnum í ójöfnuði og ofbeldi. Lögleysur, spilling og ódæði draga fram í dagsljósið samfélag í upplausn, þar sem menn bera ábyrgð hvorki fyrir guði né mönnum. Því meiri grimmd og hryðjuverk, því auðsærri og nærgöngulli verður friðarþrá manna, og sannast það í hinni dökku mynd, sem Heiðarvígasaga dregur upp af þjóðfélaginu. Heimur sögunnar lýsir hinu nakta ofríki Sturlungaaldar. Átakanleg saga verður ekki til í tómarúmi, heldur í umróti sársaukafullra og miskunnarlausra viðburða.

3. Fræðilegar forsendur

Nú er að því komið að gera nokkra grein fyrir fræðilegum forsendum þessarar rannsóknar og huga að texta Heiðarvígasögu. Hann á að baki sér einstaka hrakningasögu, sem þegar hefur verið rakin af ágætum fræðimönnum. Ég rifja því aðeins upp nokkur meginatriði.[1]

Á síðara hluta 17. aldar virðist Heiðarvígasaga hafa verið til einungis á einni skinnbók fornri. Um 1683 komst Jón Eggertsson yfir hana og flutti hana í hendur Svíum. Er þetta handrit, 18, 4to, í vörslu Konungsbókhlöðunnar í Stokkhólmi og geymir það auk Heiðarvígasögu þrjár aðrar sögur með misgömlum rithöndum.

Árni Magnússon fékk 1725 léða bókina til þess að skrifa Heiðarvígasögu upp, en fyrir vangá Svía sendu þeir honum aðeins fyrstu tólf blöðin, og má ætla, að rithandarskipti hafi

[1] Helstu rit um texta Hvs. og um söguna almennt eru þessi: Formáli Kr. Kålunds: *Heiðarvíga saga*. — Jón Helgason: *Jón Ólafsson frá Grunnavík*, 42–44. — Björn M. Ólsen: *Um Íslendingasögur*, 173–215. — Sigurður Nordal og Guðni Jónsson: *Borgfirðinga sǫgur*. ÍF III. — Jón Helgason: „Blað Landsbókasafns úr Heiðarvíga sögu“, 127–135. — Útgáfa Bjarna Einarssonar: *The Saga of Gunnlaug Serpent-Tongue and three other Sagas*. — Sveinbjörn Rafnsson: „Heimild um Heiðarvíga sögu“, 85–95. — Andersson: *The Icelandic Family Saga*, 142–152.

góðu heilli glapið þeim sýn. Jón Ólafsson, ritari Árna, skrifaði síðan upp þennan frampart um áramótin 1727–1728, en svo illa vildi til, að frumbókin og afrit Jóns brunnu í Kaupmannahafnareldinum 1728. Var það að sjálfsögðu óbætanlegur skaði. Fyrir tilstuðlan Árna ritaði Jón söguhlutann að nýju, en að þessu sinni eftir minni og studdist hann að auki við lista yfir fágæt orð og orðasambönd, („Archaismi et loqvendi modi rariores“), sem hann hafði í fróðleiksskyni tínt saman, þegar hann skrifaði upp skinnbókina. Óefað hefur þessi fornyrðaskrá verið Jóni góður vegvísir við uppskrift sögunnar.

Af þessu leiðir, að fyrri hluti Heiðarvígasögu er glataður og texti hennar í útgáfum er settur saman af annars vegar endursögn Jóns og hins vegar skinnbókarbroti sögunnar, sem eftir varð í Stokkhólmi. Öll saga Styrs og þar að auki upphafið að sögu Barða er minnissaga Jóns, en frásögnin af Barða er að öðru leyti eftir skinnbókarbrotinu. Söguhlutarnir tveir eru ámóta langir, ná efnislega saman og mynda rökvíslega heild. Fyrsta spurningin er þessi: Hvert er gildi skinnbókarbrotsins í Stokkhólmi?

Allajafna er miklum erfiðleikum bundið að meta áreiðanleik texta eða afstöðu til frumsögu, þegar hann er einvörðungu varðveittur í einu handriti og fá eða engin gögn eru til samanburðar. Í slíku tilfelli á ritskýrandinn ekki annarra kosta völ en dæma textagildið eftir innri rökum svo valt sem það er.[1]

Eins og málum er háttað, væri ekki loku fyrir skotið, að skrifari hefði bylt frumriti sínu á ýmsan hátt, stytt eða lengt eftir atvikum. En þess eru engin örugg dæmi í brotinu. Aftur á móti liggur í augum uppi, að brotið er ekki gallalaust, því að það sýnir margvíslegar minniháttar misfellur, sem fólgnar eru í ýmiss konar misritunum, úrfellingum, endurtekningum og afbökunum, eins og tíðkast í miðaldahandritum. Sagan virðist aftur á móti hvergi vera mikið úr lagi færð, enda er skinnbókarbrotið gamalt, svipur textans fornlegur, söguþráðurinn

[1] *Hvs.*, ci–cii. — Einar Ólafur Sveinsson: *Ritunartími Íslendingasagna*, 33–49.

óslitinn og frásagnarhátturinn í sumum greinum sérstakur. Engin rök hníga til annars en að taka hina fornu bók sem fullgildan texta Hvs., sem standi ekki óralangt frá frumsögunni.[1]

Hin forna skinnbók Heiðarvígasögu í 18, 4to var ekki betur á sig komin en svo, að í hana vantaði í senn eitt blað úr bókinni og sjálft upphafið. Í síðara hluta Heiðarvígasögu hafði verið eyða eftir þetta blað, sem skorið hafði verið úr skinnbókinni, áður en hún hvarf til Svíþjóðar. Blaðið varð á vegi Magnúsar Más Lárussonar í Landsbókasafni 1951 og hafði borist þangað 1911 með gögnum frá Steinsstöðum í Öxnadal. Þetta var auðvitað mikill hvalreki, en sá var galli á gjöf Njarðar, að letur á úthlið blaðsins var máð og að mestu ólæsilegt. Skinnblaðið fyllti þó í skarðið og leysti úr ýmsum ráðgátum um Heiðarvígasögu. Jón Helgason las blaðið og vísa ég til greinar hans um það í *Árbók Landsbókasafnsins* 1950–1951. Eins og nærri má geta, skipar hið nýfengna blað sinn rétta sess í öllum síðari útgáfum sögunnar.

Fræðimenn eru einhuga um, að til greina komi, að eitt kver með átta blöðum hafi getað farið forgörðum framan af bókinni.[2] Óvíst er, hvað stóð á þeim blöðum.

Ég efa ekki, að þar hefur verið sagt frá ætt og einkennum Styrs og trúlega frá fleiri vígaferlum hans. Eyrbyggja er fáorð um þetta efni, þótt hún sæki til Heiðarvígasögu og hermi frá Styr. Hafi Heiðarvígasaga greint í löngu máli frá mannvígum Styrs, er ekki ólíklegt, að höfundur Eyrbyggju hafi sneitt hjá því að endursegja þau að hætti höfunda fornsagnanna, eins og Sigurður Nordal drepur á. Þess ber þó að geta, að höfundur Eyrbyggju lét ekki berserkjaþáttinn í Heiðarvígasögu aftra sér frá því að fella hann inn í sögu sína. Að auki tæpir hann m.a. á vígi Þorbjarnar kjálka.

Endursögn Jóns Ólafssonar snýst um Styr og fylgist með hverju fótmáli hans, svo að ég á bágt með að koma auga á tíðindi úr ævi hans, sem gætu tekið yfir heil átta blöð, ef undan eru skilin manndráp hans. Aðalatriðið er, að þau myndu vart

[1] *The Saga of Gunnlaug Serpent-Tongue*, 43.
[2] *Um Íslendingasögur*, 181.

draga upp aðra mynd af Styr en þá, sem er hjá Jóni, sé tekið mark á Eyrbyggju:

> Styrr var heraðríkr ok hafði fjǫlmennt mjǫk; hann átti sǫkótt við marga menn, því at hann vá mǫrg víg, en bœtti engi.[1]

Þegar á allt er litið, þykir mér skýringartilraun Björns M. Ólsens tæk, nefnilega sú, „að ein eða fleiri sögur hafi staðið firir framan Heiðarvíga sögu í handritinu, meðan það var heilt".[2] En úr þessu verður að sjálfsögðu aldrei skorið.

Sú staðreynd, að liðlega helmingur Heiðarvígasögu er 18. aldar endursögn, ætti umsvifalaust að hræða hvern vitiborinn fræðimann frá því að leggja í einelti hulda merkingu sögunnar. En þrátt fyrir öll tormerki, virðist slík eftirsókn ekki ganga í berhögg við alla skynsemi, þegar að er gáð.

Það má fara nærri um, að fræðimenn hafa einbeitt sér að því að kanna, hvernig Jón Ólafsson leysti hið vandasama verk sitt af hendi til þess að komast að raun um skilvísi frásögu hans.

Jón nefnir rit sitt *Breviarium*, þ.e. ágrip og segir það vera inntak hins glataða skinnbókarbrots Víga-Styrs sögu og ritað fyrst í Höfn árið 1729, en síðan skrifað upp árið 1730 að við bættum nokkrum athugasemdum og viðauka sögulegs efnis.[3]

Fræðimenn hafa leitt sterkar líkur að því, að frásögn Jóns sé allt að því fjórðungi lengri en sambærilegur sögukafli á hinum glötuðu skinnblöðum.[4] Þetta ber með sér, að rit Jóns er ekki ágrip eða inntak, heldur *endursögn*. Stíll Heiðarvígasögu er knappur og hefur sagt meira í styttra máli en Jón. Í athugasemdum sínum með sögunni vitnar Jón til eftirtalinna heimilda:

Landnámabók
Eyrbyggja saga
Grettis saga
Þórðar saga hreðu

1 *Eyrb.*, 33.
2 *Um Íslendingasögur*, 181.
3 Sjá m.a. *Hvs.*, cvi o.áfr.
4 *Um Íslendingasögur*, 188–189. — *Hvs.*, cxiii–cxiv.

Kristni saga
Laxdæla saga
Ólafs saga Tryggvasonar
Vatnsdæla
Edda Magnúsar Ólafssonar
Bandamanna saga
Kormáks saga

Sveinbjörn Rafnsson hefur bent á, að Jón hafi verið vel að sér í fornsögum og það hljóti „að rýra tiltrú manna til þess að allt það sem í inntakinu stendur hafi verið í brotinu af Heiðarvíga sögu". Talar Sveinbjörn um „krítískar afstæður" heimildanna og telur þær vera þessar:

> 1) Ef atriði í inntakinu er ekki að finna í ofangreindum heimildum hefur það efni líklega verið í brotinu af Heiðarvíga sögu. Allt það sem tekið er úr „Archaismi" hefur auðvitað verið í brotinu.
> 2) Ef atriði í inntakinu eru samhljóða ofangreindum heimildum verður tilvist þeirra í brotinu vafa undirorpin. Það þýðir að þar þarf að prófa texta og samsetningu frásagnar Jóns nákvæmlega.[1]

Ég fæ ekki betur séð en þessi fræðilegu skilyrði séu bæði augljós og sjálfsögð, en hvernig fullnægir endursögn Jóns þeim? Hann hefur sjálfur gert grein fyrir vinnubrögðum sínum og lagt mat á verk sitt. Hann kemst m.a. svo að orði:

> Það, sem undangekk berserkja drápinu og þar til er Þórhalli kom í sakir við Styr, man eg eigi glöggvara en hér er sett. Af historíunni um víg Styrs, atrekandanum til þess og hefndunum eftir hann, er án efa engu gleymt, því er í membrana stóð, og eigi fjarri því niður raðað efninu. En hversu Heiðarvígin hnýttust þar við, var svo eður mjög líkt því, sem hér greinir. Um nöfn þeirra manna, sem lítið koma við söguna, hefi eg um getið, hvar eg eigi man þau glöggt, svo og um bæjanöfn.[2]

Jón tekur fram, að hann man síst upphaf og endi frásagnarinnar, enda er það að vonum, því að söguþráðurinn var slitinn í báða enda í frumriti hans. Hins vegar kveðst hann engu hafa

1 „Heimild um Heiðarvígasögu", 89.
2 *Hvs.*, cvii.

gleymt um víg Styrs og hefndum eftir hann, sömuleiðis um skipan efnis. En hann kveðst illa muna bæjanöfn og nöfn manna, sem lítið koma við sögu.

Rækilegar rannsóknir, eftir því sem aðstæður leyfa, hafa eindregið leitt í ljós, að mat Jóns á eigin verki standist í öllum aðalatriðum, og þær athuganir, sem ég hef gert, benda hiklaust til sömu niðurstöðu. Einkar athyglisvert er, að flestar tilvísanir til ofangreindra söguheimilda snerta hugleiðingar Jóns um nöfn manna og bæja, þar sem minnið var brigðult að eigin sögn. Þótt Jóni sé ljóst, að hann kunni að misminna, þá virðist hann ekki seilast eftir nöfnum úr öðrum sögum til að fylla í skörðin án þess að láta þess sérstaklega getið.

Engar sögur fara af Styr og vígaferlum hans utan Heiðarvígasögu, svo að Jón gat ekki tekið traustataki neinar frásagnir um hann úr öðrum áttum. Undantekning frá þessu er Eyrbyggja.

Berserkjaþátturinn er samferða í Heiðarvígasögu og Eyrbyggju, og því er ekki loku fyrir það skotið, að frásögn Jóns dragi dám af Eyrbyggju, en þess er að gæta, að hún sækir yrkisefni til Heiðarvígasögu og því ekki unnt að girða fyrir, að skyldleiki stafi af því. Eftirtektarvert er, að sum atriði hjá Jóni ganga beinlínis þvert á Eyrbyggju. Þannig segir hann Vermund hinn mjóva búa á Laugabóli í Ísafirði, en nefnir um leið í athugasemd, að hann muni þetta fyrir víst, þótt Eyrbyggja telji Vermund hafa búið í Hraunhöfn (þ.e. Bjarnarhöfn). Síðan bætir Jón við, að honum þyki sögn Eyrbyggju „trúlegri." Samt fellur hann ekki í þá freistni að fylgja henni. Fleiri dæmi af þessu tagi mætti nefna, og hefur Björn M. Ólsen og fleiri gert þessu og skyldu efni góð skil.[1]

Sumar frásagnir í Eyrbyggju líkjast útdrætti úr Heiðarvígasögu, enda vafalítið teknar þaðan. Þannig er það um frásögn Eyrbyggju af vígi Þorbjarnar kjálka, sem er hluti af berserkjaþættinum. Þessar frásagnir eru nánast samsaga, en þó eru engar orðalagslíkingar, efnismunur örlítill en frásögnin öll

[1] *Heiðarvíga saga* (Kålund), 4. — *Um Íslendingasögur*, 182 o.áfr. — *Hvs.*, 216.

miklu lengri og skilmerkilegri hjá Jóni, og auðsætt, að hann hefur ekki farið eftir Eyrbyggju.[1]

Í Eyrbyggju er sagt lauslega frá vígi Styrs og deilum Snorra goða við Borgfirðinga. Sú frásögn er eins konar samantekt úr Heiðarvígasögu og staðfestir endursögn Jóns. Sama máli gegnir um atburðina í Hrossholti, þegar Snorri fer eftir líki Styrs.

Þegar Snorri goði bjó vígsmálið á hendur Borgfirðingum, safnaði hann liði og reið suður til Borgarfjarðar. Eyrbyggja greinir frá því, að þeir Snorri „kómusk it lengsta suðr til Hvítár, at Haugsvaði gegnt Bœ", og hafði Snorri goði fjögur hundruð manna, en Borgfirðingar „meir en fimm hundruð manna".[2] Hér er um stórt hundrað að ræða. Jón segir hins vegar svo frá, að Snorri hafi komið „at ánni vestan fram við Haugsenda", hafði Snorri að sögn Jóns átta hundruð manna, en Borgfirðingar tólf hundruð.[3]

Af þessu er greinilegt, að Jón fer sínar götur, þótt hann hafi haft Eyrbyggju við höndina, og merkilegt má það teljast, að Jón bætir við í athugagrein um liðsfjölda Snorra í Eyrbyggju: „og er það trúlegra en hinn mannfjöldinn." Jón hefur því munað með vissu tölurnar í skinnbrotinu og heldur sig við þær.[4]

Loks skal nefna, að Jón getur hvorki um helstu virðingarmenn með Snorra í förinni að Hvítá né foringja Borgfirðinga, en þeir eru nafngreindir í Eyrbyggju, eins og Jón víkur að í athugasemdum sínum. Jón hefur ekki munað nöfnin, en samt hyllist hann ekki til að sækja þau til Eyrbyggju, sem sennilega byggir þar á Heiðarvígasögu. Það hlýtur að vekja mikla tiltrú á gildi texta Jóns, að hann gerir greinarmun á endursögn sinni eftir minni og öðrum heimildum. *Hann skilur sundur endursögn sína og aðrar sögur.*

[1] Um þetta segir Jón Helgason: „Einn kafli hljóðar um atburði, sem líka er skýrt frá í Eyrbyggju, og kemur þar alt vel heim, en þó hefur Jón ekki notað hana." *Jón Ólafsson*, 44.

[2] *Eyrb.*, 153–54.

[3] *Hvs.*, 239.

[4] *Heiðarvíga saga* (Kålund), 34. — *Hvs.*, 239 nmáls.

Fræðimenn hafa einnig veitt því athygli, að síðari hluti sögunnar í skinnbókarbrotinu, sem Jóni var með öllu ókunnur, styrkir sumt í frásögn hans. Þannig segir hann t.d. frá því, að Borgfirðingar hafi sett þau lög í héraði sínu strax eftir víg Þorsteins Gíslasonar í Bæ, að hver maður væri skyldur til að leita tafarlaust um landeign sína, væri víg vakið innan héraðs. Þessi fyrirmæli eru endurtekin og staðfest, þegar Barði vegur síðarmeir Gísla á Gullteig.[1]

Vöndugleiki Jóns í vinnubrögðum er mikill og minni hans hefur verið með afbrigðum gott. Jón tekur víða fram „sagan segir", og „mig minnir", og hann gerir greinarmun á því, sem hann man og hann telur sig muna.

Björn M. Ólsen felldi þann dóm, að Jón hefði munað söguna rétt í aðalatriðum, „enn villist oft í mannanöfnum og örnefnum"[2] og sé endursögn hans eftir atvikum svo áreiðanleg sem framast má við búast. Aðrir fræðimenn eru sama sinnis. Sigurður Nordal kemst svo að orði:

> Nú var það allmiklum erfiðleikum bundið fyrir lærðan mann á öndverðri 18. öld, að endursegja fornsögu með réttum blæ. En Jóni kom þar ekki einungis í hald gott minni, heldur líka góð þekking á lifandi alþýðumáli, sem var miklu betra en venjulegt ritmál þeirra tíma, og stíl og anda fornsagnanna, sem hann hafði haft óvenjulegt tækifæri til þess að kynnast. Reyndar skortir talsvert á, að inntakið sé í fullkomnum sögustíl. Seinni alda málfar, stundum dönskuskotið, gægist þar oft fram bæði í orðavali og orðaskipun. Hins hef ég varla fundið merki, að Jón blandi saman fornum og nýjum hugsunarhætti. Andinn í frásögn hans er fornlegur, og hún er læsileg og skemmtileg, svo að með afbrigðum má heita. Í henni er veruleg sögulist, sem varðveitt hefur líf og kjarna frumsögunnar, þó að búningurinn sé breyttur.[3]

[1] *Um Íslendingasögur*, 190–193.

[2] *Um Íslendingasögur*, 188.

[3] Sigurður Nordal: *Hvs.*, cxiv. — Vert er að geta ummæla Jóns Helgasonar: „Það er sjálfsagður hlutur, að Jón hefur gleymt mörgu og rangmint um sumt, og dregur hann engar dulur á það sjálfur. Hann er oft í vafa um nöfn bæja og manna, er lítt koma við söguna, og er stöku sinnum sannanlegt, að honum hefur skjátlazt. En á hinn bóginn er ýmislegt, sem sýnir, að hann hefur munað efnið merkilega rjett." *Jón Ólafsson*, 44.

Ég fæ ekki betur séð en að umsögn Sigurðar sé enn í fullu gildi.

Auðvitað er frásögn Jóns ekki hin forna Heiðarvígasaga, en eins og málið er vaxið, tel ég réttmætt að nýta sögutexta Jóns til að grennslast eftir merkingu sögunnar. Ég tala um Heiðarvígasögu og vitna til hennar, enda þótt um sé að ræða endursögn Jóns.

Nýlega hefur verið dregið fram í dagsljósið í Landsbókasafni ritkorn eitt á tveimur blöðum úr fórum Jóns Halldórssonar prófasts í Hítardal, sem hann tók saman fyrir Árna Magnússon og nefndi *Lítið supplementum yfir þáttinn af Víga-Styr.*[1] Sveinbjörn Rafnsson hefur gefið þetta ritkorn út ásamt skýringum undir heitinu „Heimild um Heiðarvíga sögu", og vísa ég til athugasemda hans.[2]

Til hægðarauka má greina ritaukann sundur eftir efni:

1. Ætt og einkenni Víga-Styrs.
2. Reið Víga-Styrs um Löngufjörur áleiðis að Jörva.
3. Styrr veginn að Jörva.
4. Atvik að Hrossholti.
5. Líkflutningur Styrs og greftrun.
6. Málatilbúnaður Snorra goða og hefnd eftir Styr.
7. Eftirmál á alþingi.

Ritkornið segir, eins og nafnið bendir til, ekkert frá Barða, eingöngu frá Víga-Styr. Drjúgur þriðjungur söguefnis er sóttur til annarra sagna, einkum Eyrbyggju, en auk hennar til Njálu og Grettissögu. Jón Halldórsson hefur ekki haft Heiðarvígasögu undir höndum.

Að sönnu eru sjálf atriðin 3–6 sameiginleg í frásögn þeirra nafna, en þau eru ekki samstiga og þeim ber margt og mikið á milli. Sögn Jóns Ólafssonar er öll langtum skilmerkilegri og trúverðugri. Í ritkorni Jóns Halldórssonar er til að mynda hvorki hermt frá höfuðatriðum í sögu Víga-Styrs eins og frá Gesti eða vígi föður hans, hefndartilraunum Þorsteins Styrs-

1 *Lÿtid Supplementum* (=ritauki) *yfer þattenn af Vyga Stir.* Lbs. 132, 4to.
2 *Gripla* III, 85–95.

sonar né eru tilfærð hin fleygu orð Gests: „Þar launaða ek þér lambit grá.“

Jón Halldórsson segir Styr hafa verið veginn í fasta svefni, en Jón Ólafsson, að hann sé af lífi tekinn, þar sem hann situr við eldinn. Fer ekki á milli mála, að sögn Jóns Ólafssonar er upprunalegri og virðist frásögn Jóns Halldórssonar ekki mikils trausts verð, þegar hún fer á mis við slík grundvallaratriði við aftöku Styrs.

Athyglisverð er saga Jóns prófasts af reið Styrs um Löngufjörur suður um sveitir að Jörva, þar sem hann er sagður veginn af bræðrum tveimur frá Snorrastöðum. Á vegi Styrs verður aldraður maður, ríðandi svörtu hrossi, og skiptast þeir á orðum. Karl segir, að þeir muni brátt hittast aftur, við það reiðist Styrr og vill höggva hann, en karl hverfur sjónum. Er það hald manna, segir Jón prófastur, að karlinn hafi verið „forynja Styrs, sem boðaði honum feigð og bráðan dauða“.[1]

Þessi feigðarboðun Styrs er ekki sjáanleg hjá Jóni Ólafssyni, og vaknar þá spurningin, hvort hún hafi fallið honum úr minni. Um það verður ekkert fullyrt, en víst er, að hún á naumast heima í frásögn Jóns, því að feigðarför Styrs er þar farin vestur frá Ferjubakka í Borgarfirði að Jörva en ekki suður Löngufjörur. Óneitanlega er dráp Víga-Styrs í endursögn Jóns í ólíkt rökvíslegra umhverfi en í ritkorni Jóns prófasts, þar sem botninn er dottinn úr sögunni.

Fróðlegt er að bera saman sögur nafnanna af líkflutningi og greftrun Styrs. Jón Ólafsson segir, að Snorri goði hafi dysjað Styr á melholti einu, farið eftir líkinu næsta vor, jarðað það undir Hrauni og flutt síðan að Helgafelli, eftir að Hraunskirkja brann. Þessi frásögn hefur tekið á sig aðra mynd hjá Jóni Halldórssyni:

> og var það (þ.e. lík Styrs) dysjað þar á holtinu við almennings veginn, og heitir þar síðan Styrsvarða, sem enn (nú) stendur þar á holtinu. Bær nokkur stóð, er hét Borgir, skammt frá. Hann lagðist í eyði vegna reimleika og ónáða, þar eftir var bærinn

[1] Sveinbjörn Rafnsson: „Heimild um Heiðarvíga sögu“, 93. Tilvitnun færð til nútímahorfs.

> færður lengra suður með Langholti gegnt Fáskrúðarbakka og heitir nú síðan á Eyðhúsum. En um vorið strax sem þeli var úr jörðu, fór Snorri goði með fylgdarmönnum sínum suður á Langholt og tók lík Styrs úr jörðu aftur og vildi færa til kirkju annaðhvort á Helgafelli eður undir Hrauni. En sem eykirnir komu á mitt Kerlingarskarð, hvar fyrst hallar vestur af fjallinu, gátu þeir ekki fært líkið lengra, réðist það af, að þar var vorpinn haugur að því við sjálfa götuna, og heitir þar Styrsleiði síðan, sem enn nú er augsýnilegt.[1]

Þessi frásögn Jóns er afbragðsgott dæmi um, hvernig héraðssagnir studdar örnefnum og þjóðtrú kvikna af Íslendingasögum og „sanna" reimleika. Tvisvar gefast eykirnir upp við líkdráttinn, haugur er orpinn eftir Styr við farinn veg í Kerlingarskarði, og hann kemst ekki í vígða jörð.

Hafi Jón Ólafsson þekkt ritkorn nafna síns, eins og Sveinbjörn Rafnsson ýjar að, þá hefur hann ekki fært sér það í nyt, svo að máli skipti. Að öllu athuguðu breytir samantekt Jóns Halldórssonar ekki því gróna viðhorfi ritskýrenda, að texti Jóns Ólafssonar sé með öllum sínum takmörkunum mikils trausts verður. Víga-Styrr er steyptur í sama mót hjá þeim nöfnum, þótt þjóðtrúin hafi magnað hann frekar í frásögn Jóns Halldórssonar. Þetta varðar miklu fyrir undirstöðu þessarar rannsóknar.

Þótt varðveisla sögunnar sé ófull og bagaleg og hljóti eðli málsins samkvæmt að ala á efasemdum um gildi könnunarinnar, treysti ég samt sögutextanum að verulegu leyti að fyrirmynd eldri fræðimanna og eftir eigin athugun. Þrátt fyrir ófullkominn texta má ekki gleyma því, að sagan er að hálfu geymd í gömlu skinnhandriti, þar sem fyrir hendi eru mörg lykilatriði til skilnings á sögunni. Þar eru ummæli Ólafs helga við Barða, sem vísa beinustu leið að andlegu inntaki sögunnar, frýjuorð Þuríðar Ólafsdóttur, fall Gísla Þorgautssonar á Gullteig, hjónaerjur Auðar og Barða og að síðustu endalok hans. Þessi atriði standa ekki ein og afmörkuð heldur teygja

[1] Sveinbjörn Rafnsson: „Heimild um Heiðarvíga sögu", 93–94. Tilvitnun færð til nútímahorfs.

anga sína um alla söguna, styðja hvert annað og lýsa hvert öðru.

Ekki er gott að láta kappið hlaupa með sig í gönur. Sú hætta er vissulega fyrir hendi við túlkun af þessu tagi, að lausbeislað hugarflugið setjist eitt við stjórnvölinn. Það á sér stað, þegar rýnendur hyllast til að lesa í málið hugmyndir, sem þeir hafa um langt skeið gengið með í kolli og vilja fyrir alla muni sjá í sögunni til að renna stoðum undir grunsemdir sínar. Undir engum kringumstæðum má sleppa fram af sér beislinu. Vart þarf að fjölyrða um, að túlkun, sem á sér enga stoð í texta, er harla lítils virði. Hún leiðir menn á villigötur og tefur framvindu fræðanna. Þá er verr farið en heima setið.

Sú sundurgreining, sem hér er tekin fyrir hendur, þarf alls ekki að vera sú eina rétta í öllum greinum, og höfundur hefur að sjálfsögðu haft sitthvað fleira í huga en hér er rætt um. Túlkun sögu tekur vitanlega mið af þeim spurningum, sem fram er varpað. Sumir nútímalesendur leggja ef til vill enn annan skilning í söguna, en þá verður að ætlast til, að þeir rökstyðji hann og greini frá honum. Markmiðið hlýtur að vera að reyna að nálgast viðhorf og lífsskilning höfundarins sjálfs, eftir því sem unnt er.

Saga Víga-Styrs og saga Barða Guðmundarsonar eru tveir sundurleitir söguþættir, sem hanga saman á bláþræði hefndarinnar. Vígamennirnir eru harla ólíkir. Ég hef haft það að leiðarljósi að leita uppi eina heildstæða lífsskoðun, sem gangi eins og rauður þráður gegnum alla söguna. Rannsóknin er tilraun til að öðlast heildarskilning á Heiðarvígasögu.

II HUGMYNDAHEIMUR

Sá sem hyggst gera Heiðarvígasögu bókmenntaleg skil, verður að sökkva sér í söguna opnum huga til að brjóta hana til mergjar og komast að sál hennar. Að mörgu er að hyggja. Heiðarvígasaga hefur ekki aðeins sköpulag og orðfæri, sem blasa við allra augum og höfða fyrirhafnarlítið til lesenda, heldur og merkjamál og hugmyndakerfi, sem liggja ekki í augum uppi.

Eins og búast má við, eru lyklar að sögu fólgnir í atvikum hennar, orðræðu og persónum, en einnig í atburðarás og samhengi. Einstök atriði vísa hvert á annað og bera uppi merkingarvef sögunnar, en þau verða ekki greind til fullnustu nema gefnar séu gætur að uppistöðu verksins. Gert er ráð fyrir, að sumir staðir séu veigameiri en aðrir og þá sendi sagan frá sér skilaboð, sem leggja eigi hlustir við. En líka er, ef vel á að vera, full þörf á að sækja samanburðarefni til annarra rótskyldra sagna til styrktar rannsókninni. Slíkt er gert hér á eftir, en hófs er gætt, því að hver saga ber fingraför síns höfundar. Af þessu leiðir, að skírskotanir til sambærilegra frásagnaratriða í öðrum sögum eru valin nokkuð af handahófi, þegar sérstök ástæða þykir til. Enginn vafi er á, að þessa könnun mætti auka og bæta með fleiri dæmum bæði úr Íslendingasögum og öðrum fornum sögum.

Af þessu má marka, að meginákersla verður lögð á textarýni, en þó verður af og til höfð hliðsjón af væntanlegum viðtökum áheyrenda eða lesenda. Þó að mörg orð séu höfð um hlutlægni sögustílsins, fer ekki hjá því, að höfundar lögðu sig alla fram um að ná hlustum þeirra, sem á hlýddu.

Við þessa rannsókn hef ég séð mig tilneyddan til að taka upp langar orðréttar frásagnir úr Heiðarvígasögu til að styðja mál mitt. Með þessu er reynt á þolrif lesenda, en undan því verður tæpast vikist, þegar grennslast skal eftir dýpstu rökum sögunnar og hvert túlkað orð verður að standa í réttu samhengi til skilningsauka.

Sú kvöð hvílir á túlkanda að vera undanbragðalaust trúr sögutextanum, ráða eftir bestu vitund í merkingu hans og grafast fyrir um, eins og unnt er, hvernig sagan orkaði á hlustendur og samtíðina? Af líklegum viðtökum hennar má leiða getum að áformi höfundar og ljúka upp bókinni.

1. Ummæli Ólafs helga

Ummæli Ólafs helga eru konungslykill að kistum Heiðarvígasögu. Eftir Heiðarvígin sækir Barði og föruneyti hans á fund Ólafs helga. Heiðarvígasaga segir svo frá:

> Óláfr konungr inn helgi réð þá fyrir Nóregi; var hann í kaupbœnum. Barði gengr fyrir konung ok hans fǫrunautar, kvǫddu konung vel, sem sœmði, — „ok er á þá leið, herra," segir Barði, „at vér vildim vera vetrgestir þínir." Konungr svarar á þá leið: „Vér hǫfum frétt til þín, Barði," segir hann, „at þú ert ættstórr maðr ok mikill fyrir þér, ok þér eruð vaskligir menn ok hitt í nǫkkur stórræði ok rekit harma yðvarra ok verit þó lengi fyrir, ok þó hafi þér nǫkkut forneskju ok þess konar átrúnað, sem oss er óskaptíðr, ok fyrir þá sǫk, at vér hǫfum þat svá mjǫk frá oss skilit, þá vilju vér eigi taka með yðr. En þó skulu vér vera vinir yðrir, Barði," segir hann, „ok mun nǫkkut mikilligt fyrir yðr liggja. En þat kann opt verða, er menn hitta í slíka hluti, ok verðr svá mikit rið at, ef nǫkkut verðr við blandit forneskju, at menn trúa á þat of mjǫk." Þá mælti Barði: „Eigi er sá maðr," segir hann, „er ek vilda heldr minn vin er yðr, ok kunnu vér þǫkk þinna ummæla."[1]

Með því að Ólafur helgi gegnir engu hlutverki í Heiðarvígasögu öðru en því að átelja Barða og athæfi hans að afstöðnum Heiðarvígum, þarf ekki að fara í grafgötur um, að ummæli konungs eru dómsorð sögunnar. Barði kallar þau „ummæli" og kann „þökk" þeirra.

[1] *Hvs.*, 322–323.

Þegar Barði og félagar hans leita á fund konungs, þá þvertekur hann fyrir að bjóða þeim veturvist við hirðina. Þetta er ekki einleikið, þar sem í hlut á mesti fullhugi Heiðarvígasögu, sem hafði á snöfurmannlegan hátt rekið af sér og ætt sinni slyðruorðið með því að leggja margan hraustan kappann að velli til að hefna bróður síns, svo að í minnum var haft.

Ótal sögur fara af því, að Ólafur helgi taki yfirleitt vel við nafnfrægum Íslendingum, sem sækja á fund hans, því að viðtökurnar eru táknræn staðfesting á því, að þar fari gildir og gegnir menn. Barði er mikill fyrir sér og vasklegur maður að áliti konungs, en þrátt fyrir það vill konungur ekki samneyta honum. Hvað býr undir þessari afstöðu Ólafs helga til bardagahetjunnar í Heiðarvígasögu?

Ferðir Íslendinga á konungsfund eru, eins og flestir vita, afar tíðar í fornsögunum, og þær eru margar hverjar svo keimlíkar, að augljóst er, að tala má um þrálátar endurtekningar eða ritklif.

Laxdæla er víða í náinni snertingu við Heiðarvígasögu, eins og leiddar verða líkur að síðar í þessari rannsókn, og af þeim sökum er einkar fróðlegt að bera saman annars vegar viðtökur Barða við hirð Ólafs helga og hins vegar frænda hans Bollasona, Þorleiks og Bolla. Þannig er greint frá Þorleiki:

> Fór Þorleikr útan um sumarit. Skip þat kemr til Nóregs; var þá lands hǫfðingi Óláfr konungr inn helgi. Þorleikr ferr þegar á fund Óláfs konungs. Hann tók vel við honum ok kannaðisk við kynferði hans ok bauð honum til sín. Þorleikr þekkðisk þat. Er hann með konungi um vetrinn ok gerðisk hirðmaðr hans; virði konungr hann vel. Þótti Þorleikr inn vaskasti maðr, ok var hann með Óláfi konungi, svá at vetrum skipti.[1]

Þetta er hin alvanalega tilhaldslausa frásögn. Komumaður fer á fund konungs, sem kannast við uppruna hans eða afrek nema hvorttveggja sé og fagnar honum. Gesturinn reynist vera hinn vaskasti maður og gerist oftar en ekki hirðmaður

[1] *Laxd.*, 205.

konungs og virður vel. Um Þorleik segir Laxdæla, að honum „hafði gott orðit til fjár ok virðingar, því at hann hafði gǫrzk handgenginn inum tignasta manni, Óláfi konungi“.[1]

Hirðmennskunni fylgir augljóslega auðna, ekki síst við hirð Ólafs helga. Þegar Bolli Bollason, eftirlæti Laxdælu, gengur á konungsfund, þá færist höfundur allur í aukana í lýsingu sinni. Ólafur helgi býður honum að vera með sér og finnst hann „mikit afbragð annarra manna“. Og er Bolli hyggst hverfa á brott, þá þykir konungi það miður:

> „Villtu ekki, Bolli, dveljask með oss lengr?“ segir kǫnungr; „þœtti mér hinn veg bezt, er þú dvelðisk með mér um hríð; mun ek veita þér þvílíka nafnbót, sem ek veitta Þorleiki, bróður þínum.“[2]

En Bolli situr við sinn keip, vill ekki að svo komnu bindast konungi á hendur. Fær Bolli orlof af konungi, sem verður að orði, að sér þyki Bolli „hafa komit merkiligastr maðr af Íslandi“ um sína daga.[3] Svipað atlæti fá aðrir nafnkunnir Íslendingar við hirð Noregskonunga, svo sem Ólafur pái, Kjartan sonur hans og Þorkell Eyjólfsson.

Viðhorf Ólafs helga til þeirra bræðra, Þorleiks og Bolla, er allsherjardómur um manngildi þeirra og í fyllsta samræmi við það orð, sem af þeim fer í Laxdælu. Ólíkari geta naumast verið móttökur þeirra frænda, Bolla og Barða, þótt jafnræði sé með þeim, hvað varðar kyn og atgervi. Ólafur helgi kennir saknaðar við brottför Bolla, en vísar Barða hiklaust af höndum sér.

Grettir Ásmundarson er eini fornkappinn ásamt Barða, sem brottrækur er frá hirð Ólafs helga. Grettir fer á fund Ólafs helga til að hrinda brennumáli af höndum sér, og konungur ann honum þess að bera járn, en af skírslunni verður ekki sökum ógæfu og þolleysis Grettis, sem slær í óvit pilt einn, þegar undanfærslan átti að fara fram. „En miklu ertu meiri ógæfumaðr en þú megir fyrir þat með oss vera,“ segir konungur, þegar Grettir biður um hirðvist.[4]

[1] *Laxd.*, 207–208.
[2] *Laxd.*, 213.
[3] *Laxd.*, 214.
[4] *Grettiss.*, 134.

Grettir verður utangarðsmaður eins og Barði, en Grettir ræður þar litlu um, því að ógæfan skapar honum forlög. Ólafur helgi fær þar engu um breytt: „ok mun eigi hœgt at gera við ógæfu þinni.“[1] Grettir er leiksoppur örlaganna, og fær því nokkra linun af guði. Öðru máli gegnir um Barða. Hvergi er tæpt á því, að ógæfan eigi hlutdeild í forlögum hans. Hann er sjálfráður gerða sinna, og þess vegna er sök hans mikil fyrir guði. Ábyrgð Barða er því meiri en Grettis, sem fær þrátt fyrir allt tækifæri frammi fyrir konungi að bera af sér brennumálið með járnburði. Barða er ekki gefinn neinn kostur á slíkri mýkt, honum er umsvifalaust á brott vísað. Sekt hans er meiri en svo, að Ólafur helgi geti afborið hana.

Konungdómi fylgir gifta, sem konungur getur veitt mönnum, ef honum hugnast svo. Í Laxdælu er greint frá frægðarför Ólafs páa til Írlands:

> Haraldr konungr ok Gunnhildr leiddu Óláf til skips ok sǫgðusk mundu leggja til með honum hamingju sína með vingan þeiri annarri, er þau hǫfðu til lagt; sagði Haraldr konungr, at þat myndi auðvelt, því at þau kǫlluðu engan mann vænligra hafa komit af Íslandi á þeira dǫgum.[2]

Annað dæmi er í Laxdælu. Þegar Kjartan hyggst brenna Ólaf konung Tryggvason inni, þá segir Bolli Þorleiksson við Kjartan, að það muni ekki framgengt verða, því að konungur sé „giptudrjúgr ok hamingjumikill“.[3]

Ólafur Haraldsson er hinn eilífi konungur Norðmanna, höfuðdýrlingur norrænna manna og gifta hans að sama skapi meiri en annarra konunga. Þegar hann er nefndur til Heiðarvígasögu, er hann kallaður „Óláfr konungr inn helgi“, hvorki hinn digri né Haraldsson. Hann þarf engrar kynningar við. Heiðarvígasaga leggur áherslu á helgi Ólafs, og höfundur vottar honum virðingu sína með því að taka fram, að Barði og förunautar hans kveðji konung „vel, sem sœmði“.

1 *Grettiss.*, 134.
2 *Laxd.*, 53.
3 *Laxd.*, 119.

Í Fóstbræðrasögu er komist skýrt að orði um heilagleik Ólafs, sem sýnir greinilega stöðu hans meðal kirkjunnar manna og festu í trúarvitund alþýðu:

> Á dǫgum ins helga Óláfs konungs váru margir hǫfðingjar undir hans konungdœmi, eigi at eins í Nóregi, heldr í ǫllum lǫndum, þeim er hans konungdómr stóð yfir, *ok váru þeir allir mest virðir af guði, er konungi líkaði bezt við.*[1]

Þessi vitnisburður ber glöggt með sér, hversu ummæli Ólafs helga eru þungur áfellisdómur um Barða og athafnir hans. Barða er ekki aðeins bægt frá konungsgarði og konungsgiftu, heldur hefur hann stórlega misboðið guðs ríki. Hvað hefur atgervismaðurinn Barði gert sig sekan um, sem valda þeim ósköpum, að hann er dæmdur utangarðsmaður í kristinna manna samfélagi?

Sigurður Nordal hefur vikið að fundi konungs og Barða og kemst svo að orði:

> Samtal Barða við Ólaf helga (39. kap.) kemur söguþræðinum ekkert við, þar sem konungur tekur ekki við Barða, og er varla líklegt, að þetta sé úr alþýðlegum munnmælum. Það virðist vera fundið upp af höfundi, bæði til þess að sýna hans eigin skoðun á forneskju þeirri, sem áður var frá sagt, og til þess að tengja söguna að einhverju leyti við hinn heilaga konung.[2]

Ég fæ ekki betur séð en þetta sé laukrétt athugun hjá Sigurði, svo langt sem hún nær. Orð Ólafs helga bergmála skoðun höfundar á Barða og verkum hans. Ummælin verða ekki lögð í munn neinum manni, sem gæti sagt þau af meiri þunga og alvöru en einmitt Ólafur helgi. Hann var staðgengill guðs á jörð.

Beiðni Barða um hirðvist er aðferð höfundar til að koma á framfæri áliti sínu á athöfnum Barða. Með fulltingi Ólafs helga og áfellisdómi hans fer höfundur leið kirkjunnar manna á miðöldum, sem lögðu það í vana sinn að flétta inn í sögur sínar skýr siðaboð mönnum til eftirdæmis. Áheyrendur hafa

1 *Fóstbr.s.*, 121. Skáletrað til áherslu af mér (B.G.).
2 *Hvs.*, cxxxvi. — Sbr. og Sigurður Nordal: *Um íslenzkar fornsögur*, 113.

grannt lagt hlustir við orð dýrlingsins og skynjað til fulls, hvað undir bjó. Útleggingin hefur ekki getað dulist neinum. Þess vegna verða ummæli Ólafs helga leiðarvísir og undirstaða við bókmenntagreiningu Heiðarvígasögu. Hvað merkir í raun lykilorðið *forneskja* í máli konungs?

Einar Ólafur Sveinsson lét í ljós þá skoðun, að ræða konungs, þar sem hann ávítar Barða fyrir forneskju, „gæti mælt með því, að söguritaranum sjálfum hafi þótt efnið heldur ókristilegt."[1] Þetta á væntanlega að skilja svo, að söguritari skrái ókristilegt frásagnarefni arfsagna án þess að ráða þar nokkru um og sé að biðjast velvirðingar á því.

Það liggur alls ekki í augum uppi, hvaða skilning skuli leggja í ummæli konungs, því að textinn er torskilinn. Ógreinileg tengsl og skipun setninga greiða ekki fyrir, og konungur er ekki berorður um ávirðingar Barða, a.m.k. ekki svo, að síðari tíma mönnum hafi verið þær fullljósar. Þar að auki koma orð hans kynlega fyrir sjónir, af því að afstaða konungs er þversagnarkennd. Konungur kveðst meta Barða mikils sökum ætternis og vaskleika og vill því vera *vinur* hans, en samtímis vill konungur ekki samneyta Barða, eins og hann væri heiðingi. Ólafur helgi hrindir ekki vitandi vits vini sínum frá sér frekar en aðrir menn, nema hann hafi stórlega til saka unnið. Vininum og hetjunni er vísað á dyr. Í þessu kemur fram einkennileg tvíræðni. Konungur rómar hetjuskap Barða, en áfellist hann fyrir misgerðir hans. Barði hefur troðið villuveg.

Skýring P.E. Müllers á þessari furðulegu afstöðu konungs var sú, að hann hefði synjað Barða veturvistar sökum þess, að Barði hefði verið riðinn við galdra, og eftir því væri forneskja höfð um „fjölkynngi".[2] Þessi skýring hefur aldrei verið dregin í efa allar götur frá fyrra hluta 19. aldar, að því er ég best veit. Hún hefur því þótt hitta naglann á höfuðið. Þar sem um grundvallaratriði er að ræða, þykir mér einsýnt að taka upp í heilu lagi athugagrein þá, sem um þetta efni er í Íslenskum fornritum:

1 *Vatnsd.*, x nmáls.
2 P.E. Müller: *Sagabibliothek* I, 48.

> Þessi ummæli konungs koma nokkuð á óvænt, því að um forneskju eða fjölkynngi er hvergi beinlínis að ræða í sögunni, eins og hún er nú, nema ef telja skal það, er Ólöf gamla, fóstra Barða, fer höndum um hann, áður en hann ríður suður. En það er heldur ólíklegt, að ummæli konungs geti átt við það. Kålund getur þess til (Heiðarv.s., Fortale, xii), að ummælin bendi ef til vill til frásagnar, sem staðið hafi á hinu glataða (burtskorna) skinnblaði, um það, að óvinir Barða hafi verið stöðvaðir með fjölkynngi, er þeir vildu hefna sín á honum, hvort sem það hafi verið meðan á umsátri stóð um Ásbjarnarnes eða Borgarvirki. En þessi getgáta virðist óþörf, því að einmitt þegar þeir Barði ríða undan frá Heiðarvígum, þá segir svo í sögunni: „Nú ríðr Illugi eptir þeim með hundrað manna, *ok nú lýstr á mjorkva miklum, ok verða nú aptr at hverfa*" (bls. 309). Þó að sagan sjálf gefi hér enga nánari skýringu, þá liggur langbeinast við að skilja frásögnina um myrkvann (þokuna) svo, að þar hafi verið um gerninga að ræða. Þess eru ýmis dæmi í sögum og þjóðsögum, að fjölkynngismenn beittu þessari aðferð til þess að hindra för óvina sinna. Nægir að minna á frásögnina um Svan á Svanshóli (Njáls s., 12. kap.) og Þorkel prest í Laufási (Huld IV, 27–28).[1]

Ritskýrandi getur þess réttilega, að Barði sé hvergi skýrum stöfum bendlaður við forneskju eða fjölkynngi, og lítið verði lagt upp úr þeirri getgátu Kålunds að vísa til hins burtskorna blaðs sögunnar, enda hefur það komið í leitirnar, eins og fyrr greinir, og þar er engan stuðning að hafa í þessu efni. Eftir stendur einungis sú röksemd, að veðrabrigðin við undanreið Barða eftir Heiðarvígin eigi rót að rekja til gerninga, sem hann hefur staðið fyrir. Væri fótur fyrir þessu, verður tæpast annað sagt en viðbrögð Ólafs helga fari varla eftir málavöxtum. Firrtist hann við, að Barða og föruneyti hans skyldi verða undankomu auðið með særingum? Ég hygg, að þessi getgáta svífi í lausu lofti.

Skýringartilraun allra gagnrýnenda byggist á þeirri einföldu veðurfarslýsingu, sem skáletruð er í ofangreindri tilvitnun: „ok nú lýstr á mjorkva miklum, ok verða nú aptr at hverfa."

[1] *Hvs.*, 322 nmáls.

Eins og sjá má, er ekki á neinn hátt látið í veðri vaka, að hér sé fjölkynngi til að dreifa, ólíkt því sem er hjá Svani á Svanshóli:

> Svanr tók geitskinn eitt ok veifði um hǫfuð sér ok mælti:
> Verði þoka
> ok verði skrípi
> ok undr ǫllum þeim,
> er eptir þér sœkja.[1]

Í Íslendingasögum koma fyrir veður og veðrabrigði, sem bersýnilega eiga rætur að rekja ýmist til myrkra afla eða guðs vilja, en flestar lýsingar hygg ég vera náttúrulegar breytingar óstöðugrar veðráttu, ekki síst á fjöllum og heiðum uppi. Má rekast víða á svipíkar lýsingar í samtíðarsögum Sturlungu, sem ástæðulaust er að tíunda, en ég læt nægja að sækja hliðstætt dæmi til sjálfrar Heiðarvígasögu.

Frásögnin af undankomu Barða eftir Heiðarvígin hermir eftir suðurreið Snorra til Borgarfjarðar að vígi Þorsteins Gíslasonar í Bæ:

> Þá mælti Snorri: „Eigi þykkir mér at, þó nú kœmi þoka.“ Ríða síðan suðr Hvítársíðu; *þá var þoka yfir heraðinu ok vindr af hafi ok úr við; láta þeir nú taka niðr hesta sína ok æja*, ríða þar eptir nǫkkura stund; tekr þá til at elda aptr ok heiða upp þokuna, *ok sá tíðendi* yfir heraðit.[2]

Skáletruðu orðin eru úr fornyrðalista Jóns Ólafssonar. Fráleitt yrði Snorra goða brugðið um galdra. Barði og Snorri eiga það sammerkt í suðurreið sinni að standa höllum fæti gegn herskara óvina, og höfundur Heiðarvígasögu leysir hinn sögulega eða listræna vanda með slæðingi af myrkva eða þoku. Ekkert er fjarri vígamanninum og hetjunni Barða en fjölkynngi, svo að hin rótfasta skýring er ekki sannfærandi.

Orðið forneskja, sem Ólafur helgi lætur sér tvisvar um munn fara í stuttu máli við Barða, merkir upphaflega „forn siður“, en virðist hafa, er tímar liðu, greinst í þrjár deilimerkingar hugtaksins:

1 *Njála*, 37–38.
2 *Hvs.*, 247.

1. Fornöld, tími fyrir kristnitöku, heiðni.
2. Heiðinn átrúnaður, heiðnar siðvenjur, ókristileg verk, sbr. fremja forneskju.
3. Fjölkynngi, galdrar.

Engum getur blandast hugur um, að forneskja afmarkar ekki tíma í Heiðarvígasögu líkt og í Hallfreðarsögu. Ólafur konungur Tryggvason stefndi Hallfreði á sinn fund og félögum hans, sem þá voru nýkomnir frá Íslandi, og taldi trú fyrir þeim „ok bað þá kasta forneskju ok illum átrúnaði, en trúa á sannan guð, skapara himins ok jarðar".[1] Hallfreður var heiðinn maður, og í þessu samhengi eru orðin forneskja og átrúnaður samheiti og víðrar merkingar: Heiðni og allir siðir, sem henni fylgja. En merking þessara orða er önnur og þrengri í Heiðarvígasögu, enda var Barði kristinn maður.

Ekki virðist heldur gerlegt að skilja forneskju í ummælum Ólafs helga sem „fjölkynngi eða galdra", svo sem áður segir, en enginn skortur er á dæmum um slíka merkingu í fornsögunum. Í Gísla sögu Súrssonar er hermt frá því, að betri draumkonan hafi vitrast Gísla í draumi og gefið honum það ráð, „at láta leiðask forna sið ok nema enga galdra né forneskju ok vera vel við daufan ok haltan ok fátœka ok fáráða".[2] Ætla má, að í þessu samhengi sé forneskja haft um fjölkynngi eða seið, eins og fram kemur í sögunni, sbr. seiðskrattann Þorgrím nef og vopnið Grásíðu.[3]

Líkri merkingu bregður fyrir í Grettissögu. Þorbjörn öngull gerði Gretti gerningar til bana. Fyrir þá sök var tekið í lög á alþingi, „at alla forneskjumenn gerðu þeir útlæga".[4] Það liggur í augum uppi, að átt sé við þá menn, er fara með galdur og fjölkynngi.

Í Heiðarvígasögu þreifar Álöf, fóstra Barða, um hann, áður en hann leggur upp í suðurför sína, og kemur fyrir á hálsi

[1] *Hallfreðars.*, 153.
[2] *Gíslas.*, 70.
[3] *Gíslas.*, 37.
[4] *Grettiss.*, 268–269.

honum steinasörvi, sem bjargar lífi hans í Heiðarvígum. Sagan segir, að Álöf hafi verið

> vitr mjǫk ok kunni mart gǫrla at sjá ok þeim vel viljuð, Guðmundar sonum; hon var fróð ok forn í skapi.[1]

Í þessu sambandi mun forn lúta að þekkingu á fornum siðum og er tæplega neikvæðrar merkingar, enda eru Álöfu valin einkunnarorðin: Vitur og fróð. Álöf er fjölkunnug, en hún beitir kunnustu sinni til góðs. Þar sem engar sögur fara af því, að Barði sé fjölkunnugur, er eina tæka skýringin á forneskjunni bundin við annan tölulið að ofan, þ.e. ókristileg verk, og má styðja slíka túlkun traustum rökum.

Ólafur helgi lætur svo ummælt, að Barði hafi „hitt í nǫkkur stórræði". Eins og títt er í Heiðarvígasögu, kallast þetta orð á við önnur orð og orðasambönd í sögunni. Þegar Þuríður, móðir Barða, hyggst taka þátt í hefndarför sona sinna, verður henni að orði:

> „Því em ek í ferðina komin, at mik vættir, at síðr mun fyrir farask nǫkkur stórræði, fyrir því at eigi skal skorta til áeggjun, fyrir því at þess þarf við."[2]

Ekki verða bornar brigður á, að *stórræði* merkja hér „manndráp í hefndarskyni". Ég get ekki stillt mig um að skírskota einnig til Njálu, sem sækir oft til Heiðarvígasögu bæði um efni og orðfæri. Síðu-Hallur segir við Flosa:

> „Muntú þá þykkja rǫskr maðr, þótt þú hafir hitt í stórræði þetta, ef þú innir rǫskliga af hǫndum alla hluti."[3]

Síðu-Hallur hefur vitaskuld Njálsbrennu í huga.

Það gefur því auga leið, að *stórræði* í máli Ólafs helga eru mannvíg, sem verða af hefndum. Konungur á við dráp Gísla á Gullteig og mannskaðann í Heiðarvígum.

Ólafur helgi kemst svo að orði um sjálfan sig, þegar hann talar við Barða:

1 *Hvs.*, 272.
2 *Hvs.*, 279.
3 *Njála*, 423.

> „at vér hǫfum *þat* (þ.e. „nǫkkut forneskju ok þess konar átrúnað, sem oss er óskaptíðr" (þ.e. ógeðfelldur)) *svá mjǫk frá oss skilit*, þá vilju vér eigi taka með yðr."

Hvað hefur Ólafur helgi frá sér skilið? Það er ekki vitað til þess, að Ólafur helgi hafi verið fjölkunnugur á yngri árum, a.m.k. þegja allar heimildir um það. Mig grunar, að höfundur Heiðarvígasögu hafi haft miklar mætur á þeirri manngerð, sem Sigurður sýr, stjúpfaðir Ólafs helga, svarar fyrir, stórbóndanum og friðarmanninum. Þegar Ólafur helgi hyggst leggja undir sig allan Noreg, leitar hann liðsinnis Sigurðar, sem flytur mikla ræðu á málstefnu þeirra. Þar segir Sigurður m.a.:

> „Eigi býr þér lítit í skapi, Óláfr konungr . . . þá, er þú vart lítt af barnaldri kominn, vartu þegar fullr af kappi ok ójafnaði í ǫllu því, er þú máttir . . .[1]

Við sama tækifæri lýsir Ólafur helgi hernaði sínum erlendis með þessum hætti:

> „Hefir margr maðr fyrir oss, sá er saklauss hefir verit, orðit at láta féit, en sumir lífit með."[2]

Þegar á þetta er litið, merkir f o r n e s k j a í munni Ólafs helga þá athöfn að v e g a s a k l a u s a m e n n, og hann kveðst hafa látið af slíku.[3] Víkingurinn og vígamaðurinn Ólafur Haraldsson er týndur og tröllum gefinn, en orðinn dýrlingurinn Ólafur helgi og málsvari nýrra gilda. Barði speglar fortíð Ólafs, sem hann hefur sagt algerlega skilið við, og Barði geldur þess. Ræður Ólafs helga og Sigurðar sýr á málstefnunni eru samdar

[1] *Hkr.* II, 45.
[2] *Hkr.* II, 43.
[3] Athyglisverður póstur er í *Konungs Skuggsjá*: „En það hefi ég séð, ef maður verður manns bani, að allir ráðvandir menn hafa hann síðan í styggleik s v o s e m h e i ð i n n m a n n. Og er það kallað mikil synd að drepa mann, og tekur sá, er það gerir stórar skriftir og mikið meinlæti, áður en kristnir menn vilji hann aftur taka í sína samneyzlu." Útg. Magnús Már Lárusson, 142–143.

af Snorra, og eru því að sjálfsögðu ekki í Helgisögu Ólafs. Segir mér svo hugur um, að höfundur Heiðarvígasögu sæki hugmyndir að orðum sínum til Snorra.

Við merkingargreiningu forneskjunnar má hafa, ef menn vilja, nokkra stoð af Fóstbræðrasögu, Grettissögu og Bjarnar sögu Hítdælakappa, sem allar hafa hvorttveggja þekkt og stuðst við Heiðarvígasögu svo sem síðar verður á drepið.

Fóstbræðrasaga segir svo um þá fóstbræður, Þormóð og Þorgeir, kappa Ólafs helga:

> Meir hugðu þeir jafnan at fremð þessa heims lífs en at dýrð annars heims fagnaðar. Því tóku þeir þat ráð með fastmælum, at sá þeira skyldi hefna annars, er lengr lifði. En þó at þá væri menn kristnir kallaðir, þá var þó í þann tíð ung kristni ok mjǫk vangǫr, svá at margir gneistar heiðninnar váru þó þá eptir ok í óvenju lagðir.[1]

Hefndin er gneisti heiðninnar eða forneskjunnar, og þeir fóstbræður hyggja jafnan meir að „fremð þessa heims lífs en at dýrð annars heims fagnaðar“. Afstaða Ólafs helga til Barða virðist vera mótuð af andúð á þeim hugsunarhætti.

Ólafur helgi var „ekki margr til Þormóðar í fyrstunni“ eftir Grænlandsför hans, sem hann fór þó í orlofi konungs til hefnda eftir Þorgeir, svarabróður sinn. Helst er að ráða af Fóstbræðrasögu, að konungi hafi ofboðið, hversu Þormóður var stórvirkur í hefndinni. „Eða hví draptu svá marga menn?“ spyr konungur.[2] Honum hefur þótt Þormóður fara offari í mannvígum líkt og Barði. En konungur tekur Þormóð í sátt, enda voru ærnar arfsagnir til um það, að Þormóður skáld og kappi Ólafs helga hefði fallið með honum á Stiklarstöðum. Að mér læðist sá grunur, að þessi undarlegi tvískinnungur í viðhorfi Ólafs helga til Þormóðar eftir Grænlandsförina sé runninn undan rifjum Heiðarvígasögu.

Einn af handgengnum mönnum Ólafs helga var Björn Hít-

[1] *Fóstbr.s.*,124–125. — Sbr. *Grettissögu*: „En þó at kristni væri í landinu, þá váru þó margir gneistar heiðninnar eptir.“ 245.
[2] *Fóstbr.s.*, 259.

dælakappi. Hann komst í mikið vinfengi við konung, og bar einkum til, að hann hafði fyrir sakir konungs þyrmt lífi Þórðar Kolbeinssonar, sem verið hafði veturgestur konungs. Voru vitni leidd að þessu atviki, og þótti konungi mikið til koma. „Meiri vinr minn skaltu vera heðan af en hingat til," segir konungur, og bað hann halda sætt þá, sem hann hafði gert milli þeirra Þórðar. Eftir það mælti konungur þessi athyglisverðu orð til Bjarnar:

> „En þat vilda ek . . . at þú létir af hernaði; þótt þú þykkisk vel með fara, þá verðr þó opt guðs rétti raskat."[1]

Guðs réttur merkir „guðs lög", þ.e. þú brýtur oft guðs boðorð í hernaði, þótt þú haldir annað. Þessi orð Ólafs helga við Björn Hítdælakappa minna á fyrrgreind ummæli konungs við Barða.

Heiðarvígasaga er sögusyrpa um hefndir og vígaferli, sem Ólafur helgi telur óbótaverk. Svo kynlega vill til, að höfundur Bjarnar sögu Hítdælakappa ræðir sérstaklega um hefndina og siðlegt gildi hennar, og er mér næst að halda, að kveikjan að þeirri umræðu sé Heiðarvígasaga, og því er ekki út í hött að skyggnast ögn um.

Þegar líður á sögu Bjarnar, tekst vinátta með honum og Þorsteini Kuggasyni. Þeir talast við á götu á Hítardalsheiði, þegar leiðir skilur:

> „En vit hǫfum mælt til vinganar með okkr; em ek (þ.e. Björn) ráðinn til at efna þat ok vera þinn vinr, en hvárrtveggi okkar á nǫkkut sǫkótt. Nú vilda ek til þess mæla, at hvárr okkar hefndi annars, sá er lengr lifði, ef vit hǫfum líflát af vápnum eða manna vǫldum." Þorsteinn kvað sér þykkja í hvern stað jafnboðit, er hann bauð sitt vinfengi, — „en gerum þar á grein nǫkkura, er þú ræddir um hefndirnar, því at nú vita menn gǫrr en fyrr, hvat gera skulu, ok vil ek þat mæla, at hvárr okkar taki eindœmi (þ.e. sjálfdæmi) eptir annan eða sekðir ok fébœtr, þótt eigi sé manndráp, ok sómir þat betr kristnum mǫnnum."[2]

1 *Bjarnars.*, 133.
2 *Bjarnars.*, 191.

Manndráp sómir ekki kristnum mönnum til að koma fram hefndum, það er forneskja, sem raskar „guðs rétti". Í samræmi við þetta viðhorf komu engar mannhefndir fyrir Björn Hítdælakappa, og er það fátítt í Íslendingasögum um slíkan garp sem hann var. Tilvitnunin að ofan ber með sér, að skoðanir hafi verið skiptar með 13. aldar mönnum um það, hvort hefndir og mannvíg væru samboðin kristnum mönnum.

Ekki er fullvíst, hvað orðið átrúnaður merkir í ofangreindum ummælum Ólafs helga: „ok þó hafi þér nǫkkut forneskju ok þess konar átrúnað, sem oss er óskaptíðr." Orðið er almennt haft um trú og sið, en hér er það sjálfsagt sértækrar merkingar, og þykir mér vænlegt að sækja hana til kunnrar frásagnar í Ólafs sögu helga. Ofurhuginn og stigamaðurinn Arnljótur gellini leitaði á fund Ólafs helga og vildi ganga í lið hans fyrir Stiklarstaðaorustu. Frá samræðu þeirra segir sagan svo:

> Þá spurði konungr, hvárt Arnljótr væri kristinn maðr eða eigi. Hann segir þat frá átrúnaði sínum, at hann trýði á mátt sinn ok megin. „Hefir mér sá átrúnaðr unnizk at gnógu hér til. En nú ætla ek heldr at trúa á þik, konungr." Konungr svarar: „Ef þú vill á mik trúa, þá skaltu því trúa, er ek kenni þér. Því skaltu trúa, at Jesús Kristr hefir skapat himin ok jǫrð ok menn alla ok til hans skulu fara eptir dauða allir menn, þeir er góðir eru ok rétttrúaðir." Arnljótr svarar: „Heyrt hefi ek getit Hvíta-Krists, en ekki er mér kunnigt um athǫfn hans eða hvar hann ræðr fyrir. Nú vil ek trúa því ǫllu, er þú segir mér. Vil ek fela á hendi þér allt mitt ráð." Síðan var Arnljótr skírðr.[1]

Þó að Barði sé kristinn maður, en ekki heiðinn líkt og Arnljótur gellini, læt ég mér til hugar koma, að átrúnaður Barða, sem Ólafur helgi áfellist, sé einmitt sá að trúa á mátt

1 *Hkr.* II, 369–370. — Þorvalds þáttur tasalda er merkur þáttur. Hann segir frá Bárði, sem trúir á mátt sinn og megin, en verður undir í glímu við Þorvald, sem ber nöfn guðs á brjósti innan klæða. Glíman er barátta tveggja siða. *Eyfirðinga sögur*. ÍF IX, 119–126.

sinn og megin og þar með fremja verk í anda heiðni og afrækja guðs boð líkt og Arnljótur gellini.[1]

Niðurstöður þessara athugana eru þær, að orðið fornes kja í ummælum Ólafs helga vísi ugglaust á ókristilegt athæfi Barða. En þar er ekki átt við fjölkynngi eða galdra, heldur hefndir og mannvíg. Enn fremur sé orðið átrúnaður haft um það að trúa á mátt sinn og megin. Barði er með öðrum orðum manndrápsmaður, sem vegur saklausa menn í hefndarskyni að venju heiðinna manna og brýtur þar með guðs lög. Þess vegna vill Ólafur helgi hvorki taka við honum né hafa samneyti við hann og förunauta hans.

Ekki vil ég láta hjá líða að vekja athygli á nánum skyldleika með Heiðarvígasögu og Þorvalds þætti víðförla til að styrkja óbeint þá merkingu, sem hér er lögð í orð Ólafs helga. Þorvalds þáttur er ef til vill saminn um 1200 af Gunnlaugi munki Leifssyni og er hugsanlega einn af kristniboðsþáttum hans.[2] Þar koma fram þau eftirtektarverðu tengsl, að Þorvaldur víðförli og Guðmundur Sölmundarson, faðir Víga-Barða, eru bræðrungar og að þátturinn af Þorvaldi og sagan af Barða gerast að mestu leyti á svipuðum slóðum í Húnaþingi.

Við kristniboð sitt á Íslandi bjuggu þeir Friðrekur biskup og Þorvaldur víðförli þrjá eða fjóra vetur á Lækjamóti í Víðidal, þar sem Þórarinn og Barði lögðu á ráðin um Heiðarvígin. Þorvaldur er sagður hefnisamur og fús til víga. Hann drepur tvo menn, er yrkja níðvísur um þá Friðrek biskup. Og er Þorvaldur greinir biskupi frá tíðindum, þá segir þátturinn:

> Biskup sat inni ok sá á bók; ok áðr Þorvaldr gekk inn, kómu tveir blóðdropar á bókina fyrir biskup; skildi biskup þegar, at þat var nokkur fyrirbending; en er Þorvaldr kom inn til hans, mælti biskup: „annathvárt hefir þú framit manndráp, ella hefir þú þat í hug þér.“[3]

[1] Sjá athuganir G.W. Webers um orðasambandið *að trúa á mátt sinn og megin* og þar tilvitnuð rit: „Irreligiosität und Heldenzeitalder. Zum Mythencharakter der altisländischen Literatur“, 474–505. Sbr. og Turville-Petre: *Myth and Religion of the North*, 263 o.áfr. („godless men“).

[2] Sjá m.a. Sveinbjörn Rafnsson: „Um kristniboðsþættina“, 19–31.

[3] *Biskupa sögur* I, 45.

Blóðdropar á helgri bók merkja, að mannvíg brjóti boðorð guðs. Biskupi líkar atferð Þorvalds illa og segir:

> „eigi skyldi kristinn maðr sjálfr leita at hefna sín, þó at hann veri hatrliga smáðr, heldr þola fyrir guðs sakir brigzli ok meingerðir.“[1]

Enn réð Þorvaldur af dögum heiðinn mann fyrir guðlast, þann er Héðinn hét og var frá Svalbarði. Hann var í Noregi, er hann var drepinn, og hafði gengið á land upp til skógar að höggva sér húsavið. Þorvaldur fór með þræli sínum og vó Héðin. Þessar aðstæður leiða hugann að drápi Halls Guðmundarsonar í Noregi. En þegar biskup spyr dráp Héðins, segir hann við Þorvald: „Fyrir þetta víg skulum vit skilja, því at þú vill seint láta af manndrápum.“[2] Líkt er hermt frá í Kristnisögu. Þar sagði biskup, „at þá mundi skilja félag þeirra þat er hann var heiptrækr“.[3]

Þorvaldur víðförli hélt ekki heimleiðis, heldur fór víða um lönd, m.a. til Miklagarðs líkt og Barði, og lauk ævi sinni í munklífi. Frændurnir Barði og Þorvaldur voru báðir vaskir menn, ofstækisfullir og kunnu sér ekki hóf í hefndum.

Sjónarmið Friðreks biskups og Ólafs helga eru hin sömu, eins og við var að búast. Heilagir menn vilja ekki hafa samneyti við manndrápsmenn og stjaka þeim frá sér, jafnvel þótt þeir séu „vinir“ þeirra. Helgar setningar vega þyngra en vináttan. Víg eru ekki fyrirgefin. Ekki fara dult líkingar með þætti og sögu í hugsjón og framkvæmd.

Ummæli Ólafs helga draga saman í hnotskurn feril Barða, kveða upp dóm yfir honum og segja fyrir um endalok hans. Orð konungs ljúka upp hinni epísku frásögn og draga fram hina andlegu merkingu hennar með skírskotunum og áréttingum í hugsun og orðavali.

Þegar Ólafur helgi hefur átalið Barða fyrir forneskju og átrúnað, þá klifar hann á máttarorðum, og gerir hugsun sína að almennri lífsspeki:

1 *Biskupa sögur* I, 45.
2 *Biskupa sögur* I, 48.
3 *Biskupa sögur* I, 8.

„En þat kann opt verða, er menn hitta í slíka hluti, ok verðr svá mikit rið at, ef nǫkkut verðr við blandit forneskju, at menn trúa á þat of mjǫk.“

Sömu orð og orðasambönd eru notuð: *hitta í slíka hluti* (þ.e. stórræði), *blandit forneskju*, *trúa á þat of mjǫk* (sbr. átrúnaður). En viðbótin: „ok verðr svá mikit *rið* at“, vekur sérstaka athygli. Orðið r i ð merkir m.a.: „sveifla, fall, högg (sbr. sverðs-rið), kast“.[1] En hvað þýðir þessi torráðna málsgrein?

Ég ætla heildarmerkinguna þessa: En það hendir oft, þegar menn hitta í stórræði, að þeir hefna sín úr hófi fram, ef þeir fara að háttum heiðinna manna (blandit forneskju) og trúa á mátt sinn og megin (þ.e. skeyta ekki um boðorð guðs). Orðið r i ð er hér nýtt lykilorð og vísar til annarra frásagna í sögunni, sem eiga að færa sönnur á, að konungur fari með rétt mál, þegar hann sakfellir Barða. Skipti Barða og Auðar, konu hans, bera því rækilega vitni.

Eftir samtal sitt við Ólaf helga var Barði um kyrrt í Þrándheimi, en hélt síðan til Danmerkur og dvaldist þar næsta vetur, áður en hann fór til Íslands. Heimkominn fékk hann Auðar, dóttur Snorra goða, sem var skörungur mikill. Eftir

[1] Hin átakanlega frásögn Íslendingasögu Sturlu Þórðarsonar af vígi Þórðar og Snorra Þorvaldssona í Miðdölum 1232 hefur sennilega haft áhrif á fornsögurnar, m.a. á Laxdælu og Njálu, og ekki óhugsandi, að einhver tengsl gætu verið við Heiðarvígasögu, þótt það yrði seint sannað. Í frásögn Sturlu fara saman orðakast og vopnaviðskipti, sem bregða birtu á stríðsaðila, karlmennsku og ómennsku. Samtalslistin lýsir m.a. viðbrögðum manna við aðsteðjandi dauða. Athygli vekur, hvernig orðið „troll“ er notað af Sturlu og í Heiðarvígum. Sturla Sighvatsson minnir óneitanlega á Víga-Styr í sumum greinum. Þeir eru báðir griðrofar, neyta liðsmunar, bíða álengdar, hæða fórnarlömb sín. Nöfn þeira eru og sömu merkingar, Sturla er meira að segja við fæðingu heitinn „Vígsterkr“ af draummanni. Þess er og að geta, að í harmleiknum í Mið-Dölum kemur fyrir máttarorðið *rið*. Svo segir Sturla Þórðarson:

> „Hermundr snaraði þá fyrir garðshornit með reidda öxi ok þar at, er Snorri sat. Hann brá upp hendinni ok mælti: „Högg þú mik eigi, ek vil tala nökkut áðr.“ Hermundr hafði *it sama riðit* ok hjó á hálsinn, svá at nær tók af höfuðit, svá at eigi helt meira en reipshaldi. Annarri hendi hjó hann til.“ *Sturlunga saga* I, 357.

skamma viðdvöl á Íslandi — einn eða tvo vetur — hurfu þau til Noregs og voru um veturinn með Sveini Hárekssyni í Þjóttu. Þá dró til mikilla tíðinda með þeim hjónum:

> Svá bar til einn morgin, er þau váru úti í skemmu bæði, at Barði vildi sofa, en hon vildi vekja hann ok tekr eitt hœgendi lítit ok kastar í andlit honum, svá sem með glensi; hann kastaði braut, ok ferr svá nǫkkurum sinnum; ok eitt sinn kastar hann til hennar ok lætr fylgja hǫndina; hon reiðisk við ok hefir fengit einn stein ok kastar til hans. Ok um daginn eptir drykkju stendr Barði (upp) ok nefnir sér vátta ok segir skilit við Auði ok segir, at hann vill eigi af henni ofríki taka né ǫðrum mǫnnum; ekki tjár orðum við at koma, svá er þetta fast sett.[1]

Þetta er dæmi um r i ð eða kast — og vanstillingu.

Riðið hefst í Heiðarvígasögu með saklausu glensi Auðar og koddakasti. Barði kastar aftur „ok ferr svá nǫkkurum sinnum“, þar næst slær Barði Auði kinnhest, svo að gaman hennar sveiflast í reiði. Steinkast fylgir. Barði rekur síðan endahnútinn á riðið með því að segja skilið við Auði.

Íslendingasögur herma frá hjónaskilnaði, t.d. skilur Þráinn Sigfússon við Þórhildi í Njálu og Þórður Ingunnarson við Auði í Laxdælu, og munu tildrögin vera að jafnaði bruni til annarra kvenna. Öðruvísi er í Heiðarvígasögu. Þar verður svo mikið rið af áköstum hjónanna, að samförum þeirra er lokið. Eigi rekur mig minni til skilnaðar, sem á rætur að rekja til handalögmála, þegar hetjan missir stjórn á skapi sínu. Atferli Barða hygg ég vera skáldað af höfundi til að sanna orð Ólafs helga og vera jafnframt víti til varnaðar: Menn eiga ekki að missa stjórn á geði sínu, vera laus höndin og fara offari, heldur búa saman í sátt og samlyndi, halda friðinn. Annars fer illa. Sjálf sviðsetningin lýsir Barða frá enn einu sjónarhorni og auðveldar lesendum að nálgast heildartúlkun sögunnar.

Þetta lítilmótlega atvik, sem gerist í kyrrð morgunsins og friðhelgi hjónasængurinnar, elur af sér sundurþykki, heift og friðrof. Svo er að skilja, sem hefndir og gagnhefndir kunni

1 *Hvs.*, 325.

hvarvetna að rísa af hófleysi í orðum og athöfnum. Barði ofsar sér til vansa. Á sama hátt verður slíkt rið við mannhefndir Barða, að hann missir þegnrétt í kristilegu samfélagi Ólafs helga. Heiðarvígasaga er því í reynd saga um rið og afleiðingar þess.[1]

Barði er bardagamaður, hvort sem hann skekur sverð gegn fjendum sínum eða lætur hönd fylgja við rekkjunaut sinn. Barði stillir sig ekki sökum heiftrækni frekar en Þorvaldur víðförli. Barði gerir ekki mikinn mun á verknaði, sem sprettur af glensi, gráu gamni eða illum hug. Vægðarlaus hefndin er honum einatt nærtæk, sáttfýsin að sama skapi fjarlæg.

Í Heiðarvígasögu er töluvert um gagnsæ, táknræn nöfn, eins og síðar um getur. *Barði* er „sá, sem ber eða er barinn, bardagamaður". *Auður* merkir „auðna, gæfa, gæfumaður".[2] Með því að Barði ber Auði, slær hann hendi við auðnu sinni. Hann hverfur einn til Miklagarðs og bíður þar bana. Afkomendur á hann enga — hann skilar engu til framtíðar — en Auður giftist ríkum manni, syni Þóris hunds, og frá henni eru komnir Bjarkeyingar, hinir ágætustu menn. Þannig er niðurlag sögunnar.

Konungsspár rætast. Þegar Ólafur Tryggvason sér á bak Kjartani, sem heldur út til Íslands, þá mælir hann: „Mikit er at Kjartani kveðit ok kyni hans, ok mun óhœgt vera atgørða við forlǫgum þeira."[3] Kjartan og Barði voru systkinasynir. Naumast þarf að taka það fram, að Ólafur helgi sér ekki aðeins fyrir forlög manna líkt og nafni hans Ólafur Tryggvason, heldur skapar hann þau um leið með fyrirbendingu sinni.

1 Annað dæmi um rið milli hjóna er, þegar Þorbjörn Brúnason rekur trygil (=trog) meðal herða konu sinni fyrir Heiðarvígin, þar eð honum þótti maturinn blóðugur. *Hvs.*, 289. Af hverju brást Barði svona harkalega við glensi konu sinnar? Ofsi Barða er fullnægjandi svar. Eigi að síður vil ég benda á hugsanlega sálfræðilega skýringu til viðbótar. Steinn er virkur hluti af merkjamáli sögunnar, táknar ófrið og er sömu merkingar og orðið *hallur* (= Hallur), sbr. steina Þuríðar, móður Barða. Skírskotar steinninn til frýjuorða hennar?

2 Sbr. Auðunn vestfirska. Þáttur hans útlistar þá eiginleika, sem gera hann að „gæfumanni."

3 *Laxd.*, 132.

Ólafi helga dylst ekki, hvað bíður kappa sinna, Þorgeirs og Þormóðar, eða Þorkels Eyjólfssonar eða Grettis, svo að einhverjir séu nefndir. Ólafur helgi segir við Barða:

> „Ok mun nǫkkut mikilligt fyrir yðr liggja."

Lýsingarorðið *mikilligr* kemur ekki fyrir í öðrum Íslendingasögum en Heiðarvígasögu, en lætur á sér kræla í heilagra manna sögum. Það sæmir Ólafi helga að varast stóryrði, og hann grípur til úrdráttar (*litotes*), sbr. orðið *óskaptíðr*, sem merkir í máli hans „viðurstyggilegur". Orðalagið *nǫkkut mikilligt* er sams konar stílbragð og felur í sér, að „stórfengleg örlög" bíði Barða.

Það er í sjálfu sér *mikilligt* að ljúka ævi sinni í Miklagarði, en ég tel, að konungur hafi dauðdaga Barða í huga. Hann deyr í landvarnarbaráttu fyrir kristið ríki og ver sinn konung. Eftir skilnaðinn við Auði fer Barði úr Noregi:

> ok lætr eigi af ferð sinni, fyrr en hann kom í Garðaríki, ok gekk þar á mála ok var þar með Væringjum, ok þótti ǫllum Norðmǫnnum mikils um hann vert, ok hǫfðu hann í kærleikum með sér. Ávallt er konungs ríki skal verja, er hann í leiðangri ok fær gott orð af hreysti sinni ok hefir um sik mikla sveit manna. Þar er Barði þrjá vetr í mikilli sœmð frá konungi ok ǫllum Væringjum. Ok eitt sinn, er þeir váru á galeiðum við her ok vǫrðu enn konungs ríki, þá kom at þeim herr; gera nú bardaga mikinn, ok fellr mjǫk lið konungs, er við ofrefli var at brjótask, ok gerðu áðr mǫrg stór verk. Ok þar fell Barði við góðan orðstír ok hafði drengiliga neytt sinna vápna til dauða.[1]

Það leikur ekki á tveim tungum, að Barði berst við heiðingja, þótt það sé ekki tekið fram, enda hefði enginn á 13. öld farið villur vegar um það efni, því að Mikligarður var víðfrægur í sögum sem útvirki kristinna manna. Þótt sagan hermi, að Barði hafi farið til Garðaríkis, er vafalaust átt við Miklagarð, þ.e. gríska keisaradæmið en ekki rússneska konungdæmið, þar sem Barði er á mála hjá Væringjum og fellur í sjó-

[1] *Hvs.*, 325.

orrustu „á galeiðum“.[1] Þess má geta, að galeiða er stakorð í Íslendingasögum.

Barði gerði „mǫrg stór verk“, áður en hann beið bana, og leiðir orðalagið hugann að „stórræði“ í ummælum Ólafs helga. Barði hverfur því af sjónarsviðinu við góðan orðstír, eins og hans var von og vísa. En er þetta allt og sumt?

Ævi Kolskeggs, bróður Gunnars á Hlíðarenda, kemur í þessu samhengi upp í hugann. Hann varð „guðs riddari“, gekk á mála í Miklagarði, kvongaðist þar, gerðist höfðingi fyrir Væringjaliði og var þar til æviloka.[2]

Líkt og Kolskeggur gerðist Barði guðs riddari með því að verja kristni fyrir heiðnum þjóðum. Í staðinn fyrir að vega kristna menn fyrir litlar sakir drepur hann heiðna menn, og þau víg eru lofsamleg að skilningi krossferðartímans. Með dauðdaga sínum bætir Barði fyrir brot sín og friðmælist við guð. Barði líkist hinum franska Rollant, sem bjargar sál sinni með því að falla í orrustu við múg heiðingja. Verður síðar vikið nánar að þessu efni. Lífshlaup Barða, eftir að hann gekk af fundi Ólafs helga, er staðfesting á ummælum konungs.

Að öllu þessu athuguðu sýnist mér ummæli Ólafs helga við Barða, þau sem réðu brottrekstri hans, vera fordæming á óguðlegum athöfnum, sem hverfast um þrjú meginhugtök:

Forneskja: Mannhefndir að hætti heiðinna manna og sú lífsafstaða, sem elur þær.

Átrúnaður: Trú á mátt sinn og megin, þ.e. að trúa eiginlega á sjálfan sig.

Rið: Það er hin þunga sveifla, afleiðing hófleysu og vanstillingar manna.

Að dómi höfundar eru þetta neikvæð fyrirbrigði, sem eru öndverð jákvæðum gildum. Hann varpar skærri birtu á þessar andstæður með lærdómsríkum frásögnum ýmist til varnaðar eða eftirbreytni. Þannig dregur höfundur fram kerfi neikvæðra og jákvæðra lífsgilda í Heiðarvígasögu.

[1] Sjá Sigfús Blöndal: *Væringjasaga*, 319.
[2] *Njála*, 197. — Sigfús Blöndal: *Væringjasaga*, 313–315.

2. *Eggjun og ofanför Þuríðar*

A. Eggjun

Barði Guðmundarson eða Víga-Barði á ekki langt að sækja ofstopa sinn, þann sem fram kemur við Auði í skemmunni, því að Þuríður, móðir hans, er af sama toga. Þuríður er ein eftirminnilegust persóna sögunnar. Hún er persónugervingur forneskjunnar, en Ólafur helgi er æðsti dómari kristilegrar breytni, sem fordæmir forneskjuleg manndráp. Ólafur helgi og Þuríður eru andhverfur sögunnar. Öll hugsun Þuríðar, orð og verk beinast að því að knýja fram hefnd eftir son sinn, og gildir hana einu, hver fyrir hefnd verður. Lesendum og áheyrendum hefur ekki þótt ofstæki og hefndarþorsti Þuríðar mikið tiltökumál, af því að hún var dótturdóttir Egils Skallagrímssonar. Henni kippti í kynið. Ritskýrendur hafa litið á vanstilli Þuríðar af eins konar velþóknun, og rómantíska söguskoðunin hefur hafið Þuríði til vegs með þjóðinni sem sanna ímynd fornrar kvenhetju.

Þuríður kemur við tvö atvik, sem Heiðarvígasaga miklar eftirminnilega. Fyrra atvikið er eggjunin, þegar Þuríður er að hvetja sonu sína ákaflega til hefnda. Hið síðara er ofanförin, sem svo er nefnd, þegar Þuríður hyggst ríða með sonum sínum suður um heiði til að fylgja eftir frýju sinni, en í óbeisluðum hetjuskap sínum er höfðingskonunni steypt smánarlega af fararskjóta sínum ofan í Saxalæk. Sú frásögn vísar til orða Ólafs helga um rið og afleiðingar þess.

Þessi atriði tengjast, og þau ber að skilja í samhengi við aðra merkingarþætti sögunnar. Ofanförin á sér ekki hliðstæðu í fornum sögum fremur en margt annað í Heiðarvígasögu. Hún verður því aðeins vegin og metin með innri rökum sögunnar. Öðru máli gegnir um eggjunina. Hún er algengt ritklif í íslenskum miðaldabókmenntum, og þar er unnt að láta skyldar frásagnir varpa skæru ljósi á „hvöt" Þuríðar. Á ég hér einkanlega við brýningu Þorgerðar Egilsdóttur í Laxdælu, sem er í reynd bæði forsenda og leiðarvísir að fræðilegri rannsókn á frýju Þuríðar, dóttur hennar. Af þeirri ástæðu er mögulegt að kanna eggjun Þuríðar frá ýmsum hliðum, og skal þess vegna víða borið niður.

Athugasemdir Sigurðar Nordals um þær mæðgur, Þuríði og Þorgerði, eru íhugunarverðar, svo að ég tilfæri þær í heilu lagi:

> Höfundur Heiðarv.s. er glöggskyggn á kímileg atvik og tilsvör, og má efalaust eigna honum sinn þátt í því, að hafa dregið þau fram og mótað. Merkilega er hið stórfellda og hörmulega ofið saman við grátt gaman í lýsingu Þuríðar. Guðmundur bugast alveg af sonarmissinum, en dóttir Þorgerðar Egilsdóttur glúpnar ekki, hefndarhugurinn heldur henni í fullu fjöri. Hún eggjar sonu sína greypilega, rekur Barða kinnhest, brýnir þá með herfilegum orðum og gengur eiskrandi eftir gólfinu. Synir hennar bera allt með stillingu, en nokkur ertni er í orðum Steingríms: „ekki áttu vanða til að gefa mǫnnum svá kappsamliga mat." Og stillingu þeirra er ofboðið, þegar kerling er komin á hest og ætlar með þeim suður um heiði, af því að hún trúir þeim ekki til hefndanna án frekari eggjana. Hvergi er í fornsögum skilið svo háðulega við stórættaðan kvenskörung sem við Þuríði gömlu, þegar hún er rekin af baki í Faxalæk, „gruflar af lœknum" og ríður síðan heim „ok eigi ørendi fegin". Höfundurinn leyfir sér að hlakka yfir óförum hennar. Í Laxdælu, þar sem lýsing Þorgerðar vafalaust er ekki ósnortin af lýsingu dóttur hennar í Heiðarv.s., fer gamla konan með sonum sínum í atförina að Bolla. Synir hennar letja hana hógværlega, „kváðu slíkt ekki kvennaferðir". Hún svarar líkt og Þuríður. „Þeir segja hana ráða mundu". Það væri fjarri smekk þess höfundar, að láta sonu Ólafs pá og bræður Kjartans beita móður sína óhæversklegum brögðum.[1]

Ekki verður því andmælt, að lýsing Sigurðar Nordals hvílir á sálfræðilegri þekkingu á mannlegu atferli. En Sigurður styðst við forsendur, sem fá naumast staðist. Hann gerir augljóslega ráð fyrir því, að frásagan af hinni háðulegu útreið Þuríðar eigi rót sína í munnmælum — eins og raunar flest atvik Heiðarvígasögu — sem höfundur hafi dregið fram og mótað. Í annan stað ráði einkum ólíkur bókmenntasmekkur meðferð höf-

[1] *Hvs.*, cxxxii–cxxxiii.

unda Laxdælu og Heiðarvígasögu á þeim mæðgum, og persónusköpunin spegli afstöðu höfundar til hæversklegrar eða óhæversklegrar hegðunar. Á þetta má líta öðrum augum.

Hin kunna eggjun Þuríðar er á þessa leið:

> En Þuríðr mælti, at þeim sonum hennar skyldi ekki deila dǫgurð, ok kvazk hon deila mundu. Svá gerir hann, at hann hefr borð fram, borð fyrir mann, ok deilir mat á. Þuríðr gengr þá innar ok leggr sitt stykki fyrir hvern þeira brœðra, ok var þar þá yxinsbógrinn ok brytjaðr í þrennt. Tekr hann Steingrímr til orða ok mælti: „Þó er nú brytjat stórmannliga, móðir, ok ekki áttu vanða til at gefa mǫnnum svá kappsamliga mat, ok er á þessu mikit vanstilli, ok ertu nær óvitandi vits." Hon svarar: „Ekki er þetta furða nein, ok máttu þetta ekki undrask, fyrir því at stœrra var Hallr, bróðir yðvarr, brytjaðr, ok heyrða ek yðr ekki þess geta, at þat væri nein furða." Hon lætr fylgja slátrinu sinn stein fyrir hvern þeira. Þeir spurðu, hvat þat skyldi merkja. Hon svarar: „Melt hafi þér þat, brœðr, er eigi er vænna til en steina þessa, er þér hafið eigi þorat at hefna Halls, bróður yðvars, þvílíks manns, sem hann var, ok eru þér orðnir langt frá yðrum ættmönnum, er mikils eru verðir, ok eigi mundu þeir þvílíka skǫmm eða neisu setit hafa, sem þér hafið þolat um hríð ok margra ámæli fyrir haft." Gekk hon útan ok innar eptir gólfinu eiskrandi ok kvað vísu:
>
> 3. Brátt munu Barða frýja
beiðendr þrimu seiða;
Ullr, munt ættar spillir,
undlinns, taliðr þinnar,
nema lýbrautar látir
láðs valdandi falda,
lýðr nemi ljóð, sem kvǫ́ðum,
lauðrhyrs boða rauðu.
>
> Nú hrinda þeir fram borðum ok ǫllu því, er á var, ok ganga til hesta sinna ok búask hvatliga.[1]

Þýski fræðimaðurinn Rolf Heller hefur fjallað um eggjunarkonur, og samkvæmt athugunum hans eru þær flestar í Lax-

[1] *Hvs.*, 277–278.

dælu og Njálu.[1] Mér þykir hlýða, eins og mál eru vaxin, að fara nokkrum almennum orðum um frýju, og leita ég að venju fanga til Laxdælu sökum skyldleika sagnanna.

Þegar Guðrún Ósvífursdóttir hefst handa um að hefna Bolla, bónda síns, heimtar hún sonu sína, Þorleik og Bolla, til máls við sig í laukagarði sínum:

> þar váru breidd niðr línklæði, skyrta ok línbrœkr; þau váru blóðug mjǫk. Þá mælti Guðrún: „Þessi sǫmu klæði, er þit sjáið hér, frýja ykkr fǫðurhefnda; nú mun ek ekki hafa hér um mǫrg orð, því at ekki er ván, at þit skipizk af framhvǫt orða, ef þit íhugið ekki við slíkar bendingar ok áminningar.“[2]

Guðrún talar um tvo þætti eða stig í frýjunni. Annars vegar er *framhvöt orða*, þegar eggjunarkonan sparar ekki orðin til að orka á þá sem eiga að koma hefndinni fram. En þar sem hætt er við, að menn skipist ekki við orðin ein, þá er hinn vegni á táknrænan hátt dreginn fram á sjónarsviðið og sýndur með blóðugum klæðisplöggum sínum eða öðru því, sem minnir fastlega á hann. Sjón er sögu ríkari. Þennan þátt kallar höfundur Laxdælu *bendingar* og *áminningar*. Fast á litið er drápið endurtekið í vitund sona Bolla, því að blóðug klæðin, skyrta og línbrækur, eru vissulega af honum sjálfum. Sveinbjörn Rafnsson hyggur af samanburði við sögu ritningarinnar af dómaranum Gídeon, að línklæðin merki tvo syni Bolla, en það kemur trauðla heim við táknmál þessarar lýsingar.[3]

Að sjálfsögðu auka ýmis atriði þrótt og áhrif brýningarinnar, svo sem sviðsetning, látbragð, geðsveiflur, röð og hrynjandi atvika. Frýja Hildigunnar Starkaðardóttur í Njálu er frábært dæmi um eggjun, enda á hún ekki sinn líka að snilld í íslenskum bókmenntum. Ekki verður gerð grein fyrir list-

[1] R. Heller: *Die literarische Darstellung der Frau in der Isländersagas*, 98–122.

[2] *Laxd.*, 179.

[3] „Í laukagarði Guðrúnar Ósvífursdóttur“, 347–350. Sjá til fróðleiks grein Guðrúnar P. Helgadóttur: „Laukagarðr“, 171–184. — Um framhvöt orða í ýmsum fornsögum má vísa til Hermanns Pálssonar: *Leyndarmál Laxdælu*, 31–41.

rænum einkennum brýningarinnar hér, heldur einungis vakin athygli á, að meginþættir hennar eru framhvöt orða og áminning. Þetta eru hentug hugtök í fræðilegri umræðu.

Þegar gaumur er gefinn að eggjun Þuríðar, virðist skynsamlegt að fara að dæmi Laxdælu og greina hana í tvennt: annars vegar *framhvöt orða með vísu* og hins vegar *áminning*. Vísan endurtekur í bragarformi framhvöt orða og hnykkir á þeim.

Meginhugsun vísunnar jafnt og lausa málsins er sú, að Barði verði talinn huglaus og ættleri, nema hann hefni bróður síns. Eigi man ég til þess, að eggjunarkonu verði vísa á munni í Íslendingasögu. Ég tel víst, að hugmyndin að yrkingunni sé sótt til Eddukvæða og Þuríður sé látin njóta ætternis.

Tilvist þessarar dróttkvæðu vísu er nýjung, en sjálft yrkisefnið ekki.[1] Orðaframhvöt Þuríðar er ekki ýkja þróttmikil hvorki í tjáningu né stígandi, þegar borið er saman við ummæli Þorgerðar, móður hennar. Þeim fylgir meiri súgur, þótt þau séu mælt fram á hógværari hátt, og þau bíta þeim mun betur.

Kjarninn í frýju Þuríðar er áminningin. Hún er frumleg og fyrirferðarmikil. Það er einsýnt, að höfundurinn leggur mikið upp úr henni, enda hefur honum tekist vel til. Hin sögufræga máltíð er sviðsetning og grind áminningarinnar. Engin einstök orð, sem viðhöfð eru í matarboði Þuríðar, eru í sjálfu sér torskilin líkt og ummæli Ólafs helga, en höfundur talar í líkingum, sem nútímalesendur hafa ekki numið.

Þuríður reiðir fram uxaslátur og steina sonum sínum til matar. Þuríður gat hvorki breitt út blóðuga skikkju né línklæði líkt og Hildigunnur og Guðrún, þar sem Hallur var veginn í Noregi, svo að Þuríður átti engar dreyrugar flíkur af syni

[1] Merkasti skerfur Sigurðar Nordals til rannsókna á Heiðarvígasögu var án efa sú niðurstaða hans, að sumar vísur sögunnar væru efalaust tilbúningur síðari tíma manna. Þar með var höfundi gefið aukið svigrúm í sköpunarverkinu. Vísu Þuríðar ætlar Sigurður sennilega orta af höfundi. *Hvs.*, cxl–cxliv. — Einar Ólafur Sveinsson er bundnari við sagnfræðina. Hann segir: „Þó má telja ólíklegt, að hinir eldri söguritarar hafi falsað vísurnar, og tilraunir manna til að færa líkur að því þykja mér ærið hæpnar.“ *Ritunartími Íslendingasagna*, 21, sbr. og 100.

sínum í fórum sínum til að minna á hann. Eitthvað varð að koma í staðinn.

Í því skyni tekur hún bóg af nýslátruðum uxa, sem táknar blóðugar líkamsleifar. Yxinsbógurinn er „*brytjaðr í þrennt*", og Þuríður kemst svo að orði: „stœrra var Hallr, bróðir yðvarr, *brytjaðr*", þ.e. brytjaður í smærri parta. Sögnin að *brytja* tengir saman Hall og blóðugt uxakjötið, sem slátrað var til fararinnar suður um heiði, og Þuríður rifjar upp um leið, að sonur hennar hafi verið brytjaður varnarlaus líkt og stórgripur, sem leiddur er til slátrunar. En þessi líkindi duga skammt. Slátrið var af uxa og hvernig gat það leitt hugann að Halli?

Þuríður „lætr fylgja slátrinu sinn stein fyrir hvern þeira". Höfundur Heiðarvígasögu hefur séð í hendi sér, að ef til vill væri lesendum ekki alls kostar ljóst, hvað hann hefði í hyggju með þessu málfari, svo að hann vill hafa vaðið fyrir neðan sig með því að gefa skýringu á því. Bræðurnir spyrja móður sína, „*hvat þat skyldi merkja*", og hún ansar að bragði: „*Melt* hafi þér þat, brœðr, er eigi er vænna til en steina þessa, er þér hafið eigi þorat at hefna Halls, bróður yðvars." Merkingin er þessi: Þið hafið melt það, bræður, sem miklu verra er að melta en þessa steina, er þið hafið eigi þorað að hefna Halls, bróður ykkar. Sögnin að *melta* er höfð hér í yfirfærðri merkingu í svívirðingarskyni líkt og sögnin að *kyngja*: Þola smán án þess að hafast að. Má hafa til samanburðar „eigi mun ek melta reiði mína (þ.e. gefa ró reiði minni), hversu lengi sem ek þarf at bera hana."[1]

Í Njálu segir Bergþóra við syni sína: „Undarliga er yðr farit: Þér vegið víg þau, er yðr rekr lítið til, en meltið slíkt ok sjóðið fyrir yðr, svá at ekki verðr af."[2] Sögnin að *melta* bindur saman uxann, steinana og þá svívirðu að hafa ekki haft áræði til að hefna sín. En afdráttarlausasta tenging óskyldra merkingarsviða er fólgin í orðaleiknum *steinn*: *Hallur*.[3] Ég get ekki stillt

[1] *Flateyjarbók* II, 295.
[2] *Njála*, 252.
[3] Upp í hugann koma myndhvörfin *Pétur:bjarg* í Matteusarguðspjalli (16:18).

mig um að bera saman mismunandi orðfæri í gerðum Gísla sögu Súrssonar:

Gísli fær sér *hall* einn ok kastaði út í skerit, er lá fyrir landi. (eldri gerð; 22. kap.).	Gísli tekr upp *stein* einn ok kastar út í hólm þann, er þar var fyrir landi. (yngri gerð; 20. kap.).

Með myndmáli Heiðarvígasögu rennur það upp fyrir mönnum við döguróinn í Ásbjarnarnesi, að sá réttur, sem Þuríður deilir sonum sínum, stykki af yxinsbógi og steinn, tákni blóðugar líkamsleifar Halls Guðmundarsonar, enda kemur fyrir í Laxdælu, að uxinn Harri er sonur konu, er birtist Ólafi páa í draumi.[1] Get ég þessa atviks síðar í sambandi við aldur Heiðarvígasögu. Bræðurnir sjá uxann fyrir sér líkt og Flosi Höskuld Hvítanessgoða í Ossabæ og Bollasynir föður sinn í laukagarðinum að Helgafelli. Áminning Þuríðar er hrottalegri en bendingar Hildigunnar og Guðrúnar, þar sem engin er stígandin. Snilld Heiðarvígasögu er sú, að áminningin lýsir í fyllsta máta taumleysi Þuríðar. Líkingin Hallur : steinn slær brú milli yfirborðs og launmáls Heiðarvígasögu og leiðir hugann að myndkerfi hennar. Steinar eru hvergi hafðir að táknmáli í öðrum eggjunum, en skyldri hugmynd til ábendingar bregður fyrir annars staðar, og er ómaksins vert að gaumgæfa það lítillega.

Í Guðmundar sögu dýra er hvöt, sem líkist frýju Þuríðar. Þorgrímur alikarl bjó á Möðruvöllum í Hörgárdal og átti Guðrúnu Önundardóttur, þess er brenndur var í Önundarbrennu 1197. Tveimur sumrum eftir brennuna bar Guðrún heimilisfólki sínu og bræðrum sínum mat. Sagan segir svo frá:

> En at dagverðarmáli um daginn kómu fram fyrir þá diskar, en þar var ekki annat á en höfuðsviður ok fætr af fé því, er slátrat hafði verit um haustit.
>
> Þorgrímr spurði: „Hví sætir harkageta sjá? Þætti mér nú heldr til annars um vart fyrir manna sakir.“

[1] *Laxd.*, 84.

> Guðrún svarar: „Ekki verðr mér jafndrjúgdeilt sem sviðin."
> Vigfúss, bróðir hennar, svarar: „Eigi er þat, at þú minnir oss eigi á, hvat vér eigum, þar er sviðin eru."[1]

Ég hef hugboð um, að frýja Guðrúnar Önundardóttur sé bein fyrirmynd Heiðarvígasögu. Að sönnu eru ekki líkindi í orðalagi, en sambandið dylst ekki, þar sem þessar eggjanir eiga samleið um höfuðatriði, tilgang, vettvang, persónur og orðaskipti. Húsfreyja deilir út mat til sinna nánustu til að koma fram hefndum. Munurinn liggur einkum í því, að Önundur er inni brenndur, en Hallur er vopnbitinn. Það skýrir annars vegar svið og hins vegar slátur. Uxi er snöggtum fyrirferðarmeiri en sauður. „Kómu fram fyrir þá diskar," segir í Guðmundar sögu, en Heiðarvígasaga hermir þessi orð með sínu lagi: „En þat var siðr, at lagðr var matr á borð fyrir menn, en þá váru engir diskar." Það segir sig sjálft, að þriðjungur yxinsbógar og steinn að auki rúmast ekki á matardiskum. Höfundur Heiðarvígasögu er raunsær, þrátt fyrir fáránleikann í brýningu Þuríðar, og hann vill ganga frá öllum endum. Af þeim sökum er kleift að standa hann að verki.

Þorgrímur alikarl talar um „harkagetu" konu sinnar, þ.e. rýran kost, þegar honum og gestum hans eru bornir sviðnir hausar og lappir. *Steingrímur* aftur á móti mælir þau orð við móður sína, að nú sé „brytjat stórmannliga".

Athugandi er, að Steingrímur tekur aldrei til orða í Heiðarvígasögu nema í þetta eina skipti. Það er eitt auðkenni á vinnubrögðum höfundar Heiðarvígasögu að nýta á ýmsan hátt mannanöfnin við sköpun, og í þessu dæmi geri ég mér í hugarlund, að Þorgrímur alikarl hafi sökum nafns orðið óbein fyrirmynd að Steingrími.

Loks eru ummæli Vigfúsar, bróður Guðrúnar, merkingarlega nálæg orðum Þuríðar, þegar hún kastar því fram, að synir hennar hafi „melt" þá smán að láta óhefnt Halls. Vigfús segir, að sviðin minni á, „hvat vér eigum", en sú eign er hneisan eða ámælið fyrir að hafa ekki komið fram hefndum eftir Önund, föður þeirra.

[1] *Sturlunga saga* I, 195–196.

Eftir þennan dramatíska dagverð að Möðruvöllum létu Þorgrímur og Vigfús verða af því að fara til Laufáss og taka af lífi syni Þórðar Laufæsings, sem var ekki heima við, þegar þá bar að garði. En er Þórður kom heim og sá, hvað til tíðinda hafði borið, mælti hann þessi minnisstæðu orð: „Ný slátr er hér nú at höndla.“[1]

Hér merkja slátur auðvitað líkamsleifar sona hans, steina þarf ekki við. En höfundur Heiðarvígasögu hefur farið í fleiri smiðjur en til Guðmundar sögu dýra.

Í Ólafs sögu helga í Heimskringlu er frásaga, sem minnir á Heiðarvígasögu. Á Stiklarstöðum kom mótstöðumaður Ólafs helga að nafni Hrútur af Viggju með sveit sína í nánd konungsmönnum, og bauð konungur, að menn skyldu fara að Hrúti og taka hann af lífi. Sneri konungur sér að Íslendingum og mælti:

> „Svá er mér sagt, at þat sé siðr á Íslandi, at bœndr sé skyldir á haustum at gefa húskǫrlum sínum slagasauð. Nú vil ek þar gefa yðr *hrút til slátrs*.“[2]

Merkjamálið er hér eitt og hið sama, *Hrútur* : *hrútur*, *Hallur* : *hallur*. Þess má geta, að í Glúmu er myndbreytingin *Kálfur* : *kálfur*. Mig grunar, að höfundur Heiðarvígasögu hafi verið minnugur Hrútssögunnar í Heimskringlu. Að vísu er Hrútur af Viggju ekki nefndur í Helgisögunni af Ólafi, en það gildir einu, þar eð ég hygg Heiðarvígasögu síðar til komna en Ólafs sögu Snorra.

Fróðlegt er að huga að steinum og tákngildi þeirra í Heiðarvígasögu. Að venju verður lítillega vísað til annarra sagna til skýringarauka.

Þegar Brandur hinn örvi fer með liðsafla að Finnboga ramma, hefur Finnbogi sér til fulltingis sex húskarla, „ok eru samnefnarar miklir, því at steinar heita allir“.[3] Það er í raun óþarft að taka fram, að steinar, hamrar og fjöll eru oft persónugerð og hluti af hinni lifandi náttúru. Í Ljósvetningasögu

[1] *Sturlunga saga* I, 199.
[2] *Hkr.* II, 364.
[3] *Finnbogas.*, 335.

(C-gerð) er steinasaga, sem er lýsandi dæmi um þetta og vísar til Heiðarvígasögu.

Þegar Guðmundur ríki er að leggja á ráðin um að vega Þorkel hák, mælir hann svo fyrir við Rindil, að hann skuli koma til Öxarár, bæjar Þorkels, í vondu veðri og láta vesallega:

> „Taktu steina ór lœk ok lát vera jafnmarga sem menn eru fyrir, ok hefi ek þat til marks, því at ek ætla mér þangat."[1]

Rindill hlítir ráðum Guðmundar, fer til Öxarár og nefnist Þórhallur, þ.e. *Þór-Hallur*. Merkingarfærslan er hér sú sama og í Heiðarvígasögu: *steinn* : *maður* : *Þór-Hallur*. Sú spurning vaknar, hvort forliðurinn *Þór-* feli ekki í sér hefnd, eins og frásögnin af *Þor*-Steini Víga-Styrssyni bendir til. Meira um það síðar.

Steinar voru helsta vopn manna á Sturlungaöld og steinkast fyrir þær sakir ímynd ófriðar, sbr. ráðningu Más á draumi Víga-Glúms, föður síns, „at hvárr ykkarr (þ.e. Þórarins á Espihóli) mun ljósta annan illum steini, áðr létti." Er það sagt vera fornkveðið mál.[2]

Steinar valda hvörfum í lífi Barða, og er skemmst að minnast viðureignar þeirra Auðar í rekkjunni. Á leiðinni suður gistir Barði með flokk sinn í Gnúpsdal. Þar er sonur Njáls bónda fyrir. Sagan segir þannig frá:

> Barði spyrr sveininn, ef hann hafi *brýni* nǫkkut. „Ek veit," segir hann, „*harðstein*, er faðir minn á, ok þori ek eigi at taka." „Ek mun kaupa at þér," segir Barði, „ok fá þér til tygilkníf." „Já," segir hann sveinninn, „hví mun ek eigi til ráða þá?" Leitar *harðsteinsins* ok fiðr ok selr Barða. Barði tekr við *harðsteininum*

[1] *Ljósv.s.*, 48.

[2] *Víga-Glúms s.*, 71. Sjá Halldór Halldórsson: *Íslenzkt orðtakasafn*, 453. Fyrir Bæjarbardaga 1237 er sagt frá því, að Hafliða nokkurn Höskuldsson í Haugatungu hafi dreymt knattleik á Kolbeinsstöðum og séð gráklæddan mann, sem nefnir sig Kái, ganga til leiks. Sá spyr, hví menn leiki ekki: „Þeir kváðust engan hafa knöttinn. „Hér er," segir hann ok brá steini undan kuflinum ok laust einn til bana. Síðan tók hverr at öðrum þann stein — ok börðust með, en allir fellu þeir, er fyrir urðu." *Sturlunga saga* I, 403. Frásögn þessi er gott dæmi um tákngildi steinsins.

> ok tekr tygilkníf af hálsi sér, ok þokask þá nǫkkut *steinasørvit*, er hon hafði látit á háls honum kerlingin, ok þess verðr getit síðar. Nú brýna þeir vápn sín.[1]

Ekki efast ég um, að aðalatriði þessarar frásagnar er að greina frá því, hvernig steinasörvið, sem fóstra Barða gaf honum fyrir förina (23. kap.), þokaðist úr stað og leiddi til þess, að Barði skeindist einungis á hálsi í Heiðarvígum og hélt lífi.[2]

Þessa er getið hér, því að það er ekki loku fyrir það skotið, að sumum áheyrendum hafi flogið í hug sú tvíræða merking, að Barði hvessi vopn sín með harðsteini, þ.e. Halli, bróður sínum. Sú brýning vopna væri ógnþrungin.

Að framan var á það bent, að frumefni eggjunar Þuríðar væri fengið frá Guðmundar sögu dýra og Ólafs sögu helga eftir Snorra Sturluson. En þar með er ekki öll sagan sögð. Frýja Þuríðar hefur skírskotanir til Eddukvæða, eins og ritskýrendur hafa reyndar fyrir löngu komið auga á. Sögnin að *melta* er, eins og fram hefur komið, grunnorð í eggjun Þuríðar, og fer naumast hjá því, að hún sé sótt til Atlakviðu. Þar verður Guðrúnu Gjúkadóttur að orði, þegar hún matreiðir sonu sína handa Atla Húnakonungi:

„melta knáttu móðugur
manna valbráðir."[3]

Annað dæmi um áhrif Eddukvæða á Heiðarvígasögu er hin nána samsvörun við Hamðismál. Guðrún hvetur sonu sína, Sörla og Hamði, til hefnda eftir dóttur sína, Svanhildi, og bregðast þeir æfir við.

Gengu úr garði
görvir að eiskra;
liðu þá yfir ungir
úrig fjöll
mörum húnlenzkum,
morðs að hefna.

[1] *Hvs.*, 287. Skáletur B.G.
[2] *Hvs.*, 302.
[3] Jón Helgason: *Tvær kviður fornar*, 38. erindi.

„*Eiskra* er sögn sem notuð er um menn sem voru trylltir af æsingu eða reiði", segir Jón Helgason.[1] Af Þuríði hermir, að hún hafi gengið „útan ok innar eptir gólfinu eiskrandi". Þessi fágæta sögn, að *eiskra*, er notuð í sama umhverfi í Atlakviðu og Heiðarvígasögu og er sömu merkingar.

Synir Þuríðar *hrinda fram* borðum „ok ǫllu því, er á var, ok ganga til hesta sinna ok búask hvatliga", og ríða „úrig fjöll" að hefna morðs líkt og Sörli og Hamðir. Þegar Snorri goði ríður suður Hvítársíðu til að hefna Víga-Styrs, „þá var þoka yfir heraðinu ok vindr af hafi ok úr við".[2] Eiskrandi yrkir Þuríður vísu sína.

Áður en horfið verður frá Eddukvæðum, skal bent á frændsemi frýju Þuríðar við eggjun Guðrúnar í Guðrúnarhvöt.

„Urðu-a-ið glíkir
þeim Gunnari,
né in heldur hugðir
sem var Högni;
hennar mynduð-ið
hefna leita
ef ið móð ættið
minna bræðra
eða harðan hug
Húnakonunga."[3]

Merkingin er þessi: Þið urðuð ekki líkir Gunnari og Högna né að heldur (urðuð þið) með sama hugarfari sem Högni. Þið mynduð leitast við að hefna hennar (þ.e. Svanhildar), ef þið ættuð hugrekki bræðra minna eða harðan hug Húnakonunga (þ.e. Gjúkunga (hér)).

Þetta erindi Guðrúnarhvatar gæti verið eins konar formóðir eggjana í íslenskum miðaldabókmenntum, og orðaframhvöt Þuríðar og Þorgerðar virðist vera af sama stofni. Þetta leiðir hugann að því, hve náin tengsl eru með Heiðarvígasögu og arfleifð hetjusagna.

1 Jón Helgason: *Kviður af Gotum og Húnum*, 108.
2 *Hvs.*, 247; úr orðalista Jóns Ólafssonar.
3 Jón Helgason: *Kviður af Gotum og Húnum*, 134 (3. erindi).

Það sem einkennir eggjun Þuríðar umfram allt er ofstopi hennar og óbilgirni. Ofsi hennar á sér tæpast hliðstæðu í íslenskum bókmenntum og það mun einnig vera einsdæmi, að synir setji ofan í við móður með þeim hætti, sem þeir gera bæði í orðum og gerðum. Steingrímur, sonur hennar, veitir henni þunga ádrepu fyrir „mikit vanstilli" og fyrir að vera „nær óvitandi vits", enda má með sanni segja, að Þuríður Ólafsdóttir taki öðrum eggjunarkonum fram um óhemjuskap, hvort sem litið er til Eddukvæða eða Íslendingasagna.

Höfundur Heiðarvígasögu talar um vanstilli : stilli og óvitandi vits : vit og sýnir glögg dæmi um þessar andstæður með ofsafenginni breytni söguhetja sinna og þeim afleiðingum, sem henni fylgir. Eigi er um að villast, að um er að ræða megingildi í lífsskoðun hans. Hávamál koma ósjálfrátt upp í hugann:

Hverju geði
stýrir gumna hverr,
sá er vitandi er vits.[1]

Ég fjölyrði ekki um þetta frekar, en vil þó vekja athygli á því, hvernig Heiðarvígasaga flokkar menn eftir þessum eiginleikum. Þegar Þórarinn á Lækjamóti skipar mönnum Barða í þrjár sex manna sveitir í aðförinni að Þorgautssonum á Gullteig, þá skulu þeir sem stríðastir eru og torsveigstir bíða á heiðarbrún uppi, þegar Barði og félagar ríða í héraðið, „en yðr hœfir eigi svá, at eigi hafi þér stilling við ok vit", segir Þórarinn. Miðleiðis skulu aðrir sex bíða, sem séu Barða „hóti ráðhollari ok eigi með jafnmiklum geysingi". Loks getur Þórarinn þess, að ofstæki förunauta Barða muni koma í veg fyrir, að hann komist til hins nyrðra vígis á heiðinni.[2]

Nú skulu bornar saman eggjanir Þorgerðar Egilsdóttur og Þuríðar Ólafsdóttur. Með því að þær eru mæðgur, brýna sonu sína til hefnda með líku orðalagi og báðar krefjast þess af son-

[1] Sjá 18. erindi *Hávamála*. Í *Konungs Skuggsjá*, 125 o.áfr. er langur kafli um „mannvit".

[2] *Hvs.*, 285–286.

um sínum að taka þátt í sjálfri hefndarförinni, er samanburðurinn býsna lærdómsríkur.

Eftir lát Ólafs páa gerir Þorgerður sér ferð til að hitta Auði vinkonu sína í Saurbæ og fær tvo sona sinna sér til fylgdar. Þegar þau koma að Sælingsdalstungu, þar sem Bolli og Guðrún búa, snýr Þorgerður hestinum upp að bænum og spyr:

> „Hvat heitir bœr sjá?“ Halldórr svarar: „Þess spyrr þú eigi af því, móðir, at eigi vitir þú áðr; sjá bœr heitir í Tungu.“ „Hverr býr hér?“ segir hon. Hann svarar: „Veiztu þat, móðir.“ Þá segir Þorgerðr ok blés við: „Veit ek at vísu,“ segir hon, „at hér býr Bolli, bróðurbani yðvarr, ok furðu ólíkir urðu þér yðrum frændum gǫfgum, er þér vilið eigi hefna þvílíks bróður, sem Kjartan var, ok eigi myndi svá gera Egill, móðurfaðir yðvarr, ok er illt at eiga dáðlausa sonu; ok víst ætla ek yðr til þess betr fellda, at þér værið dœtr fǫður yðvars ok værið giptar. Kemr hér at því, Halldórr, sem mælt er, at einn er auðkvisi ættar hverrar, ok sú er mér auðsæst ógipta Óláfs, at honum glapðisk svá mjǫk sonaeignin; kveð ek þik af því at þessu, Halldórr,“ segir hon, „at þú þykkisk mest fyrir yðr brœðrum. Nú munu vér aptr snúa, ok var þetta ørendit mest, at minna yðr á þetta, ef þér mynðið eigi áðr.“ Þá svarar Halldórr: „Ekki munu vér þér þat kenna, móðir, þótt oss líði ór hug þetta.“ Halldórr svarar hér fá um, ok þó þrútnaði honum mjǫk móðr til Bolla.[1]

Þegar Halldór Ólafsson hefur safnað liði til að fara að Bolla, þá segir Laxdæla:

> Þorgerðr rézk ok til ferðar með þeim; heldr lǫttu þeir þess ok kváðu slíkt ekki kvennaferðir; hon kvazk at vísu fara skyldu, — „því at ek veit gørst um yðr sonu mína, at þurfi þér brýningina.“ Þeir segja hana ráða mundu.[2]

Í grófum dráttum er eggjunum mæðgnanna skeytt þannig inn í sögurnar, Heiðarvígasögu og Laxdælu:

[1] *Laxd.*, 161–162.
[2] *Laxd.*, 164.

ÞURÍÐUR:	ÞORGERÐUR:
1. Liðsafnaður	1. Reið til Tungu
2. Máltíð	2. Áminning
3. Áminning	3. Framhvöt orða
4. Framhvöt orða	4. Liðsafnaður
5. Útreið	5. Útreið
6. Ofanför	6. Hefnd

Þessar brýningar eru þrátt fyrir mikla samsvörun merkilega frábrugðnar hvor annarri, hvað snertir gerð, samhengi og mannlýsingar. Frá listrænu sjónarmiði ber hvöt Þorgerðar af. Efnisatriði hennar eru ofin saman í rökvíslega og hægláta stígandi allt frá reið Þorgerðar með sonum sínum í Tungu og þar til hún fer með þeim að Bolla Þorleikssyni og biður þá að ganga á milli bols og höfuðs á honum í selinu. Frásagan öll er óaðfinnanlegur hluti heildarinnar og áminning Þorgerðar er einstök og hittir í mark, þótt bendingin sé ekki blóði drifin. Þorgerður höfðar til þess, að Kjartan hafði náð eignarhaldi á Tungu og lík hans flutt þangað eftir vígið.[1] Þar bjó nú sjálfur bróðurbaninn Bolli, sem gerði smán ættarinnar enn þungbærari. Það er ekki tilviljun, að bærinn Tunga skuli vera áminning um hefnd, hann er „tunga" hefndarinnar, hann talar. Að líkindum hefur bæjarnafnið verið kveikjan að frásögninni um útreið Þorgerðar.[2]

Þorgerður og Þuríður eiga það sammerkt að vera ekki í rónni, fyrr en þær hafa komið fram mannhefndum eftir syni sína, en þær fara ærið ólíkt að. Stilling er aðal Þorgerðar, þótt hún brýni að vísu raustina við syni sína. Hún er hefðarkona, vitur og kæn í hefndinni, eins og förin í Tungu segir til um, hún gætir jafnan sóma síns og kemur einbeitt fram vilja sínum með hægðinni. Synir hennar sýna henni sonarlega lotningu, og Halldór ber meira að segja sjálfan sig sökum, að hefndin

[1] *Laxd.*, 154.

[2] Fyrir Flugumýrarbrennu 1253 bar þetta við: „Sá atburðr varð út í Fljótum þetta sumar, at þat æpti í fjallinu, Tungufjalli, mikit stóróp, ok var hrinr illr á eftir. Þat heyrðu menn nökkurum sinnum." *Sturlunga* I, 479.

skuli hafa misfarist. Og þegar Þorgerður vill ráðast til ferðar með sonum sínum, þá fer Halldór að vilja hennar.

Á frýju Þuríðar eru hins vegar undarlegir annmarkar. Í Laxdælu er eggjun Þorgerðar nauðsynleg fyrir framvindu sögunnar, því að engin hefndarför væri þar farin án hvatar. En í Heiðarvígasögu horfir þetta öðruvísi við. Þuríður hefur áður hvatt Barða til hefnda. Honum varð einhverju sinni á skömmu eftir dráp Halls að setjast í sæti hans:

> Móðir hans kemr inn, ok þá hon sér þat, rekr hon honum gildan kinnhest ok skipar honum at skreiðask burt ór sætinu sem bráðast ok vera eigi svá djarfan at setjask í sæti Halls, meðan hans sé óhefnt.[1]

Þannig er hin fyrri hvöt Þuríðar, og henni er skipað á eðlilegan stað í atburðarásinni, áður en undirbúningurinn að hefndarförinni hefst. Hún vísar til þess, sem koma skal. Aftur á móti þykir mér ekki allt með felldu, að hin síðari frýja skuli eiga sér stað, þegar Barði og bræður hans eru þegar ráðnir í að hefna bróður síns. Þeir höfðu komið með lið sitt í Ásbjarnarnes um daginn, voru þar um nóttina og snæddu dagverð, áður en þeir lögðu upp í suðurförina. Þuríði hlaut að vera fullkunnugt um, hvað til stóð, en hún flytur mál sitt og lætur, eins og engin hefnd sé í vændum.

Það er einnig eftirtektarvert, að eggjun Þuríðar er í raun og veru herhvöt mælt fyrir fylktu liði en ekki venjuleg frýja, þar sem Þuríður les yfir sonum sínum einum. Í Þorgerðarsögunni er atburðarásin, eins og vænta má : Eggjun — liðsafnaður — hefnd, en í Heiðarvígasögu : Eggjun — liðsafnaður — eggjun — hefnd. Það gefur auga leið, að Barði og bræður hans færu í hefndarför sína, þótt síðari hvöt Þuríðar kæmi ekki til. Þess er og að minnast, að Heiðarvígasaga hefur eytt fjarska löngu máli í að greina frá undirbúningi ferðarinnar, svo að eggjun Þuríðar kemur eins og skrattinn úr sauðarleggnum. Málin taka enga nýja stefnu. Öðruvísi er í Laxdælu. Af þessu verð-

[1] *Hvs.*, 254. (JÓ). Sama minni er í *Vatnsdælu*. Synir Ingimundar gamla setjast ekki í sæti föður síns, fyrr en hans er hefnt. (63).

ur naumast dregin önnur ályktun en sú, að hin fræga brýning Þuríðar við máltíðina í Ásbjarnarnesi þjóni öðrum tilgangi en þeim einum að jafna sakir.

Þorgerður slæst í för með sonum sínum vegna þess, að þeir þurfa brýningar við. Þetta má til sanns vegar færa. Ólafur pái hafði komið á sáttum með Hjarðhyltingum og Laugamönnum, og hann kvað Kjartan ekki að bættari, þótt Bolli væri drepinn. Af þeirri ástæðu lá í augum uppi, að Ólafssynir myndu vera deigir til að ganga á gerða sætt föður síns og þar að auki vega náfrænda sinn og fóstbróður. Þeir þurftu því víslega á brýningu að halda. Öðru máli gegnir um Þuríði. Hún ætlar að taka þátt í hefndarförinni með sonum sínum, „fyrir því at eigi skal skorta til áeggjun, fyrir því at þess þarf við". Barði og föruneyti hans halda suður á Hvítársíðu til að vega Gísla á Gullteig, sem er þeim á engan hátt vandabundinn. Þessi orð Þuríðar eru ekki felld að innviðum Heiðarvígasögu, heldur eru þau að öllum líkindum eftirlíking af ummælum Þorgerðar, móður hennar.

Í Laxdælu togast á ást og hefnd, en Heiðarvígasaga er ástlaus hefndarsaga. Laxdæla deilir ekki á mannvíg í hefndarskyni, enda eru saklausir menn ekki af lífi teknir til að jafna sakir. Þorgerður og Þuríður spegla tvenns konar viðhorf til hefndarinnar. Þótt Laxdæla endi með leit Guðrúnar Ósvífursdóttur að syndaaflausn og sálubót, þá er hefnd Laxdælu sjálfsagður hlutur þeirrar glæstu veraldar, sem söguhetjur hennar lifa og hrærast í, en höfundur Heiðarvígasögu ber sig á hinn bóginn eftir því að andæfa siðareglu hefndarinnar, sem enn stjórnar verknaði manna þrátt fyrir trúskipti og siðbót.

Einsýnt þykir mér, að hinn mikli munur á þeim mæðgum stafi af ólíkri afstöðu höfunda til yrkisefnis. Heiðarvígasaga kallar Þuríði „kerlingu", slíkt háðsyrði um Þorgerði kæmi höfundi Laxdælu aldrei til hugar. Vilji höfundar er annar í Laxdælu en í Heiðarvígasögu. Í því ljósi verður að skoða frásögur af Þuríði og Þorgerði og raunar af þeim atvikum öllum, þar sem sögurnar skarast.

B. Ofanför

Ofanför Þuríðar er sérstæð að efni í fornum sögum og ritskýrendur hafa átt í vandræðum með að túlka höfundarafstöðuna, sem birtist í frásögninni af hinni kostulegu sneypuför kvenhetjunnar. Hún er með þeim býsnum, að þegar Þuríður leggur sig alla fram til að gæta virðingar ættar sinnar og vill slást í för með sonum sínum til að fylgja eftir hefndum, þá standa þeir fyrir því að steypa henni ofan í læk af hestbaki, aldraðri móður sinni. Þar skilja þeir við hana og ríða frá. Fall Þuríðar og viðskilnaður sona hennar er vissulega mikið undrunarefni, og vekur áleitna spurningu um gildi þessarar frásagnar við túlkun á Heiðarvígasögu Varla eru margir lesendur svo skyni skroppnir að gera ráð fyrir, að hér sé gamalli arfsögn til að dreifa. Hvað vill höfundur segja? Ég tel mig knúinn til að taka upp allan kaflann um ofanför Þuríðar, svo veigamikill sem hann er:

> Þat var dróttinsdaginn, er fimm vikur váru til vetrar. Nú stíga þeir á bak hestum sínum ok ríða á braut ór túni. Nú sjá þeir þat brœðr til Þuríðar, móður sinnar, at hon var komin á bak hesti þeim, er þau kǫlluðu Eykjarð, ok hon hafði heimt húskarl sinn til fǫruneytis við sik; hann er eigi nefndr, en svá er sagt, at hann mun grunnúðigr vera. Nú mælti Barði: „Þetta horfir til óefnis, er hon er á ferð komin, ok mætti vér þess vel án vera, ok verðr nú at leita ráðs ok létta á ofanfǫrna hennar." Hann heimtir til sín þá Óláf ok Dag, heimamenn sína. „Nú skulu þit," segir Barði, „ríða á mót henni, ok mælið við hana sœmiliga ok fagrt, en gerið, sem ek býð; segið, at þat sé vel, er hon er komin í fǫr vára. Biðið hann vel fylgja henni, húskarlinn, ok styðið hana á baki ok ríðið svá, unz þér komið fram at Faxalœk; hann fellr ór Vestrhópsvatni ok ofan í Víðidalsá; skeiðgata liggr at lœknum norðan ok svá frá honum. Ok þá skulu þit spretta gjǫrðunum hennar; skal Dagr þat gera ok láta, sem hann gyrði hestinn, er þér komið at lœknum, ok reiðið hana af baki, svá at hon falli (í) lœkinn ofan ok svá þau bæði, en hafið með ykkr hestinn." Nú riðu þeir í móti henni ok kvǫddu hana vel, — „ok urðu þit heldr til þess at ríða í mót mér en synir mínir," segir hon, „ok sœma mik." „Þeir buðu okkr þetta ørendi," segja þeir. Hon segir: „Því em

ek í ferðina komin, at mik vættir, at síðr mun fyrir farask nǫkkur stórræði, fyrir því at eigi skal skorta til áeggjun, fyrir því at þess þarf við.“ Þeir láta þat mjǫk munu bœta, at hon fari. Ríða nú, þar til er þau koma fram at Faxalœk. Þá mælti Dagr: „Þessi maðr er mannvitull, er þér fylgir, Þuríðr; hann hefir ekki svá vel gyrt hest þinn, at þat myni duga; er þat skǫmm mikil at fá slíkt til fylgju við dugandi konur.“ „Gyrtu betr þá hestinn en áðr er,“ segir hon, „ok fylg mér síðan.“ Hann tekr nú ok sprettir gjǫrðunum af hesti kerlingar, rekr þau bæði af baki í Faxalœk, sem þeim var boðit; þar var Þuríði við engu meini hætt, ok grufl-ar hon af lœknum. Þeir ríða nú í brott ok hǫfðu hestinn með sér. Hon ferr heim um kveldit ok húskarl hennar ok eigi ørendi fegin.[1]

Það má vel hugsa sér eins og Sigurður Nordal, að útreið Þur-íðar sé kímilegt atvik eða líkt og Peter Hallberg, sem telur, að

> här införs alltså ett rent farsmoment, något av en avspänning, innan den egentliga aktionen tar sin början.[2]

En háðið og kaldhæðnin ber kímnina ofurliði. Með fláttskap er Þuríður felld af hestbaki í læk einn eigi fjarri túngarði og fararskjóti hennar frá henni tekinn. Þar er hún eftir skilin. Svívirðingin er auðsæ. Barði vélar móður sína, sem er ósæmi-legt hetju og syni. Hann sendir heimamenn sína, Ólaf og Dag, móti henni þess erindis að „sœma“ hana, þ.e. sýna henni sóma með því að ríða móti henni fagnandi, og þeim er álagt að mæla við hana „sœmiliga ok fagrt“. Þessi orð ættu betur við Þorgerði, enda er þetta tungutak Laxdælu. Viðskipti Þor-gerðar og sona hennar mótast af auðsveipni og heilindum, en Þuríðar og sona hennar af mótþróa og undirferli. Hamsleysi Þuríðar á þar sjálfsagt hlut að máli, enda ekki fýsilegt að hafa „kerlingu“ með sér í hættuför suður um heiði. En atferli Barða við móður sína ber þrátt fyrir það eigi í bætifláka fyrir

[1] *Hvs.*, 278–279.

[2] Hallberg: *Den isländska sagan*, 110. — Sjá athuganir M. Ciklamini: „Veil-ed Meaning and Narrative Modes in Sturlu Þáttr“, 143–144 nmáls.

hann. Gera hefði mátt ráð fyrir, að Barði og bræður hans hefðu getað talið móður sinni hughvarf. En það hefði auðsjáanlega reynst vita gagnslaust. Framferði Þuríðar og meðferð Barða á móður sinni er engin hetjusaga.

Heiðarvígasaga lætur þessi orð falla um húskarl Þuríðar: „Hann er eigi nefndr, en svá er sagt, at hann mun grunnúðigr vera." Lýsingarorðið *grunnúðigr* merkir „fávís, heimskur" og er stakorð í Íslendingasögum. Ástæðan fyrir því, að húskarlinn er eigi nefndur á nafn, er auðvitað sú, að hann skiptir engu máli öðru en því að vera fylgdarmaður Þuríðar og ímynd grunnhyggni. En hrossi Þuríðar er meiri sómi sýndur. Hún reið „hesti þeim, er þau kǫlluðu Eykjarð". Það er athyglisvert, að í Heiðarvígasögu koma fyrir margir hestar, jafnvel hinir mestu gæðingar, en þeir eru aldrei nafngreindir frekar en almennt tíðkast í Íslendingasögum. Þetta sýnir mikilvægi hestsheitisins í Heiðarvígasögu, og vekur grun um, að eitthvað búi undir.[1]

Í Íslenskum fornritum er heitið á hesti Þuríðar skýrt á þessa leið:

> Nafnið *Eykjarðr* virðist vera afbökun svo sem í gamni úr *arðreykr* (sbr. *arðruxi*): hestur, sem hafður er til þess að draga plóg.[2]

Ekkert sambærilegt hestsheiti er til í íslensku, svo að mér sé kunnugt um, og það dylst eigi, að örugg skýring er vandfundin. Búast hefði mátt við orðmyndinni *Eykjarðr* (þf.) í textanum, því að r-ið er stofnlægt í arður. Nafnið hlýtur að vera birting á afstöðu höfundar til þeirra atvika, sem hann segir frá, blandin skopi eða háði. Heitið er auðsæilega afbakað, en ef til vill má varpa ljósi á merkinguna í samhengi textans.

Barði leitar ráðs til að „létta á ofanfǫrna" Þuríðar, þ.e. koma henni greiðara af baki. Hann kallar á heimamenn sína, Ólaf og Dag:

[1] Táknrænt er heiti Fölska. Hann var hestur rauður, sem Sighvatur Sturluson átti. Fyrir Örlygsstaðabardaga dreymdi Sighvat á Grund, að Fölski gengi fyrir hann, kvaðst svangur og þyrstur og át fyrir honum matinn og diskinn. *Sturlunga saga* I, 419.

[2] *Hvs.*, 278 nmáls. Skáletruðu orðin eru í heimild.

„Ok þá skulu þit spretta gjǫrðunum hennar; skal Dagr þat gera ok láta, sem hann gyrði hestinn, er þér komið at lœknum, ok reiðið hana af baki, svá at hon falli (í) lœkinn ofan ok svá þau bæði, en hafið með ykkr hestinn."

Dagur segir við Þuríði, að fylgdarmaður hennar „hefir ekki svá vel gyrt hest þinn", og sagan heldur áfram:

„Gyrtu betr þá hestinn en áðr er," segir hon, „ok fylg mér síðan." Hann tekr nú ok sprettir gjǫrðunum af hesti kerlingar, rekr þau bæði af baki í Faxalœk, sem þeim var boðit.

Ásgeir Blöndal Magnússon hefur lagt til, að rétt orðmynd gæti verið *Eykiarðr* (kk.), samsett af *eyki* (hvk.) og *-harðr*, þ.e. „hestur, dráttarklár".[1] Þessi tilgáta er góðra gjalda verð. En þar sem sagan sjálf klifar á sögnunum *að gyrða* og *spretta af hestinum*, er freistandi að tengja þær athafnir við nafnið. Fyrri liður væri *eykr* (kk.), sbr. „eykhestur", og síðari liður væri ef til vill *-gjarðr* (fremur en *-gyrðr*, *-gyrðir* eða *-gerðr*.). Eftir þessu væri heitið *Eykgjarðr* og væri haft um „velgyrtan hest". Þess ber að geta, að fyrir kemur lo. *lausgyrðr* um hest. Orðið *gjǫrð* er stakorð í lausamáli Íslendingasagna, en bregður fyrir í öðrum fornsögum. Nafnið *Eykgjarðr* hentaði anda sögunnar, því að fall Þuríðar yrði þá enn háðulegra en ella. Gallinn við þessa skýringu er sá, að vöntun er á hliðstæðri orðmynd. Hér er giskað á, að nafnið sé nýyrði höfundar og ókennileiki þess hafi valdið misritun skrifara.

Sprett er gjörðum af hesti Þuríðar í *Faxalæk*, sem er ekki réttilega staðsettur í sögunni. Um þetta segja útgefendur:

Að vísu er lækur þessi samkvæmt sögunni á leiðinni milli Ásbjarnarness og Borgar, en Faxalækur, er svo heitir nú, er góðan spöl fyrir sunnan Borg. En þar sem alls ekki getur verið um annan læk að ræða á þessum slóðum, verður að telja, að söguritarinn hafi ekki vitað með vissu eða hirt um, að skýra nákvæmlega frá því, hvar lækurinn var.[2]

[1] Sjá *Íslensk orðsifjabók*.
[2] *Hvs.*, 279 nmáls.

Miklu líklegri er síðari kosturinn, og hafa staðhættir vikið fyrir skáldskapnum. Lækurinn þurfti að vera á næstu grösum við Ásbjarnarnes. Í skinnbókarbroti Heiðarvígasögu stendur *Saxalækur* á báðum stöðum, þar sem hann er nefndur til sögunnar, en útgefendur eru í engum vafa um, að sú orðmynd sé mislestur fyrir Faxalækur. Vera má, að þessi gamla skýring eigi rætur að rekja til þeirrar hugmyndar, að lækurinn hafi tekið nafn sitt af sneypuför Þuríðar á hrossi sínu. En ekkert mælir eindregið gegn því, að *Saxa-lækur* sé hið upprunalega nafn, enda er *Faxa-* kunnuglegri lesháttur (*lectio facilior*).[1]

Barði kveður svo að orði við heimamenn sína: „ok reiðið hana af baki, svá at hon falli (í) lœkinn ofan." Sögnin að *reiða* merkir hér „láta riða". Þuríður riðar til og frá á lausgyrtum hestinum, uns hún fellur í lækinn. Þetta leiðir aftur hugann að orðum Ólafs helga: „ok verðr svá mikit *rið* at, ef nǫkkut verðr við blandit forneskju." Hugsanagangurinn er bundinn við óhóf og fall. Forneskjan í líki Þuríðar vill ríða í annan landshluta til mannhefnda með sveini sínum, en hún riðar til falls í Saxalæk, hinum mikla farartálma.

Flogið hefur að mér, að hin smánarlega ofanför Þuríðar hafi goðsögulega snertingu, og höfundur hæði Þuríði og gerðir hennar með óbeinum skírskotunum til Þórs og afreka hans. Þannig birti hann boðskap sinn.

Víðfræg er för Þórs til Geirröðargarða, sem frá er greint í Þórsdrápu og Snorra-Eddu.[2] Að sögn Snorra hafði Þór í þeirri för hvorki hamarinn Mjöllni né megingjarðar. Þá léði gýgurin Gríður honum þær auk annarra kostgripa. Snorri segir frá

[1] Ekki kann ég að skýra örnefnið Saxalækur með óyggjandi hætti, en læt getgátu flakka. Hugsanlegt er, að Saxalækur væri dreginn af sax: „lítið sverð", sbr. 36. erindi Völuspár: „Á fellr austan/um eitrdala/*söxum* ok sverðum:/ Slíðr heitir sú." Í Heiðarvígasögu eru mörg nöfn táknræn (sbr. Gullteigur) og í annan stað sýnist brydda á áhrifum Völuspár á söguna, þegar hún segir frá þeim friði, sem ríkti í Borgarfirði við komu Barða. Þessi tilgáta kæmi með öðrum orðum heim við annað ívaf goðsagna í sögunni.

[2] Turville-Petre: *Myth and Religion of the North*, 78–80. *Íslensk bókmenntasaga* I, 205–207.

því, að á leið sinni hafi þeir Þór og Loki vaðið þá á, er Vimur hét, og verið hætt komnir.[1]

Saxalækur samsvarar Vimri, þó að allt sé þar með stórbrotnara hætti. Þuríður missir traustra gjarða líkt og Þór. Þuríður „gruflar“ af læknum en er „við engu meini hætt“. Þetta minnir í sjálfu sér á Þór, sem náði landi við illan leik.

Snorri segir fylgdarmann Þórs vera Loka, en skáldið Eilífur Goðrúnarson Þjálfa í Þórsdrápu sinni. Einkunnin *grunnúðigr* kæmi vel heim við Þjálfa. *Þu*-ríður vekur hugrenningatengsl við *Þór*-ríður í vitund höfundar, og nafnið bindur saman hetjusögu og goðsögu.[2] Sams konar nafnlíkindi koma fyrir í frásögninni af Þorsteini Víga-Styrssyni og Gesti Þórhallasyni, sem gerð verður síðar grein fyrir.

Í Þrymskviðu sendir Þór Loka til Jötunheima til að kanna hamarshvarfið, og er Loki kemur aftur, þá spyr Þór: „Hefir þú erendi / sem erfiði?“ Og Loki svarar: „Hefi ek erfiði / ok ørindi.“[3] Af Þuríði segir, að hún fór heim um kvöldið „ok eigi ørendi fegin“. Þess er og að minnast, að Þór brá sér í kvenbúning, þegar hann fór til Þryms að heimta hamarinn og lamdi alla ætt jötuns.[4] Síðar verður að því vikið, að Barði og félagar klæddust kvenfatnaði eftir Heiðarvígin.

Enn er þess að gæta, að orðið *eykr* (í flt. eykir eða eykjar) sem dráttardýr er haft um hafra Þórs í víðkunnri frásögn af trúboði Ólafs Tryggvasonar í Þrándheimi, sem finnst m.a. í fórum Þingeyramunka og hefur efalítið borið höfundi Heiðarvígasögu fyrir augu. Eykgjarður Þuríðar leiðir hugann að

[1] *Edda*, 88–90.

[2] Sbr. t.d. „Þóríðar Snorradóttur goða“ í Íslendingabók (1. kap.). Sbr. og nafnmyndir eins og „Þvrridr, Þorriðr, Þorriði“ og fleiri slíkar. Sjá E.H. Lind: *Norsk-isländska dopnamn ock fingerade namn från medeltiden*. Sé hin upphaflega mynd „Þór-fríðr“, þá sjást þess lítil merki hjá Lind.

[3] *Eddadigte* II, 59.

[4] Enn eitt atriði Heiðarvígasögu gæti höfðað til Þrymskviðu. Styrr vill sjá Gest Þórhallason og þykir honum hann „smár í augum sér ok óvænligr til hefnda“. (*Hvs.*, 231). Alkunnugt er í sögum, að augun spegla manninn, ætt og eðli. Í Þrymskviðu (27. erindi) er sagt frá öndóttum augum Freyju (þ.e. Þórs), svo að Þrymi þykir eldur úr augum brenna. Sjá nánar kaflann um Gest Þórhallason.

eykjum Þórs og brúar þannig tvö merkingarsvið.[1] Söguhöfundur beinir mjög athygli lesenda að gjörðum Þuríðar við hrap hennar í Saxalæk. Það er engin goðgá að ætla, að í því felist einnig vísun til Þórs, en eins og kunnugt er, óx honum ásmegin við að spenna sig megingjörðum. Bæði Þuríður og Þór missa megin sitt, þegar gjörðum er sprett af.

Fara má nærri um, að margt er afar ólíkt með austurferðum Þórs og ofanför Þuríðar, eigi að síður er það engin lokleysa að gera ráð fyrir óbeinum tilvísunum Heiðarvígasögu til alþekktra goðsagna, þar sem kristnir menn röktu forneskjuna til heiðinna goða.

Goðsögulegt ívaf er augljóst í mörgum sögum, m.a. í Eyrbyggju og Njálu aukinheldur í Sturlungu. Minnisstæð eru orð Þorbjargar Bjarnardóttur í Reykjaholti við Hvamm-Sturlu, þegar hún lagði til hans með hnífi og stefndi í augað: „Hví skal ek eigi gera þik þeim líkastan, er þú vill líkastr vera, — en þar er Óðinn?“[2]

Goðsagnir voru mönnum auðvitað innan seilingar bæði í eldgömlum kvæðum og í lausu máli, eins og Snorra-Edda vottar, og höfundar 13. aldar gripu stöku sinnum til þeirra ýmist í því skyni að vekja spennu eða óhugnað í frásögnum sínum með furðum, draumum og fyrirburðum eða til að ófrægja og minnka fjendur sína. Þannig líkir Sturla Þórðarson í alkunnri vísu Gissuri jarli við Óðin, og fræðimenn hafa bent á nærveru ragnarakahugmynda Völuspár í Íslendingasögu hans.[3]

Þessa er getið, af því að ég ætla, að sums staðar í mannlýsingum, atvikum og hugmyndum örli á nærveru goðsagna í

[1] Svo segir í Ólafs sögu Tryggvasonar: „Skeggi hló þá at ok mælti: „Hvat er nú, konungr, hefir þú nú vingazk við Þór ok gjǫrzk nú þegn hans ok þjónostumaðr? Ek hefi sét nǫkkura konunga ok sǫgur af þeim heyrðar, ok hefi ek ǫngva frétt af, at nǫkkurr þeira hafi leitt *eyki Þórs*, ok því sýnisk mér sem þú hafir mikit hlýðnimark við hann gert ok þik undirokat hans þjónostu ok annarra guða várra.“ Sjá *Flat*. I, 321 (stafsetning samræmd).

[2] Sturlu saga. *Sturlunga saga* I, 109.

[3] *Íslensk bókmenntasaga* I, 316 og áfr. Glendinning: „The Dreams in Sturla Þórðarson's Íslendingasaga“, 128–148.

Heiðarvígasögu. Í slægvisku sinni er Þórarinn á Lækjamóti líkastur Óðni eins og Njáll á Bergþórshvoli, líkindin með borgarsmiðnum í Snorra-Eddu og berserkjunum, sem ryðja Berserkjahraun, eru náin,[1] og loks ganga friðarhugmyndir Völuspár aftur í Heiðarvígasögu, eins og síðar verður á drepið.

Ofanför er athyglisvert orð. Því bregður ekki fyrir í Íslendingasögum nema í Heiðarvígasögu, en sögnin að *fara ofan* er haft m.a. um guð, sem stígur niður af himni, og í þeirri merkingu bindur hún vel saman ofanför Þórs úr reið sinni og fall Þuríðar í Saxalæk. Útreið Þuríðar og ofanför virðast skírskota til Þórs, sem fer að heiman í reið sinni með Þjálfa til að berja tröll í Austurvegi. Röð orða og hugmynda kemur fótum undir slíka skýringu: Ofanför, Þuríður, grunnúðigur húskarl, Eykgjarður, megingjarðir og loks atvikið við Saxalæk, sem beinir huganum að þolraun Þórs í ánni Vimur. Með því að skáld Heiðarvígasögu líkir athæfi Þuríðar við alkunn þrekvirki Ása-Þórs, verður skopið smellið, háðið biturt og gagnrýnin hvöss. Áheyrendur hafa hvorki farið á mis við samlíkinguna né erindið.

Þannig skilin verður hrakleg ofanför Þuríðar rökrétt afleiðing af hefndarfrýju hennar og vanstilli, en um leið sannindamerki um gildi ummæla Ólafs helga.

Barði fær svipaða höndlun hjá konungi og Þuríður hjá Barða. Mæðginin eru of líkt skapi farin til að sýna hvort öðru þolgæði. Tími forneskjunnar er brátt á enda með nýjum sið, eins og ofanför Þuríðar táknar, og „kerlingin“ hverfur heim „eigi ørendi fegin“. Forneskjan er máttug í líki Þuríðar, en fer samt halloka. Tími Þórs er á enda runninn

Augljóst er, að miklum örðugleikum er bundið að rökstyðja á fullnægjandi hátt snertingu hinnar epísku frásagnar Heiðarvígasögu við goðsagnir, en nokkurn stuðning hygg ég, að þessar tilgátur fái hvorttveggja af heildartúlkun sögunnar og eigi síður af afstöðu 13. aldar manna til hinna heiðnu goða.

[1] Sjá Harris: „The Masterbuilder Tale in Snorri's Edda and Two Sagas“, 66–101.

Mál er að draga saman höfuðatriði þessa kafla, og blasir þá við, að Þuríður gengur erinda þeirra lífsgilda, sem Ólafur helgi er mótsnúinn. Hinn andlegi skilningur lýkur upp hugmyndaheimi sögunnar:

Vanstilli : Hófleysa í breytni, sem leiðir til þess, að menn verða óvitandi vits.
Rið : Sveifla, hófleysa.
Forneskja : Þór-ríður, þ.e. Þuríður.

Við þetta er litlu að bæta. Rið Þuríðar er afleiðing af vanstilli líkt og hjá Barða, syni hennar, og hófleysan sviptir hana viti, tryllir hana og leiðir hana til vanhugsaðra verka. Þuríður gegnir því hlutverki, með Ása-Þór að fyrirmynd, að vera fulltrúi heiðinna lífsgilda eða forneskjunnar, sem Ólafur helgi fordæmir.

3. *Sól úr austri*

Alkunna er, að flestar Íslendingasögur gerast á hvörfum heiðni og kristni. Í sumum þeirra eru siðaskiptin einungis stórtíðindi, sem greint er frá, án þess að þeirra sjái stað að marki í framferði manna. Söguhetjur trúa eftir sem áður á mátt sinn og megin, þær mildast lítt og óblandinn garpskapur einkennir þær. Þessar sögur vita að yfirborðinu. Nærtækt dæmi er Gunnlaugs saga ormstungu.

Siðaskiptin hafa hins vegar haft greinilegri áhrif á aðrar sögur. Fyrirgefning og sálubót kristninnar eru samferða forneskjulegri hefndarskyldu sæmdarinnar. Þessi munur á sögum segir auðvitað fátt um persónulega afstöðu höfundar til kristinnar trúar, en lýsir hins vegar vilja hans með verki sínu. Í þessum síðara hópi eru tvímælalaust flestar hinna rismeiri sögur eins og Njála, þar sem tvíhyggja kristninnar skapar andleg átök og listrænt tvísæi. Þessar sögur rista dýpra en fyrri flokkur sagna, og þær vita inn á við. Heiðarvígasaga er þess kyns. Hún segir svo frá kristnitökunni:

Í þann tíma gerðusk þau góð tíðendi á landi hér, at forn trúa var niðr lǫgð, en réttir siðir upp teknir.[1]

Nýir menn koma fram á sjónarsviðið, sem sjá heiminn í kristilegu ljósi, og gerðir manna eru vegnar á mælikvarða hins nýja siðar. Gestur Þórhallason kemur til sögunnar í sömu andrá og kristnin, og hann er ljósberi hinna réttu siða, eins og síðar verður gerð grein fyrir. En hin nýja trú á sér fleiri málsvara í Heiðarvígasögu, þótt minna fari fyrir þeim en Gesti. Einn þeirra er Guðlaugur, sonur Snorra goða.

Þegar Þorsteini Víga-Styrssyni mistekst að hefna sín á Gesti fyrir dráp föður síns, lætur Snorri, tengdasonur Víga-Styrs, til skarar skríða og fer á hendur Þorsteini Gíslasyni í Bæ í Borgarfirði. Heiðarvígasaga segir svo frá af viðskiptum Snorra og Guðlaugs, þegar Snorri hyggst leggja upp í för sína suður á bóginn:

Snorri tekr dagverð at miðjum morgni, ok standa hestar þeira sǫðlaðir. Hann átti þrjá sonu; hét einn Halldórr, annarr Guðlaugr, var hann þeira ellstr, ok Þórðr sá yngsti; var hann þá níu vetra, ok skal hann með fara. Guðlaugr var jafnan heima, ok lét Snorri hann sjálfan ráða, hvat hann starfa vildi; var hann eigi heldr mikit laginn til vinnu; hann var siðprúðr ok bœnrœkinn ok helt vel trú sína, átti ok ekki illt við fólk; var hann því eigi lyndislíkr hinum brœðrum sínum, en þeir váru glensmiklir ok kǫstuðu fyrir þetta spotti at honum. Snorri gengr til kirkju, er hann hafði þar gera látit; *skein þá sól ór austri*. Ok er hann gengr inn, mœtir hann Guðlaugi; ætlar hann þá út at ganga ok hefir á bœnum verit eptir venju sinni. Snorri mælir, hvárt hann vili eigi með sér fara at hefna móðurfǫður síns. Guðlaugr svarar, at hann ætli svá muni vel mannat, at eigi þurfi síns liðs við, ok hafi hann eigi skipt sér af vígaferlum hingat til; megi faðir sinn ráða því, en helzt vili hann þó heima sitja. Snorri mælti: „Ek hefi eigi kallat at þér um verk þín hingat til, ok skaltu þeim sjálfr ráða upp frá þessu, ok er mér vel um gefit, þú hvergi farir ok rœkir siðu þína.“ Svá hefir Snorri frá sagt, at hann hafi aldri slíka manns ásjónu sét sem Guðlaugs, sonar síns, þá er hann mœtti

[1] *Hvs.*, 230.

> honum í kirkjunni; hafi hann þá verit rauðr sem blóð at sjá í andliti, ok hafi sér svá sem nǫkkur ógn af staðit. Guðlaugr fór nǫkkurum vetrum síðar til Englands; gaf faðir hans honum fé með sér; gekk hann þar í munkaklaustr, færði siðugan lifnað ok þótti inn bezti klerkr allt til dauðadags.[1]

Í ritkorninu *Ævi Snorra goða* er Guðlaugs getið meðal elstu barna Snorra, og er hann þar kallaður munkur.[2] Hann er ekki riðinn við aðrar sögur en Heiðarvígasögu. Einari Ólafi Sveinssyni hefur farist svo orð um þessa frásögn af Guðlaugi, að hún bendi á nokkra trúrækni, en það er vægt til orða tekið, því að hér býr meira undir.[3] Í þrengsta skilningi er frásagan af Guðlaugi ábending til kennimanna um að halda sig fjarri deilum og mannvígum, en hún skírskotar í raun til allra manna.

Engar sögur fara af því í íslenskum miðaldabókmenntum, að menn þverskallist við að hefna jafnnáins skyldmennis og móðurföður síns líkt og Guðlaugur gerir. Þessi fáheyrðu tíðindi boða nýja lífssýn.

Einsætt er, að Guðlaugur er af allt öðru sauðahúsi en faðir hans og bræður. Hann er sagður „siðprúðr ok bœnrœkinn ok helt vel trú sína, átti ok ekki illt við fólk“. Fyrir það kasta bræður hans spotti að honum. Þarna rekast á tveir hugmyndaheimar, sá gamli og sá nýi.

Þegar Snorri goði gengur til kirkju í Sælingsdalstungu í morgunsárið, þá segir texti Jóns Ólafssonar: *„skein þá sól ór austri.“* Hvað þýðir þetta? Í fljótu bragði mætti ætla, að hér væri venjulegri náttúrulýsingu til að dreifa eins og í hinni kunnu frásögn Laxdælu, þegar Höskuldur Dala-Kollsson komst að því, að Melkorku væri ekki varnað máls:

> Þat var til tíðenda einn morgun, er Hǫskuldr var genginn út at sjá um bœ sinn; veðr var gott; skein sól ok var lítt á lopt komin.[4]

[1] *Hvs.*, 246–247.
[2] *Eyrb.*, 185–186.
[3] *Vatnsd.*, x nmáls.
[4] *Laxd.*, 27.

Ég efa ekki, að í þessu tilviki er sól höfð einungis í bókstaflegri merkingu, en í frásögunni af Guðlaugi er sól bæði í eiginlegri og yfirfærðri merkingu, þ.e. sól og guð, eins og algengt er í trúarbókmenntum miðalda, svo sem í Sólarljóðum og Harmsól. Í Elucídaríusi, erlendu kristilegu lærdómsriti frá 12. öld, segir: „Sól merkir Krist,“ og líkt er að orði komist í Norskri hómilíubók: „Ok sólin sjálf rennr í austri upp ok jarteinir hon Krist.“[1] Samhengi orða og atvika og umhverfis leyfa fyrrnefnda túlkun á lýsingu Heiðarvígasögu.

Hér sem oftar má benda á hliðstæða frásögn í Ólafs sögu helga, þegar hún segir frá kristniboði konungs í Dölunum í Noregi. Dælir leiða fram á þingi skurðgoð sitt, mannlíkan mikið í mynd Þórs. Dala-Guðbrandur, sem vill ekki trúa á ósýnilegan guð, spyr: „Hvar er nú guð þinn, konungr?“ Þá svarar Ólafur helgi:

> „Mart hefir þú mælt í morgun til vár. Lætr þú kynlega yfir því, er þú mátt eigi sjá guð várn, en vér vættum, at hann mun koma brátt til vár. Þú ógnar oss guði þínu, er blint er ok dauft ok má hvártki bjarga sér né ǫðrum ok kømsk engan veg ór stað, nema borinn sé, ok vænti ek nú, at honum sé skammt til ills. Ok lítið þér nú til ok séð í austr, þar ferr nú guð várr með ljósi miklu.“
> Þá rann upp sól, ok litu bœndr allir til sólarinnar.[2]

Í Helgisögu Ólafs helga er sama frásögnin:

> „Ok lítið nú allir í austr ok séð. Þar ferr nú guð várt með miklu ljósi.“ Ok rann þá sól upp á fjǫll.[3]

Í Heiðarvígasögu merkir upprennandi *sól* við bænahald Guðlaugs: Himintungl, Krist, hinn nýja sið úr austri, boðorð guðs. Lýsingin vottar, að hinn andlegi skilningur skiptir máli, ekki hinn bókstaflegi.

[1] *Þrjár þýðingar lærðar*, 101, sbr. og 115. *Gamal norsk homiliebok*, 165; stafsetning samræmd.

[2] *Hkr.* II, 189. — Sjá Theodore M. Andersson: „Lore and Literature in a Scandinavian Conversion Episode“, 261 o.áfr.

[3] *Olafs saga helga*, 34.

Frekari hugmyndatengsl eru ef til vill við Ólafs sögu helga. Þegar Guðlaugur hefur að venju sinni verið á bænum um nóttina og Snorri mætir honum í kirkjunni, segir Snorri frá því, að Guðlaugur hafi verið

> rauðr sem blóð at sjá í andliti, ok hafi sér svá sem nǫkkur ógn af staðit.

Dala-Guðbrandur safnaði liði til að fara að Ólafi helga og drepa hann. En ljós maður birtist Guðbrandi í draumi og „stóð af honum mikil ógn". Sá spáði Guðbrandi engri sigurför á móti Ólafi konungi. Ógn eða reiði stafar oft af guðdóminum og sendiboðum hans.[1] Ólafi helga er svo lýst í sögu Snorra, að „ótti var at sjá í augu honum, ef hann var reiðr,"[2] og svipuð lýsing er í Helgisögunni: „Ógn er mikil yfir honum ok birting ok ljós."[3] Sögnin um Guðlaug er af sama bergi brotin. Reiði guðs skín í augum Guðlaugs vegna meingerða mannanna, og ásjóna Guðlaugs, „rauð sem blóð", boðar, að í vændum sé brot gegn guðs lögum. Ekki er spurt, hvort trúuð sál sé reið, heldur hvers vegna.[4]

Í fyrrgreindri kristniboðssögu snýr Ólafur helgi sér til guðs, þegar bændur setja honum tvo kosti, annaðhvort að jarteina guð sinn með sól eða berjast ella. Síðan segir Snorri:

> En konungr var þá nótt alla á bœnum ok bað guð þess, at hann skyldi leysa þat vendræði með sinni mildi ok miskunn.[5]

Næturvaka Guðlaugs í kirkjunni[6] hefur sennilega verið helguð líku ákalli til guðs, sem bænheyrir hann með myndbirtingu sinni líkt og Ólaf helga við kristnitökuna í Dölum.

[1] Sjá t.d. 2. Mósebók 20:20.
[2] *Hkr.* II, 4.
[3] *Olafs saga helga*, 18.
[4] Haft eftir Ágústínusi kirkjuföður: *Civ. Dei*, IX, 5.
[5] *Hkr.* II, 188.
[6] Getið er um kirkjugerð Snorra í Tungu bæði í Eyrb. og Ævi Snorra goða. Í athugagrein í *Hvs.* (246 nmáls) segir svo: „En af því að þetta var fyrsta haustið, sem Snorri bjó í Tungu, er efasamt, að kirkjan hafi þá verið til."

Þótt líkindi frásagnanna af Guðlaugi og Ólafi helga séu ekki mikil í einstökum atriðum, þykist ég vita, að skyldleikinn sé meiri en augað sér í fljótu bragði. Kristnitakan í Dölunum var víðfræg siðskiptasaga, því að hún var sett á svið sem hólmganga Ása-Þórs og Krists, sem að sjálfsögðu fór með sigur af hólmi. Í Njálu er átökum siðanna einnig lýst sem hólmgöngu Þórs og Krists. Steinunn, móðir Skáld-Refs, segir við Þangbrand:

> „Hefir þú heyrt þat," sagði hon, „er Þórr bauð Kristi á hólm, ok treystisk hann eigi at berjask við Þór?"[1]

Það var því tilvalið að skírskota til merkisatburðar úr ævi Ólafs helga við upphaf siðaskipta og því fremur sem hann var milligöngumaður með guði og mönnum og þar til settur sérstakur dómari réttrar breytni í Heiðarvígasögu. Reiði guðs hvíldi á Barða eftir ummælum Ólafs helga að dæma, en hátterni Guðlaugs var að sama skapi guði þóknanlegt.

Guðlaugur og Þuríður eru auðvitað að sínu leyti fulltrúar ólíkra siðaskoðana. Á meðan Guðlaugur snýst öndverður gegn hefnd og tekur upp merki Krists, þá er Þuríður viti sínu fjær og gengur fram undir merkjum forneskjunnar. Guðlaugur laugar syndir sínar með bænahaldi og hverfur úr sögunni í munklífi á Englandi, en Þuríði er steypt í Saxalæk og kemur ekki meira við sögu. Brotthvarf þeirra hvors um sig er einsdæmi í fornum sögum og vísar til þess hlutverks, sem þau gegna. Nafn Guðlaugs hygg ég vera táknrænt eins og Þuríðar.

Guðlaugur Snorrason og Ólafur helgi eru, eins og þegar hefur komið fram, erindrekar hins nýja siðar og þeirra lífsgilda, sem honum fylgja:

Sólin, þ.e. Kristur, hinn nýi siður og sú lífsafstaða, sem honum fylgir.

Engar mannhefndir, þ.e. eigi skal maður verða manni að bana.

[1] *Njála*, 265.

Kristur, hin rísandi sól, leggur til atlögu við forneskjuna og bannar manndráp. Guðlaugur er skjaldsveinn Krists. Nýr siður er að ryðja sér til rúms.

4. Hefnd og fyrirgefning Gests Þórhallasonar

Þegar smásveinninn Gestur Þórhallason hjó heljarmennið Víga-Styr banahögg og hefndi þar með föður síns, varð Gesti að orði: „Þar launaða ek þér lambit grá."[1] Flestir kannast við þetta orðtak, en fæstir vita, að það á upptök sín í Heiðarvígasögu og lýtur að réttmætum endalokum Víga-Styrs. Dráp hans var afrek og hefnd Gests stórtíðindi, sem gáfu þessum talshætti byr undir báða vængi:

> Nú fréttisk víða víg Styrs, ok þykkir mǫrgum mikils um vert, at Gestr, svá ungr maðr, er aldri hafði fyrr víg vegit, skyldi hafa vágat soddan stórræði við slíkan ofsamann, er Styrr var í lífinu, ok mǫrgum stóð ógn af, ok þótti þetta mjǫk hafa farit at málavǫxtum.[2]

Gestur er hin unga hetja, sem hefur þrek til að leggja til atlögu við ójafnaðarmanninn, sem hafði hvorttveggja ráðið föður hans af dögum að ósekju og svívirt Gest og ætt hans með sneypulegu boði um föðurgjöld. Viðskipti þeirra Víga-Styrs fóru *at málavǫxtum*. Gestur nýtur fyrir bragðið óblandinnar samúðar fyrir stórvirki sitt, en nútíma gagnrýnendum hefur sést yfir, hvað varðar mestu. Gestur hefur alltaf verið metinn af sjónarhóli hetjuskaparins, en menn hafa hins vegar verið glámskyggnir á, að hann er erindreki nýrrar siðaskoðunar í mannlegum samskiptum. Hann er ekki aðeins sá, sem jafnar sakir við ofureflismann, heldur einnig sá, sem fyrirgefur, og það er aðalhlutverk hans í sögunni. En var Gesti heimilt samkvæmt kristinni kenningu að ráða niðurlögum Styrs?

Guð bauð Ísraelslýð: „Eigi skaltu vega."[3] En þetta boðorð

[1] *Hvs.*, 233. — Sjá Halldór Halldórsson: *Íslenzkt orðtakasafn*, 305.
[2] *Hvs.*, 235. — JÓ.
[3] *Stjorn*, 301.

er alls ekki án undantekninga. Það var réttlætanlegt að svipta mann lífi, ef hann var til skaðræðis fyrir land og lýð. Líkt og dæmin sanna í sögu Gyðinga, voru víg vegin, sem voru guði þóknanleg, og er nærtækast að rifja upp dráp Golíats, þegar Davíð lagði hann að velli réttdræpan í einu víðfrægasta einvígi heimsbókmenntanna. „Manndráp er stundum gott, svo sem Davíð vó Goliam."[1] Ég efa ekki, að sú saga ritningarinnar sé hugmyndasögulega skyld norrænum hólmgöngusögum, þegar Kristur og Ása-Þór reyna með sér sem fulltrúar mótstæðra siða til að fá úr því skorið, hvor þeirra væri máttugri til átrúnaðar og áheita.

Sögur erlendra kirkjurita smeygja sér ósjaldan af lipurð inn í veraldlegar íslenskar miðaldabókmenntir, svo að þær sýnast ómengaður hluti af íslenskum veruleika. Draumur Flosa í Njálu fyrir falli brennumanna er til sannindamerkis um slíkan sagnablending. Undarlegt væri, ef einvígi Davíðs og Golíats væri ekki stælt í íslenskum sögum, enda mun sú raunin á vera. Má vísa til slöngu og steinkasts Búa Andríðssonar í Kjalnesingasögu[2] og hólmgöngu Kaldimars og Bjarnar Hítdælakappa í sögu hans (4. kap.).

Ég hef það fyrir satt, að viðureign þeirra Gests og Víga-Styrs sé afsprengi sögu Davíðs og Golíats. Skyldleikinn er hvorki fólginn í vopnabúnaði líkt og í Kjalnesingasögu né í atvikum og aðstæðum við einvígið eins og í Bjarnarsögu, heldur í því hlutverki, sem Gestur og Víga-Styrr þjóna til að koma ákveðnum boðskap til skila. Sama þema er í hvorritveggja frásögninni: Með fulltingi guðs ber hið smáa, veikburða og guðlega sigurorð af hinu stóra, ægilega og óguðlega. Þetta er í reynd dæmisaga um guðs kraft. Þessar tilgátur má styrkja með nokkrum samanburði heimilda. Þegar Samúel spámaður kaus Davíð fyrir konung, þá talaði drottinn til spámannsins og mælti:

> „Ekki skalt þú líta ásjónu hans eða virða vǫxt hans, þó at hann sé mikill, því at brott kasta ek þessum (þ.e. elsta bróður

[1] *Þrjár þýðingar lærðar*, 84.
[2] Sjá Helgi Guðmundsson: *Um Kjalnesinga sögu.*

> Davíðs). Ok eigi dœmi ek eptir manna ásýnd, því at maðr sér þat er utan birtist á búkinum, en guð lítr eigi síðr hjarta ok hug mannsins."[1]

Í Heiðarvígasögu örlar á svipuðum greinarmun og mati á hinu ytra og hinu innra: „Gestr var smár vexti ok seinþroska, ok þótti því mǫnnum lítil þreks ván at honum,"[2] og sagan bætir síðar við, að hann væri „lítill at vexti ok frár á fœti; geymði hann fjár fóstra síns".[3]

Gestur og Davíð eru báðir sveinar, sem gæta sauða og hafa aldrei borið vopn. Víga-Styrr og Golíat eru mótstöðumenn þeirra, enginn þorir at etja kappi við þá styrjaldarmenn. Strax og Golíat kom auga á Davíð, fyrirleit hann Davíð fyrir smæð hans:

> „Hvárt em ek hundr, er þú smásveinn gengr í mót mér sem þú ætlir at lurka mik."[4]

Áþekk frásögn er í Heiðarvígasögu. Þegar Gestur er leiddur fyrir Víga-Styr, þá „lízk honum sveinninn smár í augum sér ok óvænligr til hefnda", og minnir lýsingin á þá hetjusögn, að hetjur hafi frán augu.[5] Styrr býður Gesti í föðurgjöld „hrútlamb eitt grátt at lit, ullarrýjat, er eigi vildi þrífask".[6] Er þar komið „lambit grá" í fyrrnefndu orðtaki.

Guð er með Davíð, eins og hann sjálfur segir, „því at guð, drottinn minn, man þik gefa í mitt vald",[7] en guð er líka með Gesti. Dag nokkurn, þegar hann sat að fé „ok skepti øxi sína, varð þá sá viðburðr, at blóðdropar nǫkkurir fellu á skaptit".[8]

[1] *Stjorn*, 459–460. Stafsetning samræmd hér sem endranær.
[2] *Hvs.*, 230.
[3] *Hvs.*, 232.
[4] *Stjorn*, 464.
[5] *Hvs.*, 231. Um augu hetjunnar sjá m.a. Skjöldunga sögu. *Danakonunga sǫgur*. ÍF XXXV, 19 nmáls; einnig *Vatnsd.*, 36–37 (sbr. augu Þorsteins og Jökuls Ingimundarsona). Mér þykir ekki óhugsandi, eins og í pottinn er búið, að ætla, að lýsing augnaráðs Gests sé leidd af andstæðri sögn um augu Þórs í Þrymskviðu. (27. er.).
[6] *Hvs.*, 231.
[7] *Stjorn*, 464.
[8] *Hvs.*, 232.

Þessi fyrirburður er guðs tákn og jarteinar, að Gesti muni auðnast fyrir tilstilli guðlegs máttar að ráða niðurlögum Víga-Styrs. Án guðlegrar forsjónar hefði Gesti aldrei komið því í kring að bana Víga-Styr. Dráp hans er undur.

Golíat er sagður „fagnaðarlaus“, sem merkir, að hann á sér enga von um sáluhjálp. Hið sama virðist höfundur Heiðarvígasögu hafa í huga, þegar hann segir frá athæfi, dauðdaga og afturgöngu Víga-Styrs, og vík ég að því síðar. En hér skal þess getið, þótt lítilræði sé, að bæði Golíat og Víga-Styrr falla fram við dauða sinn. Golíat „fell áfram við hǫggið“ úr slöngu Davíðs, en Víga-Styrr hneig fram á eldinn við högg Gests.

Þótt ekki sé unnt að vísa til beinna orðalíkinga með textum Gamla testamentisins í Stjórn og Heiðarvígasögu — enda er hún á þessum kafla endursögn Jóns Ólafssonar — er ég ekki í miklum vafa um hin hugmyndasögulegu tengsl yrkisefnisins. Að sjálfsögðu ber að hafa í huga, að annars konar samfélag og þjóðfélagshættir voru á Gyðingalandi en í sveitum Vesturlands.

Eftir víg Styrs komst Gestur undan og fór utan með hjálp skyldmenna og venslamanna. Fór Þorsteinn, sonur Víga-Styrs, síðan á hæla honum til að ná fram hefndum. Með því að fyrirgefningin er miðlæg í boðskap Heiðarvígasögu og henni hefur aldrei verið gefinn verðugur gaumur, tel ég brýnt, að hefndartilraunir Þorsteins og viðbrögð Gests komi í heilu lagi fyrir sjónir lesenda, svo að þeir geti sjálfir tekið afstöðu til þeirrar umræðu, sem fylgir:

> Um vetrinn kemr þat upp, at Gestr muni af landi farinn; eyksk sá orðrómr svá mjǫk, at menn hafa þat fyrir satt. Þorsteini Styrssyni þykkir sér skyldast at gera hefndina; ferr hann um sumarit til Nóregs ok hefir vel fé með sér ok gerir sér menn vinholla með því um vetrinn. Fær hann þá upp spurt, at Gestr er með ekkjunni. Um várit ferr hann norðr þangat, ok eru þeir saman sautján á skipi. *Svá var til farit, at ekkjan bjó at fjarðarbotni. Einn dag, er Gestr var róinn á sæ at togfiski*, koma þeir Þorsteinn seint um kveld í fjǫrð þann, þar eð ekkjan bjó, ok váru alls ókunnir leiðinni; róa þeir skipinu á sker, svá hválfir undir þeim, en komask þó allir á kjǫl. Gestr var við annan mann á bát ok sér þetta;

róa þeir þar at, sem menninir eru á floti. Spyrr Gestr, ef þeir vili bjǫrg hafa, því hann sá, þeir váru eigi *sjálfbjarga*; þeir játa því fegnir. Gestr segisk því ráða vilja, hvat marga eða hverja hann taki í hvert sinn á bát sinn at flytja til lands; tekr Gestr eigi fleiri en tvá um sinn ok ætlar svá til, at Þorstein tekr hann seinast; sitr hann í ǫðrum stafni, en Gestr í ǫðrum, ok hafði yfir sér loðkápu. Þekkir þá hvárr annan. Þorsteinn mælti, at nú hafi þeir svá fundizk, at hann hefði kosit, at ǫðruvís hefði at borit. Gestr mælti: „Í ǫndverðu þekkða ek þik, ok því vilda ek ráða, hvat mǫrgum yðar ek bjargaða í hvert sinn; vána ek, þú munir eigi launa mér því lífgjǫfina at sœkja eptir lífi mínu." Geta þeir nú eigi fram komit hefndinni um kveldit, en þurfu greiða eptir þenna hrakning; veitir ekkjan þeim hann, ok eru þar allir þá nótt. En þá hon veit, hvers ørendis þeir eru þar komnir, átelr hon þá stórum, at þeir leiti eptir lífi manns síns fyrir litlar sakar ok launi þannig illu gott; vágar þó eigi at láta Gest vera þar um nóttina ok sendir hann einum ríkum bónda, sem Eiríkr hét, upp á Raumaríki, hersi at nafnbótum; þangat ferr Gestr. En þeir Þorsteinn ok hans félagar standa upp um morguninn; leita þeir Gests, en finna hvergi; segir ekkjan, at eigi muni þeim auðit at standa þar yfir hǫfuðsvǫrðum hans. Fara þeir við svá búit heim aptr, ok þykkir ferð sín allilla til tekizk hafa. Nǫkkurum tíma síðar fréttir Þorsteinn, hvar Gestr er niðr kominn; ferr nú þangat ok kemr þar einn morgun snimma. Bar þá svá við, at Gestr var genginn til vatns at þvá sér; stóð sinn hvárum megin. Gesti brá eigi vara fyrir Þorsteini; en Þorsteinn hǿggr með øxi, sem hann hulði undir skikkju sinni, til Gests, ok stefnir á hann miðjan; bar hǫggit út af síðunni; skeindisk Gestr lítit, ok var þat svǫðusár. Bóndi vill þegar taka Þorstein ok láta drepa. Gestr biðr hann gera þat eigi, segir, at Þorsteinn þykkisk eiga hefnda at leita, — *„ok mun mér þetta fyrir engu standa álengðar."* Ok fyrir bœnir Gests ok meðalgǫngu er Þorsteinn lauss látinn, ok þykkir honum nú þessi ferð hálfu ófrægiligri en hin, verðr þó svá búnu at una ok ferr heim. Gestr sér, at hann má eigi við haldask í Nóregi fyrir umsátrum Þorsteins, ok ferr at vári komanda suðr í Miklagarð ok gengr þar á mála með Væringjum; ætlar sik þar heldr óhultara verða. Þorsteini kemr njósn af þessu, ok ferr sama sumar út til Miklagarðs. *En þat er siðr Væringja ok Norðmanna*, at vera at leikum á daga ok gangask at fangbrǫgðum. Þorsteinn gefr sik í flokk þeira, en Gestr þekkir hann nú eigi, bregðr ok eigi vara fyrir honum. Gengr Þorsteinn til fangs við hann, ok í því bregðr hann saxi undan skikkju sinni *ok mundar til hǫfuðs á Gesti*, en svá tóksk til, at á ǫxlina kom, ok var þat *ógeigvænligt sár*; sannask hér it fornmælta, *at eigi má ófeigum bella*, ok skeindisk Gestr lítit. Væringjar hlaupa upp þegar, ok er eigi annars kostr en Þorsteinn sé þar strax drepinn, því þat váru lǫg hjá þeim, ef annarr veitti ǫðrum banatilræði, þá þeir váru at leikfangi, skyldi sá eigi fyrir fara nema lífinu. *Gestr fellir bœn at Væringjum* ok gefr þeim hálft fé sitt Þorsteini til lífs griða, segir þeim allan málavǫxt ok biðr Þorsteini lausnar; eigu þar ok nǫkkurir menn hlut at, at honum væri líf gefit, *ok gerðu þat þeir menn, er tæðu máli Þorsteins at vilja Gests, er vissu ættarferð Þorsteins*. Nú er Þorsteinn lauss gefinn; biðr Gestr hann nú at láta af at sitja um líf sitt optar, þar hann megi sjá, at honum verðr eigi auðit at koma sér af dǫgum, ok fari þat mjǫk at málavǫxtum, því hann hafi eigi sakalaust vegit Styr. Þorsteinn heitir því, en biðr Gest at vitja aldri á Norðrlǫnd aptr, ok því heitir Gestr ok efndi. Er nú Þorsteinn orðinn félauss eptir allt þetta, ok gefr Gestr honum fé til ferðar ok skiljask nú sáttir. Ferr Þorsteinn nú til Nóregs aptr ok er þar næsta vetr eptir, ferr um sumarit út til Íslands, ok þykkir frændum hans ferðin gæfulítil verit hafa. En Gestr kemr aldri á Norðrlǫnd síðan, þótti þar dugandi drengr, er hann var, ok er eigi getit, hvárt nǫkkut manna sé frá honum komit. Þorsteinn sezk at búi undir Hrauni eptir fǫður sinn ok bjó þar alla ævi upp þaðan. Nú eru þrír vetr liðnir, síðan Þorsteinn fór útan í fǫðurhefndirnar, ok eru þeir Gestr ór sǫgunni.[1]

Þetta er merkileg saga og fyrir margra hluta sakir íhugunarverð. Fyrst ber að taka fram, að þessi sögukafli er einungis til í endursögn Jóns Ólafssonar, og í annan stað leikur lítill vafi á, að hann muni vera úr frumsögunni.[2]

Tímatal Heiðarvígasögu kemur í bág við aðrar heimildir, og hefur Sigurður Nordal gert grein fyrir því helsta, sem á milli ber.[3] Ein tímaskekkja Heiðarvígasögu er talin vera sú, að sagan lætur líða fimm ár í stað eins milli vígs Styrs og dráps

[1] *Hvs.*, 241–244.
[2] *Hvs.*, cxxvi.
[3] *Hvs.*, cxxiii–cxxvii.

Þorsteins Gíslasonar í Bæ, sem var einn helsti bjargvættur Gests. Víga-Styrr var tekinn af lífi að sögn elstu heimilda eftir veturnætur 1007, og Snorri goði, mágur hans, hefndi hans sumarið eftir með drápi Þorsteins. Svo kynlega bregður við, að Heiðarvígasaga lætur Snorra ekki taka Þorstein Gíslason af lífi fyrr en eftir útivist Þorsteins Styrssonar árið 1012. Það er því ekkert sögulegt svigrúm fyrir utanför Þorsteins Styrssonar og eftirför hans við Gest, sem stóð í heil þrjú ár.[1] Við þetta atriði hefur Sigurður Nordal gert eftirfarandi athugasemd:

> Sagan um utanför Þorsteins Styrssonar er sérstök fyrir Heiðarv. s., höfundur Eyrbyggju hefur ekki trúað henni, enda ber hún á sér þann svip að vera þjóðsaga. En hún hefur haft þau áhrif á tímatal Heiðarvíga s., að lengja bilið milli vígs Styrs og vígs Þorsteins um fjögur ár, þó að það væri óþarfi, því að Snorri goði gat alveg eins viljað hefna sín á Þorsteini Gíslasyni fyrir bjargir við Gest og hrakfarir sínar í stefnuförinni og á alþingi, þó að leitað væri líka hefnda á Gesti.[2]

Bæði órökvísleg atburðarás og skekkja í tímatali mæla þannig gegn því, að fótur sé fyrir frásögn Heiðarvígasögu. Tímatal hefndarinnar er lengt og fært til líkt og í Laxdælu, þegar beðið er tólf ár með hefndir eftir Bolla Þorleiksson. Ekki þykir mér líklegt, að utanför Þorsteins sé „þjóðsaga“, sem hefði orðið til og mótast í munnmælum og höfundur Heiðarvígasögu síðan skráð. Þvert á móti þykir mér sanni næst, að sagan af Gesti og Þorsteini sé tilbúningur höfundar frá upphafi til enda. Skáldskapurinn dylst ekki, þegar menn hafa einu sinni glöggvað sig á, að nöfn Þorsteins og Gests eru táknræn og þeir gegna báðir lykilhlutverkum við merkingargreiningu Heiðarvígasögu. Það er í sjálfu sér ekki einleikið, hvað höfundur leggur firnamikla áherslu á að greina í senn rækilega frá tilraunum Þor-

[1] *Eyrbyggja* segir svo frá (154): „. . . ok stefndi Snorri Gesti um víg Styrs. Þessi sǫmu mál ónýtti Þorsteinn Gíslason fyrir Snorra goða um sumarit á alþingi. Þat sama haust reið Snorri goði suðr til Borgarfjarðar ok tók af lífi Þorstein Gíslason ok Gunnar, son hans.“

[2] *Hvs.*, cxxv.

steins til að fyrirkoma Gesti og ótrúlegum viðbrögðum Gests, ekki síst þar sem fjörráðin fóru öll út um þúfur. Höfundur víkur með öðrum orðum af alfaraleið sögulegra gagna til að koma því að, sem honum lá þyngst á hjarta. Tilgangur höfundar er sá að sýna fram á, að fyrirgefningin leiði til sátta og friðar ólíkt hefndinni. Atburðirnir eru í sjálfu sér ekki aðalatriðið, heldur hvernig menn bregðast við þeim. Að baki hinnar epísku frásagnar eru lífsgildi, sem höfundi er í mun að beina að mönnum. Eftirför Þorsteins er sjálfstæð saga í þeim skilningi, að hún er dæmisaga, sem felur í sér meginboðskap sögunnar, og hún er sögð öðrum til þess að draga lærdóma af.

En hvert er þessi ævintýralega fyrirgefningarsaga Gests sótt? Um það verður ekkert fullyrt, en það væri eftir öðru, að grunnur hennar væri heimtur til sögu Davíðs, sem fyrirgaf Sál konungi tilræði við sig og þyrmdi tvisvar lífi hans.[1]

Fyrirgefningin er grundvallarboð í siðareglum kristinna manna, og er það svo alkunnugt, að óþarft er að gera því efni skil. En til áherslu má nefna hin fleygu orð Krists á krossinum, sem eru barnalærdómur allra Íslendinga: „Faðir, fyrirgef þeim, því að þeir vita ekki, hvað þeir gjöra,“[2] og enn fremur orð frelsarans í fjallræðunni:

> „Því að ef þér fyrirgefið mönnunum misgjörðir þeirra, þá mun yðar himneski faðir einnig fyrirgefa yður. En ef þér fyrirgefið ekki mönnunum þeirra misgjörðir, mun faðir yðar ekki heldur fyrirgefa yðar misgjörðir.“[3]

Fyrirgefning er jafnan talin glöggt merki um kristin áhrif, og á það jafnt við Heiðarvígasögu og aðrar sögur. Koma þá

[1] Af Davíð segir m.a. svo í Veraldarsögu: „Og hann felldi Golíat risa með slöngusteini og tók svo af guðs fólki skemmd og ótta. En þá er Sál konungur sá að Davíð fékk tíðleik og metnuð af verkum sínum þá lagði hann öfund og fjandskap á hann og leitaði oft við að drepa hann. Og Davíð varð lengi landflótti af heiftúð konungsins og bar hann vel og þolinmóðliga og lítillátlega. Það var tvisvar að Davíð lét Sál úr færi ganga þá er hann átti kost að drepa hann.“ *Veraldar saga*, 28. Sjá og *Stjorn*, 466 o.áfr. Frásögnin af Davíð og Sál var einkar vinsæl á miðöldum, sbr. *Konungs Skuggsjá*, 204 o.áfr.

[2] Lúkas 23:34.

[3] Matteus 6:14–15.

upp í hugann menn eins og Síðu-Hallur í Njálu og Ingimundur gamli í Vatnsdælu. Í þessu samhengi er fróðleg lýsing á réttarvitund Brjáns konungs:

> Brjánn konungr gaf upp útlǫgum sínum þrysvar ina sǫmu sǫk; en ef þeir misgerðu optar, þá lét hann dœma þá at lǫgum, og má af þvílíku marka, hvílíkr konungr hann var.[1]

Atvik við dauða Brjáns konungs votta, að hann gengur á guðs vegum. Hins vegar er mannhefndin, siður forneskjunnar, enn viðurkennd refsing í samfélagi 13. aldar og jafnvel heimil í vissum tilvikum að þjóðveldislögum.[2] Sagan af Þorsteini Styrssyni og Gesti er að minni hyggju, þegar öllu er á botninn hvolft, átök tveggja viðhorfa.

Þrisvar fyrirgefur Gestur Þorsteini frumhlaup við sig, þrisvar gefur Gestur honum líf og í ofanálag fé til fjörgjafar og heimfarar. „Í giftuleysi Þorsteins Styrssonar að koma fram föðurhefndum lýsir það sér, að Gestur hafði málaefni betri," segir Sigurður Nordal,[3] og er það án efa rétt til getið, svo langt sem það nær. Þegar Þorsteini mistekst að bana Gesti þrívegis með þeim hætti, sem sagan greinir frá, þarf ekki að fara í grafgötur um, að guð heldur verndarhendi yfir Gesti líkt og yfir Davíð, þegar Sál vildi ráða hann af dögum.

Fyrirgefning Gests og örlæti ber heiftrækni Þorsteins ofurliði. Höfundur Heiðarvígasögu sýnir fram á með sögu sinni, hvernig mjúklæti fyrirgefningarinnar vinnur bug á harðneskju hefndarinnar, og samtímis bendir höfundur á þá leið, sem að hans dómi er ein fær út úr vítahring mannvíga og ófriðar.

Höfundar Íslendingasagna báru næmt skyn á mannanöfn og örnefni og hagnýttu sér merkingu þeirra, ímyndaða eða upprunalega, við sagnagerð sína í miklu ríkara mæli en rannsakendur hafa almennt áttað sig á. „Svá er hverr sem heitir."[4] Það er engum vafa undirorpið, að mörg mannanöfn eru sniðin að lyndiseinkunnum og hlutverki nafnbera. Þetta atriði

1 *Njála*, 442.
2 Sjá Ólafur Lárusson: *Hefndir*.
3 *Hvs.*, cxxviii.
4 *Fóstbr.s.*, 249.

þyrfti að taka til rækilegrar heildarrannsóknar jafnt í Íslendingasögum og öðrum fornum sögum. Þykir mér sýnt, að slík athugun myndi leiða til stóraukins skilnings á vinnubrögðum höfunda, náttúru sagnanna og markmiði þeirra.

Í Ævi Snorra goða, sem talin er frá Ara fróða komin, er tæpt á Gesti með þessum orðum:

> Ok á þeim síðasta vetri (þ.e. þegar Snorri bjó á Helgafelli) drap Þorgestr Þórhallsson Víga-Styr, mág Snorra, á Jǫrva í Flisuhverfi.[1]

Það vekur óskipta athygli, að Gestur er í þessari gömlu heimild nefndur *Þor*-gestur, og þannig er hann einnig heitinn í Eyrbyggju, sem styðst þó kostgæfilega við Heiðarvígasögu, þegar því er að skipta. Þetta eru ekki pennaglöp, heldur vakir eitthvað fyrir höfundi Heiðarvígasögu. Ég skýri þetta svo, að hann hafi af ásettu ráði fellt forliðinn *Þor*- niður, af því að hann minnti á hið forna goð, Ása-*Þór*, sem var ímynd forneskjunnar og þeirra siða, sem henni tengdust.

Þetta er ekki úr lausu lofti gripið. Í Eyrbyggju eru fjarska fróðlegar skýringar, sem varpa skæru ljósi á merkingargildi og áhrif mannanafna, einmitt af þeim toga, sem hér um ræðir. Þar segir m.a., að Hrólfur Mostrarskegg hafi verið mikill vinur Þórs og fyrir því var hann kallaður *Þór*-ólfur. (3. kap.). Hann átti son, „er Steinn hét. Þenna svein gaf Þórólfr Þór, vin sínum, ok kallaði hann *Þor*-stein". (7. kap.). Enn fremur segir Eyrbyggja, að Þorsteinn þorskabítur hafi átt son, er Grímur var nefndur, og gaf Þorsteinn hann Þór og kallaði *Þor*-grím. (11. kap.).[2]

Alkunna er, að Jón helgi Hólabiskup illu heilli breytti nöfnum vikudaga, þeirra sem höfðu forn goðanöfn að forlið. Nefndi biskup *Þórs*-dag fimmtudag o.s.frv. Í eldri gerð Jónssögu segir:

[1] *Eyrbyggja*, 186.

[2] Þorsteinn þorskabítur drukknaði í fiskiróðri, og sá sauðamaður Þorstein ganga í Helgafell. Sauðamaður heyrði þangat „mikinn glaum ok hornaskvǫl". Eyrbyggja, 19. Er sýnt, að Þór fagnar Þorsteini. Þór lifir enn góðu lífi í vitund 13. aldar manna. Sjá Ólafur Briem: *Heiðinn siður á Íslandi*, 18–33. Turville-Petre: *Myth and Religion of the North*, 75–105.

> Hann bannaði ok með öllu alla úháttu ok forneskju eða blótzskapi, gjörninga eða galdra, ok reis í móti því með öllu afli, ok því hafði eigi orðit af komit með öllu, meðan kristnin var úng. Hann bannaði ok alla hindrvitni, þá er fornir menn höfðu tekit af túnglkomum eða dægrum, eða eigna daga heiðnum mönnum eða guðum, sem er at kalla Óðins dag eða Þórs, ok alla þá luti aðra, er honum þóttu af illum rótum rísa.[1]

Það er því ekki um að villast, að Jóni Hólabiskupi hefur í upphafi 12. aldar ofboðið, hversu leifar heiðninnar stóðu traustum fótum í hugmyndaheimi landsmanna, m.a. í nafngiftum. En þessi vitneskja um forneskju í mannanöfnum lifði góðu lífi alla sagnaritunaröld og raunar lengur og varð uppspretta sagna, sem gefa þarf sérstakar gætur að.[2] Til að mynda kemur þessi þekking skýrt fram í orðum Snorra Sturlusonar í Ynglingasögu:

> en af Þórs nafni er kallaðr Þórir eða Þórarinn eða dregit af ǫðrum heitum til, svá sem Steinþórr eða Hafþórr, eða enn breytt á fleiri vega.[3]

Höfundur Heiðarvígasögu hefur verið andlega skyldur Jóni biskupi, enda trúlegt, að Heiðarvígasaga og saga Jóns biskups séu báðar til orðnar við Þingeyraklaustur. Báðar líta svo á, að af forneskjunni stafi flest hið illa í mannheimum. Þess vegna

1 *Biskupa sögur* I, 165. Í yngri Jónssögu er ívið lengri klausa um sama efni, 237.

2 Gunnlaugur ormstunga glímdi norður á Melrakkasléttu við bóndason nokkurn að nafni Þórður, sem hét á Þór til sigurs sér. Gunnlaugur laust báða fæturna undan Þórði í glímunni, en fótur Gunnlaugs stökk úr liði og féll hann þá með Þórði. Eftir það var fóturinn Gunnlaugs í liðinn færður og þrútnaði ákaflega. Sjá *Gunnlaugs saga ormstungu*, 86. Líkindi eru til, að merkingarleg tengsl nafnanna, Þórður og Þór, séu grunnur frásögunnar, Þórður vaxi af Þór eða öfugt. Sagan gefur í skyn, að Þór valdi miklu um, að Gunnlaugur verður af Helgu, heitkonu sinni. Þessi hugsunarháttur minnir nokkuð á hugsun Heiðarvígasögu, sem fellir sök á hendur Ása-Þór fyrir að stuðla að vígaferlum og mannhefndum.

3 *Hkr*. I, 20. — Sbr. og *Hauksbók*, 503–504. Þar er afar merkileg klausa, ekki síst lok hennar, sem fellur að þeirri röksemdafærslu, sem hér er beitt. Niðurlagið hljóðar svo: „Enn eru fleiri nǫfn dregin af þeim guðum ok Ásum, þó at af Þór sé flest, menn hǫfðu þá ok mjǫk tvǫ nǫfn, þótti þat líklegt til langlífis ok heilla, þótt nǫkkrir fyri(r)mælti þeim við guðinn, þá mundi þá ekki skaða, ef þeir ætti annat nafn.“ Stafsetning samræmd.

fellir höfundur niður forliðinn *Þór-*, svo að *Þor*-gestur verður *Gestur*, en Þorsteinn Styrsson heldur hins vegar óskertu nafni sínu, því að hann var „gefinn“ Þór, og mótstöðumennirnir, Gestur og Þorsteinn, verða með þessu móti hólmgöngumenn tveggja siða. Og þessa siðskiptahugmynd notar höfundur Heiðarvígasögu á meistaralegan hátt. Hugum fyrst að Þorsteini.

Af Þorsteini er ekkert fært í frásögur fyrir utan það, að hans er getið í Eyrbyggju og Landnámu sem sonar Styrs. Heiti Þorsteins verður því kveikjan að hlutverki hans í Heiðarvígasögu. Sökum nafnsins verður hann táknmynd hefndarhugsjónarinnar eða forneskjunnar líkt og Þuríður Ólafsdóttir.

Hvöt Þorsteins fyrir gerðum sínum er sæmdarhugsjónin, sem bægir frá öðrum mannlegum kenndum. Hann er reiðubúinn að láta lífið í sölurnar til að koma fram hefndum. Hann lætur sér ekki segjast, þótt Gestur veiti honum tvívegis fjörlausn í Noregi. Þorsteinn fer eftir honum allt til endimarka kristinnar byggðar eða til Miklagarðs. En allt er, þá er þrennt er. Sigur fyrirgefningarinnar er þeim mun dásamlegri sem hefndarhugurinn er óbilgjarnari. Forneskjan fer halloka, hvort sem í hlut á Þorsteinn eða Þuríður, hinir sýnilegu staðgenglar Þórs í hugmyndaheimi Heiðarvígasögu.

Hvers vegna varð G e s t u r ákjósanlegt nafn í dæmisögu um fyrirgefninguna? Gestur merkir „nýkominn, ókunnur maður“ og er oft hafður sem dulnefni um þann, sem fer huldu höfði. Nafnið er auðvitað fornt, sbr. Gestumblinda, sem Óðinn nefnist í Hervarar sögu og Heiðreks. Þegar Grettir fór til Sandhauga í Bárðardal til að koma af reimleikum eða apturgöngum, þá duldist hann „ok nefndisk Gestr“.[1] Einnig kallast Grettir Gestur á Hegranessþingi, er hann leyndist fyrir Skagfirðingum. Hafur Þórarinsson fór þá með griðamál fyrir héraðsmenn, þegar þeir handsala „grið ok fullan frið kvámumanni inum ókunna, er Gestr nefnisk“.[2] Þess má og geta, að hér er skyldleikinn við Heiðarvígasögu náinn, fyrir því að hún er líkleg fyrirmynd að griðamálum Hafurs. Nefna má og, að í

[1] *Grettiss.*, 210.
[2] *Grettiss.*, 232.

Fóstbræðrasögu fer Helgu-Steinar huldu höfði og nefnist Gestur.[1]

Á stuttri vegferð sinni á jörðu var Kristur gestur með mönnum, því að hann bjó á himni með föður sínum og móður. Guð virti sig hér „svo kominn vera með mönnum sem gest".[2] Því var næsta eðlilegt, að Gestsnafnið drægi dám af þessari frumskýringu kristilegra fræða, einkum ef nafnberinn lifði siðaskipti. Gestur er maður nefndur í Bárðar sögu Snæfellsáss og annar í Norna-Gests þætti, og fara þeir ekki varhluta af þessari hugmynd, en ég fjölyrði ekki um þá, heldur minni á kunnasta Gest fornsagnanna, Gest Oddleifsson að Haga á Barðaströnd.

Hann kemur víða við sögur af kristnitökunni og er alls staðar liðsmaður hins nýja siðar. Afar athyglisverð er frásögnin af honum í Laxdælu, þar sem hann er í senn heiðingi og boðberi nýrrar heimsmyndar og ferskra lífssanninda. Hann er spekingur með framtíðarsýn. Hann er í nánd guðs, sem birtir honum sannleikann. Gestur sér frá bæ sínum að Haga ljós yfir Helgafelli, sem boðar ekki aðeins stofnun Helgafellsklausturs heldur líka dýrð og mátt hins nýja siðar og endalok forneskjunnar. Það leynir sér ekki í frásögn Laxdælu, að Gestur var jarðsettur að vetrarlagi að Helgafelli fyrir guðlegan tilverknað.[3] Þar sem Heiðarvígasaga er undir miklum áhrifum frá Laxdælu, þykir mér ekki loku fyrir það skotið, að Gestur Oddleifsson sé beinlínis fyrirmyndin að nafnbreytingunni *Þorgestur* > *Gestur* og ræturnar liggi í samlíkingunni við skamma jarðarvist Krists. Brottfall Þórs í mannsnafninu Þorgesti er friðarsýn Heiðarvígasögu í hnotskurn.

Háleit hugsjón hefur fundið sér samastað í Gesti Þórhallasyni. Þorsteinn Víga-Styrsson hleypur þrjú frumhlaup að Gesti, sem fyrirgefur honum jafnharðan, enda þótt Þorsteinn sé lögum samkvæmt réttdræpur. Kærleikur Gests virðist ekki

1 *Fóstbr.s.*, 221 o.átr.
2 *Konungs Skuggsjá*, 144. — Sjá einnig *Reallexikon für Antike und Christentum*. Bd VIII (Gastfreundschaft).
3 *Laxd.*, 196–197.

eiga sér nein takmörk, því að hann fyrirgefur þrisvar líkt og Brjánn konungur. Hann tekur ekki líf, heldur gefur líf, og í því er sigur hans fólginn. Og Gestur gerir það ekki endasleppt, því að hann gefur Þorsteini þar að auki mestallar eigur sínar til að leysa líf hans og koma honum heilu og höldnu út til Íslands. Hegðun Gests er með þeim hætti, að hún er naumast ætlandi öðrum en ástvinum guðs, sem sýna miskunn hans í verki öðrum til eftirbreytni.

Gesti tekst að vinna bug á hefndarskyldu Þorsteins og koma því á eftirminnilegan hátt til skila, að orðið er máttugra sverðinu. Með kristni voru „réttir siðir upp teknir“.[1] Ævintýrið um Gest og Þorstein birtir fagran siðaboðskap, sem í raun réttri dylur ekki þau beisku sannindi, að háleitar hugsjónir eru jafnaðarlega í lítilli snertingu við veruleikann.

Að baki dæmisögunnar af Gesti og Þorsteini liggur sú hugmynd, að ófriður og friður í samfélaginu sé einvígi tveggja siða, forneskju og kristindóms, sem enn takast á um hugi manna, jafnvel þótt kristnin hafi fyrir löngu orðið ofan á og verið í lög tekin. Greina má tvö hliðstæð og gagnstæð hugmyndakerfi:

Davíð, smásveinn sem frelsar lýð guðs með því að vega Golíat. Fyrirmynd Gests.	Golíat, óguðlegur styrjaldarmaður. Fyrirmynd Víga-Styrs.
	Sál, brýtur boð drottins. Situr um líf Davíðs líkt og Þorsteinn um líf Gests.
Gestur, smásveinn sem rekur erindi guðs. Vegur Víga-Styr.	Víga-Styrr, óguðlegur styrjaldarmaður.
	Þorsteinn, gengur erinda forneskju. Situr um líf Gests.

[1] *Hvs.*, 230.

Fyrirgefning. Guðleg setning. Hefnd. Heiðin setning.

Hlutur Víga-Styrs er mun stærri og mikilvægari en hér greinir. Sannast það í næsta kafla. Heiðarvígasaga flytur siðaboð sín um frið til handa samtíð sinni með rökum og tilvísunum, sem hún sækir bæði til alkunnra dæma úr forsögu Ísraelslýðs og goðsögulegrar heiðni. Sagan endurtekur sig.

5. *Víga-Styrr*

Svo sem áður greinir, hefur fyrri hluti Heiðarvígasögu verið kenndur við Víga-Styr og kallaður Víga-Styrs saga, og er það augljóslega réttnefni, þótt það sé nafngift síðara tíma manna. Öll sagan snýst um Víga-Styr, framferði hans og afskipti af mönnum og málefnum. Af þeim sökum ríður á við túlkun Heiðarvígasögu að sjá Styr í réttu ljósi og komast að raun um, hvers konar maður hann sé, hvaða hvatir stjórni gerðum hans og hvar eigi að marka honum bás í hugmyndakerfi Heiðarvígasögu.

Hér á eftir verður leitast við að leiða rök að þremur fullyrðingum. Sú mynd, sem af Víga-Styr og umhverfi hans er dregin í Heiðarvígasögu, birtir ekki veruleika íslensks samfélags heldur skynheim höfundar, sem leitar söguefnis og hugmynda einkum til samtíðar sinnar og til fornrar sögu Ísraelsþjóðar. Söguöldin sjálf lætur ekki mikið af mörkum. Veruleiki Heiðarvígasögu er aðeins raunheimur hennar sjálfrar og hann er hvergi til annars staðar í sama búningi, því að höfundurinn er einn og skilur heiminn sínum skilningi. Í annan stað er Styrr hreinræktaður fulltrúi allra þeirra gilda, sem ganga þvert á lífsskoðun höfundar og friðarboðskap sögunnar. Víga-Styrr er að síðustu fordæmdur helvítismaður. Um þetta skal fjallað.

Sigurður Nordal lét þessi orð falla um Víga-Styr:

> Þó að Styr sé lýst sem ójafnaðarmanni miklum, leynir sér ekki aðdáunin fyrir hreysti hans og höfðingsskap, og í viðskiptum sínum við Vermund bróður sinn sýnir hann bæði stórlæti og drengskap.[1]

[1] *Hvs.*, cxxviii.

Þetta mat á Víga-Styr, sem er gamalt og gróið, tel ég vera á misskilningi byggt. Endursögn Jóns Ólafssonar hefst, sem fyrr segir, fyrirvaralaust á orðunum „Atli stóð í durum úti“ og greinir því hvorki frá ætt hans né kynnir hann til sögunnar að hefðbundnum hætti Íslendingasagna. Eyrbyggja fyllir í skarðið og lýsir þannig þremur sonum bóndans í Bjarnarhöfn:

> Þorgrímr Kjallaksson bjó í Bjarnarhǫfn, sem fyrr var sagt, ok áttu þau Þórhildr þrjá sonu: Brandr var ellstr, hann bjó í Krossnesi við Brimlárhǫfða. Annarr var Arngrímr; hann var mikill maðr ok sterkr, nefmikill, stórbeinóttr í andliti, rauðbleikr á hár ok vikóttr snimma, skolbrúnn, eygðr mjǫk ok vel; *hann var ofstopamaðr mikill ok fullr ójafnaðar, ok fyrir því var hann Styrr kallaðr.*
>
> Vermundr hét inn yngsti sonr Þorgríms Kjallakssonar; hann var hár maðr, mjór ok fríðr sýnum; hann var kallaðr Vermundr inn mjóvi.[1]

Elsti sonur Þorgríms Kjallakssonar er ekki riðinn við Heiðarvígasögu, en lýsingar yngri bræðranna, Styrs og Vermundar, eru í samræmi við hana. Auknefnið *styrr*, sem merkir „ófriður“, hefur festst svo kirfilega við Arngrím, að það hefur bolað burt skírnarnafni hans. Samt hefur samtímamönnum hans eigi þótt nóg að gert, því að þeir lengja nafn hans enn frekar og kenna hann til víga, og gengur hann í sögum ekki undir öðru nafni en Víga-Styrr. Ekki man ég eftir sams konar nafngiftarsögu einstaklings í fornum ritum, en með því að tvítaka ófriðarmerkinguna í nafninu, birtist meginhvöt Víga-Styrs, sem setur mark sitt á far hans og einkennir félagslega afstöðu hans til annarra manna. Í Eyrbyggju er hann á öðrum stað sagður „vitr ok harðfengr“, og sagan bætir við litlu síðar, að Styrr hafi verið „heraðríkr ok hafði fjǫlmennt mjǫk; hann átti sǫkótt við marga menn, því at hann vá mǫrg víg, en bœtti engi.“[2]

Að sögn Jóns Ólafssonar á Styrr að hafa látið þess getið í

[1] *Eyrbygggja*, 21. — Skáletur B.G.
[2] *Eyrbyggja*, 33.

vísu, sem hann orti, að hann hafi vegið þrjátíu og þrjá menn (fremur en þrjátíu og sex) og engan bætt fébótum.[1] Í samtíningi Jóns Halldórssonar er Styrr borinn fyrir því, að hann hafi unnið nítján víg og ekkert bætt.[2] Saga Styrs er óslitin röð manndrápa, svo að jafningi hans verður trauðla fundinn í Íslendingasögum. Jafnvel Þorgeir Hávarsson, sem er vígamaður líkrar náttúru og Styrr, er ekki hálfdrættingur á við hann. Það liggur í augum uppi, að mannvíg verða uppistaðan í lýsingu hans. Hvers konar menn vegur hann? Hvers vegna? Við hvaða aðstæður? Hvernig? Fremur hann hetjudáðir eða níðingsverk?

Í raun og veru svarar Snorri goði öllum þessum spurningum með hörðum dómi, þótt hann sé að sönnu felldur af ólítilli bræði í orrustunni í Álftafirði:

> Styrr Þorgrímsson sótti hart fram með Steinþóri, frænda sínum; varð þat fyrst, at hann drap mann ór flokki Snorra, mágs síns. Ok er Snorri goði sá þat, mælti hann til Styrs: „Svá hefnir þú Þórodds, dóttursonar þíns, er Steinþórr hefir særðan til ólífis, ok ertu eigi meðalníðingr.“ Styrr svarar: „Þetta fæ ek skjótt bœtt þér.“ Skipti hann þá um sínum skildi ok gekk í lið með Snorra goða ok drap annan mann ór liði Steinþórs.[3]

Þessarar lýsingar verður naumast til annarrar jafnað í fornum sögum, svo einstæð er hún, enda ber hún greinilega með sér, að Víga-Styrr er samviskulaus vígamaður, sem virðir mannslíf að vettugi. Atferli hans leiðir hugann að ótíndum stigamönnum.[4] Umsögn Snorra um Styr mág sinn kemur heim við

1 *Hvs.*, 225.
2 Sveinbjörn Rafnsson: „Heimild um Heiðarvíga sögu“, 92.
3 *Eyrbyggja*, 122–123.
4 Athyglisverð frásögn er í *Hkr.* II, 353, sem minnir á siðleysi Víga-Styrs. Bræður tveir, Gauka-Þórir og Afra-Fasti, voru stigamenn og ránsmenn, hvorki heiðnir né kristnir, og buðu þeir Ólafi helga að fara til bardaga með honum að Stiklarstöðum, en hann vildi eigi þiggja fylgd þeirra nema þeir tækju kristni. Þeir vildu það eigi og hurfu á brott. Síðan fara þeir aftur á fund konungs og bjóða liðsinni sitt, en hann ítrekar, að þeir verði að taka trú rétta. Þeir snúa enn frá, og verður þá Afra-Fasta að orði: „Svá er at segja frá mínu skapi, at ek vil ekki aptr hverfa. Mun ek fara til orrostu ok veita lið ǫðrum hvárum, *en eigi þykki mér skipta, í hvárum flokki ek em.*“

Heiðarvígasögu. Þar er lýsingin sannreynd í mörgum dæmum: Styrr er eigi meðalníðingur.

Berserkjaþátturinn er sérstakur kafli í Heiðarvígasögu (3.–4. kap.), og finnst hann einnig í Eyrbyggju. Með lítils háttar undantekningum eru sögurnar samhljóða. Óskipta athygli vekja kynleg viðskipti bræðranna, Vermundar og Styrs, sem bregða upp skýrri mynd af þeim. Þeir reynast svara fyrir tvær gagnstæðlegar lífsskoðanir, sem varða friðarhugsjón sögunnar.

Að sögn Heiðarvígasögu fer Vermundur utan til Noregs að sækja sér húsavið og dvelst um hríð með Hákoni Hlaðajarli. Við brottför út til Íslands býður jarl Vermundi að kjósa úr sinni eigu það, sem honum leiki helst hugur á. Vermundur mælist þá til þess, að jarlinn gefi sér tvo öfluga berserki (bræður sænskrar ættar, segir Eyrbyggja), sem séu við hirð hans, því að sér væri mikið traust að þeim, þar eð hann „eigi sǫkótt víða".[1] Það kemur glögglega fram bæði í Heiðarvígasögu og Eyrbyggju við hvern Vermundur á í útistöðum. Þar er til nefndur Styrr, bróðir hans. Eyrbyggja segir svo frá:

> En þat bar til, er hann (þ.e. Vermundur) beiddisk þessa (þ.e. að fá berserkina að gjöf), at honum þótti Styrr bróðir sinn mjǫk sitja yfir sínum hlut ok hafa ójafnað við sik, sem flesta aðra, þá er hann fekk því við komit; hugði hann, at Styr myndi þykkja ódælla við sik at eiga, ef hann hefði slíka fylgðarmenn sem þeir brœðr váru.[2]

En Hákon jarl færist undan að gefa Vermundi berserkina og hefur á orði, að skaplyndi þeirra sé með því móti, að bóndum sé eigi hent að halda þá, en svo fer að lyktum fyrir þrábeiðni Vermundar, að berserkirnir fara með honum út til Íslands.

Hákon jarl reyndist sannspár. Vermundur heldur berserkjum að húsabótum og heimilisstörfum, en við þá sýslu gerðust berserkir skapstirðir, kváðust eigi felldir til vinnu, en fúsir til manndrápa og stórvirkja. Þegar við þetta bætist, að

1 *Hvs.*, 217.
2 *Eyrbyggja*, 61–62.

Halli berserkur leggur hug á dóttur Vermundar, tekur hann það til bragðs að koma berserkjunum af sér á hendur Styr og býður honum í því skyni til sín að heimboði. Viðbrögð Styrs voru þessi að sögn Heiðarvígasögu:

> Styrr tekr því fáliga í fyrstu, en segir þó, hann muni koma; kveðr þat eigi hafa verit vanða bróður síns fyrri ok heldr, hér muni nǫkkut undir búa, því fátt hafði þeira milli farit þangat til.[1]

Samt fór svo að lokum, að Styrr tók við berserkjunum, og hættu þeir á þetta, þar eð Styrr lofaði að brúka þá „til mannhefnda meir en búsýslu".

Greinilegt er, að Vermundur er ekki maður til að halda berserkina, því að hann hefur allt annað lunderni en þeir og er að upplagi friðsamur bóndi og búsýslumaður. Aftur á móti er Styr „bezt fallit at hafa slíka menn fyrir sakar ofsa og ójafnaðar".[2] Þeir eiga augljóslega skap saman til mannvíga, enda er fyrsta verk Styrs, eftir að hann hafði tekið við berserkjunum, að leggja leið sína til Þorbjarnar kjálka í Kjálkafirði til að jafna sakir við hann, gamlan mann í lokrekkju. Eftir þá för kveðast berserkir fúsir að „fylgja svá djǫrfum hǫfðingja".

Það er umhugsunarefni, að jafnfriðsamur bóndi og Vermundur skuli sækja það fast að flytja landa á milli erlenda óspektarmenn í líkingu við berserkina til þess eins að reyna að halda hlut sínum fyrir bróður sínum. Frændaerjur þessu líkar eru tæpast að finna í öðrum Íslendingasögum, en ég get mér þess til, að slíkt frásagnarefni kunni að vera sprottið af alþekktum viðsjám með Sturlungum á 13. öld.

Þessi viðskipti bræðranna tala sínu máli. Þau sýna í raun ekki nýjar hliðar á Styr, en skerpa útlínur ofstopamanns í félagslegri umgengni. Svo virðist sem jafnvel bróðir Styrs telji sig eigi vera óhultan um líf sitt fyrir honum.

Eftirtektarvert er, að Vermundur stuðlar að friði með því að losa sig við berserkina og það til þess manns, sem honum stafaði mestur háski af. Vermundur friðmælist við bróður sinn með því að kasta vopnum og verður að ósk sinni. Vermundur

1 *Hvs.*, 218.
2 Orð Arnkels goða í *Eyrbyggju*, 63.

vill ekki kaupa friðinn svo dýru verði að hafa óeirðarmenn á sínum snærum. Slíkur friður elur af sér ófrið. Í þessu athæfi Vermundar er fólgin friðarhugsjón, sem er ekki óskyld breytni Gests Þórhallasonar við Þorstein Víga-Styrsson. Sé leyfilegt að draga einhvern lærdóm af skiptum bræðranna, þá gæti hann hljóðað einhvern veginn á þessa lund: Menn geta ekki tryggt frið með vígamönnum, því að þeir efla ófrið.

Styrr er í minnum hafður fyrir það bragð að láta berserkina tvo, Halla og Leikni, ryðja Berserkjahraun og svipta þá síðan lífi að loknu verki. Frá drápi þeirra segir svo í Heiðarvígasögu:

> Nú setjask þeir í baðstofu, ok er hlemmrinn lagðr yfir ok borit grjót á; durunum er ok lokat ok borit grjót fyrir sem rammligast, en á skararnar er breidd blaut uxahúð; baðstofan er gerð ákafliga heit. En þá þeir hafa setit í baðinu litla stund, lætr Styrr bera sem óðast brennheitt vatn ok steypa inn um glugginn. Finna nú berserkirnir, at eigi er allt heilt við þá; hamask þeir nú í baðinu ok brjótask á hlemminn; springr Leiknir inni, en Halli kemsk út; ok er hann kemr á skararnar, verðr honum fótaskortr, ok fellr á húðinni, en Styrr er þar fyrir með reidda øxi ok høggr á háls honum, svá Halli lét þar lífit.[1]

Naumast slær hetjuljóma á afrek Styrs. Annar berserkjanna springur í brennheitu baði, hinn er veginn liggjandi á blautri uxahúð, en hvortveggja örmagna, nakinn og vopnlaus. Þetta er aftaka. Varnarleysið stingur í augun. Slægviskan við dráp berserkjanna er runnin undan rifjum Snorra goða, en vígin sjálf, þar sem Víga-Styrr stendur að verki, verða ekki talin til hetjudáða.

Íslendingum hefur ævinlega þótt mikil landhreinsun að drápi erlendra berserkja, og gegnir það lítilli furðu. En hvernig leit höfundur Heiðarvígasögu á drápið? Þessu svarar hann svo:

> Spurðisk þetta víða, *ok ræddu menn misjafnt of víg þessi.*[2]

1 *Hvs.*, 223–224.
2 *Hvs.*, 224.

Skáletruðu orðin eru í fornyrðalista Jóns Ólafssonar og eru því trúlega óbreytt frá frumtexta. Þau eru almannarómur og um leið dómur höfundar um vígin. Til samanburðar má hafa umsögn um níðingsverk Þorgils skarða, þegar hann lét af lífi taka Þorkel prest í Síðumúla:

> ok lagðist misjafn orðrómr á um ferð hans.[1]

Það kemur í opna skjöldu, að Heiðarvígasaga skuli telja berserkjadrápið til meingerða. Við hæfi er að taka til glöggvunar eftirmælin um Ljót berserk, er Egill Skallagrímsson drap:

> Ljótr var lítt harmaðr af flestum mǫnnum, því at hann hafði verit inn mesti óeirumaðr; hann var sænskr at ætt ok átti enga frændr þar í landi.[2]

Jafnt er á komið með berserkjum Víga-Styrs og Ljóti hinum bleika. Ég fæ ekki betur séð en berserkjadráp Heiðarvígasögu haldist í hendur við almenna afstöðu sögunnar til mannvíga.

Í Heiðarvígasögu er haft að viðkvæði um Styr: Ofsi, ójafnaður, yfirgangur, ofmetnaður, svo að mönnum stafar ótti af. Þessir eiginleikar eru vafalaust ríkjandi þáttur í fari hans og allsráðandi um atferli hans. Af þeim sökum er ójafnaðarmaður það orð, sem fyrst kemur upp í hugann, þegar lýsa skal Víga-Styr:

> Nú vaxa (þ.e. eftir dráp berserkjanna) svá metorð ok yfirgangr Styrs, at flestum stóð mikill ótti af; þótt hann vægi menn, bœtti hann engu, ok urðu flestir svá at láta vera, sem hann vildi, því engi fekksk réttr yfir honum; stóðu margir ríkir menn at honum, vinir ok mágar, svá fáir þorðu at veita honum nǫkkurar tilgørðir.[3]

Ójöfnuður er oftar en ekki tengdur því ákveðna hátterni að bæta ekki víg, sbr. Hrafnkel Freysgoða, en Víga-Styrr leggur

[1] *Sturlunga saga* II, 158.
[2] *Egils s.*, 206.
[3] *Hvs.*, 224.

engin bönd á ójöfnuð sinn, sem snertir flest ef ekki öll svið mannlegra samskipta.

Það er gömul skoðun, að heiðinn höfðingi hljóti að vera ójafnaðarmaður, þar sem hann taki sér sjálfræði í hverju máli til að gæta sóma síns og stöðu. Hefur Walther Gehl nefnt Styr máli sínu til sönnunar.[1] Þessu hefur Theodore M. Andersson andmælt og telur, að ójöfnuður og höfðingsskapur fari ekki saman hjá Víga-Styr.[2] Hann bendir á, að yfirleitt andi köldu til ójafnaðarmanna í Íslendingasögum og þeir fái makleg málagjöld. Hvergi sé þetta augljósara en einmitt um Styr, sem sé manna ógeðfelldastur í Heiðarvígasögu Ég tek undir þetta.

Þegar Styrr heldur uppteknum hætti næstu misseri og þiggur beina á Jörva, eins og ekkert hafi í skorist, þá mælist Þorleikur, sem hafði tekið þar við búi, til föðurgjalda Gests:

> „Þat virðisk mǫnnum, þú hafir fyrir litlar sakar vegit Þóhalla; stóð hann þér jafnan fyrir kosti, ok vissu allir, at sú sǫk, er þú felldir á hann, var af einfeldni hans, en engri tilverknan; nú eru hér bǫrn hans ung ok munaðarlaus eptir; væri því hǫfðingskapr at hugga þau í nǫkkuru.“ Styrr segisk vilja sjá sveininn; er hann nú leiddr fyrir Styr, ok lízk honum sveinninn smár í augum sér ok óvænligr til hefnda. Styrr mælti: „Eigi hefi ek bœtt víg mín hingat til dags, ok verðr þat nú it fyrsta sinn, sem ek þat geri; í sumar sǫgðu griðkonur mínar þar vera hrútlamb eitt, grátt at lit, ullarrýjat, er eigi vildi þrífask; nú sýnisk mér þat rétt á komit, at sveinn þessi hafi lambit í fǫðurgjǫldin, en eigi mun hann frekara af mér fá.“ Þorleikr mælti: „Þetta er hvártki góðmannliga né hǫfðingliga mælt, ok hefða ek annarra orða vænt af þér; er sveininum lítil huggun í þessum svǫrum.“ Styrr biðr hann at þegja ok segir, honum muni hentast at skipta sér ekki af þessu; muni svá hljóta at standa, sem hann mælt hefir. Þorleiki þykkir ráðligast at fella þessa rœðu.[3]

Fram kemur, að Styrr hafi vegið Þórhalla „fyrir litlar sakar“, Þórhalli skilji eftir sig tvö ung börn, og það væri „hǫfðing-

[1] Gehl: *Ruhm und Ehre bei den Nordgermanen*, 18.

[2] Andersson: „The Displacement of the Heroic Ideal in The Family Sagas“, 575–593.

[3] *Hvs.*, 231(JÓ). Sjá Andersson: „The Displacement“, 580.

skapr", að hugga þau í nokkru. Styrr bregst þannig við, að hann býður þriflítið hrútlamb í föðurgjöld og stráir salti í sárin með hrakyrðum. Þorleiki bónda verður þá að orði: „*Þetta er hvártki góðmannliga né hǫfðingliga mælt.*" Ójafnaðarmaðurinn Víga-Styrr er hvorki góðmenni né höfðingi.[1]

Þess má geta, að í klassískri heiðni voru fjórir eiginleikar, sem rætur eiga að rekja til siðfræði Forn-Grikkja, taldir prýða góðan dreng og höfðingja. Þeir voru vitra (*sapientia*), réttlæti (*justitia*), hreysti (*fortitudo*) og hófsemi (*temperentia*).[2] Sé þessi mælikvarði lagður á breytni Styrs í skiptum hans við þá feðga, Þórhalla og Gest, er sýnilegt, að Styr er rúinn þessum kostum. Hann sýnir ekki einu sinni hreysti. Það er ekki snefill af höfðingsskap í tiltekjum hans.

Það er árangursríkt að leggja manngildi Styrs á tvenns konar mælistiku, annars vegar hinnar fornu hetju og hins vegar hins kristna manns, jafnvel þótt þessar hugmyndir séu víðfeðmar og renni stöku sinnum saman. Fyrst skal borin saman hin forna hetja og Víga-Styrr.

Menn hafa löngum staðið í þeirri trú, að Heiðarvígasaga sé gagntekin lífsskoðun hetjualdar. Hvernig fellur hátterni Víga-Styrs að þeirri hugmynd? Til viðmiðunar má taka dráp Þórhalla.

Styrr hafði talið sakir á hendur Þórhalla af litlu tilefni og kúgað hann til að veita sér og liðsmönnum sínum gistingu og beina, hverju sinni sem hann var á yfirreið. Þegar Þórhalla verður það á einhverju sinni að gefa Víga-Styr slátur af ómörkuðum heimaalningi, kveðst Víga-Styrr ekki vilja láta honum órefsað að brjóta landslög. Þórhalli sér þá sinn kost vænstan að yfirgefa jörð sína og heimahaga og flytjast búferlum í annað hérað til frænda og venslamanna í Borgarfirði. Þórhalli leitar friðar, en Víga-Styrr gefur engin grið:

[1] Um jöfnuð og ójöfnuð sjá Bjarni Einarsson: "Um manngildishugmynd Íslendinga að fornu", 81–90.

[2] Með kristilegum útlistunum í „Um kostu og löstu" eftir Alquin. *Þrjár þýðingar lærðar*, 156. Frekar um sögu þessara orða í fornum ritum sjá Hermann Pálsson: „Minnisgreinar um Vatnsdælu og Bandamanna sögu", 78–79.

Nú spyrr Þórhalli, at Styrr er heiman farinn; ok hér um eptir tvá daga tekr hann sik upp ok flytr nú fyrst búsgǫgn sín; hefir hann meðferðis níu klyfjaða hesta ok einn húskarl með, sem Ingjaldr hét; ætlar hann í næstu ferð at flytja sik alfarit með konu ok bǫrnum. Styrr hefir fengit grun af fyrirætlun Þórhalla, snýr af vegi sínum ok sezk í veg fyrir hann sunnan í heiðarbrekkunum, þar hann veit, at leið Þórhalla liggr um. Styrr reið við fimmta mann. Nú kemr Þórhalli með húskarli sínum vestan af fjallinu ofan í brekkurnar; húskarlinn var betr skyggn en Þórhalli ok segisk sjá þar menn í einni brekku ok segisk ugga, hvárt allt muni trútt, ok mætti vel ske, at hér væri Styrr. Þórhalli segisk vera fyrir því óhræddr. Þá þeir koma nǫkkuru nær, segisk Ingjaldr þekkja, at þetta er Styrr, ok muni hann hafa eitthvat illt í sinni, þar hann hagi svá ferðum sínum, ok telr bezta ráð, at þeir snúi aptr, því þó þeir hafi hesta lúnari, þá megi enn vel takask at ríða undan þeim vestr af fjallinu, ok þá verði þeim nóg til manna styrks. Þórhalli vill þat eigi ok segisk aldri skulu svá hræddr, at hann renni undan mǫnnum, þó fleiri sé, ok bindi svá með hræzlu sakar at sjálfum sér; viti hann eigi heldr, at hann hafi gǫrt þær sakar við Styr, at þess sé verðar, at hann leiti eptir bana sínum. Ingjaldr vill samt til baka ríða, því hann hafi skjótara hest, ok afla sér manna, ef þeira kunni at þurfa, sem sér sýnisk, ok viðskipti þeira yrði eigi svá skjót. Þórhalli segir, hann megi því ráða, því ef Styrr hafi víg í hug, muni hann eptir sér sœkja heldr en honum. Ríðr nú Ingjaldr til baka, þat hraðast hann getr, en Þórhalli rekr áfram hestana sína leið ok lætr, sem hann verði þeira eigi varr. Þegar þeir sjá Þórhalla, skunda þeir á hesta sína ok ríða í veg fyrir hann; mœtask þeir Styrr, ok heilsar Þórhalli honum vingjarnliga. Styrr spyrr, hvat valdi þessum tiltekðum hans, er sér lítisk, hann vili flytja sik ór heraðinu. Þórhalli segisk því sjálfr ráða, þó hann leiti sér betri bólfestu, en kvezk eigi kunna skil á því, at hann mœtir Styr hér. Styrr segisk svá hafa til ætlat, at þeir fyndisk hér, ok at þat yrði fundr þeira inn seinasti. Þórhalli segisk eigi vita sik hafa þat til saka gǫrt, at hann þurfi at banna sér leið sína, ok eigi vænti hann þess, at hann siti eptir lífi sínu. Styrr mælti, at svá minntisk hann seinasta viðtals á Jǫrva, at eigi þylði hann honum lagabrot eða nǫkkura skapraun við sik, ok sé nú eigi annars kostr en verja sik. Þórhalli kvezk eigi flýja mundu. Sœkja nú menn Styrs at honum í ákafa, en Styrr gefr sik eigi at; versk Þórhalli vaskliga ok veitir

> þeim mǫrg sár, en verðr ákafliga móðr, því maðrinn var við aldr; gengr svá nǫkkura stund, at þeir sœkja, en vinna hann þó eigi, ok verða allir móðir. Þá kalla þeir at Styr, at hann komi ok siti eigi hjá, en seli sik í hættu. Hleypr nú Styrr at, ok skiptask þeir eigi mǫrgum hǫggum við, áðr Styrr høggr með øxi aptan í hǫfuð Þórhalla ok fellir hann þar, ríðr þaðan brott sem skjótast, en lætr reka alla hestana heim at Hrauni ok ferr leið sína til þings ok gerir ekki orð á þessu.[1]

Í Íslendingasögum má greina nokkuð fastmótað sögumynstur hetjudauðans, þar sem fjórir helstu frásagnarliðir eru viðvörun, aðför, vörn og fall. Hetjan á við liðsmun að etja, verst vel og drengilega, uns yfir lýkur, og verður hetjulega við dauða sínum. Má fara nærri um, að samúð höfundar er auðvitað með hetjunni. Að þessari formgerð falla endalok ýmissa frægustu kappa fornsagnanna, eins og Gunnars á Hlíðarenda, Kjartans Ólafssonar, Gísla Súrssonar o.fl.[2]

Frásagan af dauðdaga Þórhalla fellur mæta vel að þessu kerfi, en hetjan er ekki Víga-Styrr heldur Þórhalli. Máli skiptir fyrir framvindu sögunnar, að Víga-Styrr býr undir Hrauni í Helgafellssveit, en Þórhalli á Jörva í Flysjuhverfi í Kolbeinsstaðahreppi. Þeir búa ekki í sömu sveit. Bóndinn Þórhalli, sem leitar undankomu fyrir ofríki Víga-Styrs, er búinn flestum kostum hetjunnar, þegar á hólminn er komið, og atvikin að falli hans eru svipuð og í öðrum hetjusögum.

Með Þórhalla er húskarl hans Ingjaldur að nafni, sem er „betr skyggn en Þórhalli" og ber kennsl á Víga-Styr í fyrirsát hans í heiðarbrekkunum. Húskarlinn greinir Þórhalla frá hugboði sínu, að Víga-Styrr muni hafa illt í sinni og besta ráðið væri að forða sér, því að enn mætti takast að ríða undan. Sagan minnir mjög á Bjarnar sögu Hítdælakappa, þegar hann fer til hrossa með smalamanni sínum og bregst við umsátri Þórðar Kolbeinssonar líkt og Þórhalli, sem „segisk aldri skulu svá

[1] *Hvs.*, 228–229.
[2] Sjá Bjarni Guðnason: „Sögumynstur hetjudauðans", 97–102. — Sbr. og Theodore M. Andersson: *The Icelandic Family Saga*, 16–18, 54–57, 92–93.

hræddr, at hann renni undan mǫnnum, þó fleiri sé, ok bindi svá með hræzlu sakar at sjálfum sér;“ Þórhalla fer líkt og öðrum hetjum, að hann rennur ekki af hólmi, þó að hann eigi við ofurefli að glíma.

Húskarlinn ríður frá Þórhalla til að leita liðsinnis, en Þórhalli mætir örlögum sínum, eins og sannri hetju sæmir. Einn og æðrulaus verst hann vasklega þrátt fyrir liðsmuninn og særir fjandmenn sína mörgum sárum, áður en yfir lýkur. Háttalag Styrs er hins vegar á allan hátt ódrengilegt og staðfestir orð Eyrbyggju, að hann sé eigi meðalníðingur. Hann stofnar sér ekki í neina hættu og gefur sig eigi að vígi, fyrr en Þórhalli er orðinn ákaflega móður — enda var hann „við *aldr*“ — og félögum Styrs þykir sýnt, að þeir fái ekki einir unnið Þórhalla. Styrr ber sig ekki að sem hetja heldur sem ódrengur. Þórhalli reynist vera jafnoki fjögurra að vígfimi. Þessum ójafna leik lýkur með því, að Víga-Styrr „høggr með øxi aptan í hǫfuð Þórhalla“, sem telja verður klækishögg. Síðan kórónar Styrr níðingsverkið með því að reka alla klyfjahesta hins vegna bónda að Hrauni og kasta þar með eign sinni á þá ásamt búsgögnum. Það er ekki alveg út í hött að geta orða Fóstbræðrasögu:

> Nú þó at kristni væri ung í þenna tíma hér á landi, þá var þar þó eigi siðr til þess at taka fé veginna manna.[1]

Frásagnarháttur Íslendingasagna heimilar hvorki harmtölur um örlög Þórhalla né áfellisdóm í beinum orðum yfir Styr. Með því að nota hið rótfasta dauðamynstur hetjusagna, þar sem hver sviðsetning, hvert atvik og hver persóna hafa sín merkingargildi, þá ganga áheyrendur þess ekki duldir, að Þórhalli er hetjan og dráp hans viðurstyggð, en Styrr níðingurinn, sem brýtur grundvallarlögmál siðaðra manna. Hið ósagða, sem höfundur vill fyrir alla muni koma til skila, birtist nakið í formgerðinni sjálfri. Ásetningur höfundar leynir sér ekki, þegar hann hefur endaskipti á hlutverkaskipuninni í dauðamynstrinu og grípur til búnings hetjusagna til að

[1] *Fóstbr.s.*, 212–213. (Möðruvallabókartexti).

koma skoðunum sínum á framfæri. Frásögnin er önnur en hún sýnist vera, þar sem andhetjuleg viðhorf eru felld í búning hetjusagna og aðalsöguhetjan er þrjóturinn. Hér er sýnilega um *travestíu* að ræða í þeim skilningi, að grafalvarlegt söguefni er fært í dulargervi í gagnrýnisskyni.

Það er fróðlegt að draga út nokkur atriði til að sýna víg Þórhalla í réttu ljósi:

1. Einn á ferð með húskarli og klyfjahestum
2. Við aldur
3. Saklaus
4. Leitar friðar í annað hérað
5. Leggur ekki á flótta sökum liðsmunar
6. Fellur sem hetja (þ.e. einn gegn mörgum, frækileg vörn, æðrulaus)
7. Stolinn hestum og gögnum
8. Dysjaður (ef að líkum lætur)
9. Morð

Lesendum hefur án efa blöskrað framkoma Styrs. Þeim hefur ekki úr minni liðið, að hann étur feitan sauð af borði Þórhalla og vegur hann fyrir greiðann.

Þórhalli er merkisberi friðsemdar, sakleysis og hetjuskapar, en Styrr ófriðar, sektar og ódrengskapar. Hann er snauður að mannlegum kenndum. Illar hvatir hafa enga dvöl í huga hans, orðum né gerðum, því að hann er bæði skjóthuga og miskunnarlaus í illsku sinni. Það mætti ætla, að dráp Þórhalla ætti engan sinn líka í Heiðarvígasögu, en því er ekki svo farið.

Styrr vegur í upphafi Þormóð (eða Þorbjörn) nokkurn, sem hyggst forða lífi sínu með því að færa sig milli byggða líkt og Þórhalli. Styrr situr fyrir honum með fjórum mönnum, ræður honum bana og dysjar hann við veg.[1]

Þar næst fer Styrr með berserkjum sínum að Þorbirni kjálka í Kjálkafirði, svo sem fyrr var að vikið, sumpart til þess að jafna sakir við Þorbjörn, sumpart til að koma sér „í geð-

[1] *Hvs.*, 215–216.

þokka" við berserkina. Þeir koma þar að nóttu til, þegar fólk er í fasta svefni og brjóta upp dyrnar. Þorbjörn bóndi svaf í lokrekkju í skála, vaknaði við og spurði, hver færi með slíkum óspektum og tæki hús á fólki um nætur. Styrr kvaðst nú kominn til að launa honum margar skapraunir. Síðan segir sagan:

> Þorbjǫrn kvezk hvárki mundu flýja né friðar beiðask, segisk senn kominn af fótum fram.[1]

Síðan tekur Þorbjörn sverð sitt og verst af kappi miklu. Berserkir ærðust og brutu lokrekkjuna, en fengu ekki unnið Þorbjörn. Hallmæla þá berserkir Styr fyrir, að hann eggi þá, en vogi hvergi nærri að koma. Þá lætur Styrr til skarar skríða, sækir ákaft að Þorbirni, og svo fer að lokum, að Styrr leggur hann í kviðinn, og fellur Þorbjörn við. Frá víginu er sagt með líkum hætti í Eyrbyggju. Endursögn Jóns Ólafssonar af þessum atburði lýkur með þessum orðum:

> Geðjask nú berserkjunum vel at framgǫngu Styrs, ok segjask gjarna vilja fylgja svá djǫrfum hǫfðingja.[2]

Dauðamynstur hetjudauðans er sýnilega endurtekið, þótt vörunina skorti, en fyrir vikið verður fólskuverkið átakanlegra. Þorbjörn býður ofureflinu birginn, storkar dauðanum og fellur við orðstír hetjunnar. Það er „morðverk" að drepa menn um nætur, segir í Ólafs sögu helga, og svipaðar skoðanir koma víðar fram m.a. í Eglu og Njálu.[3]

Ekki hefur þurft að segja lesendum tvisvar, að það væri morð og ekki siðaðra manna háttur að vega menn að næturþeli, og þeim hefur ugglaust þótt lítið til þess afreks koma að fara að öldruðum bónda, sem hvílist í svefngriðum í lokrekkju sinni til að drepa hann með fulltingi berserkja. Hin löðurmannlega framkoma Víga-Styrs, sem skín hvarvetna í gegn, vegsamar ekki hetju, sem drýgir ofurmannlegar dáðir,

[1] *Hvs.*, 220.
[2] Sama stað.
[3] *Hkr.* II, 202. — *Egils s.*, 181. — *Njála*, 221.

heldur beinir hún athyglinni að því óbótaverki, sem framið er. Sviðsetningin sjálf vísar sem fyrr á hina raunverulegu hetju.

Enn segir sagan, að Styrr hafi ráðið af dögum Einar nokkurn, sem Styrr taldi sig reka nauður til að beina hefndum að. Fyrst lét Styrr dæma sér miklar fébætur af hendi Einars og sló síðan eign sinni á Akureyjar á Breiðafirði, sem Einar átti, og mælti enginn gegn því. Flýði Einar af búi sínu og fór huldu höfði í Breiðafjarðareyjum. Um skeið skaut Þórhalli á Jörva skjóli yfir hann, og var það upphaf saka Styrs á hendur Þórhalla. Að vorlagi hugðist Einar flytjast til Borgarfjarðar og hafði með sér einn eða tvo húskarla og fáeina klyfjahesta. Styrr fékk hugboð um þetta og reið Einar uppi við nokkra menn. Fundi þeirra bar saman, þar sem mýrlent var. Spyr Styrr, hvað valdi því tiltæki að flytjast brott úr byggðum og fara huldu höfði fyrir honum. Einar svarar, að flestum sé kunnugt um ofríki hans og yfirgang og hafi hann skilið margan við lífið, sem hann hafi lagt minni þykkju á. Styrr kveðst hafa ærnar sakir til að drepa hann, og hann sé kominn þess erindis. Síðan segir sagan:

> Maðrinn hleypr af hestinum ok vill taka til fóta ok renna undan; en þat varð torsótt, því mýrin var blaut, ok fell hann í henni, enda váru hinir fleiri, er eptir sóttu; verðr þat skilnaðr þeira, at Styrr vegr hann þar, dysjar ok lýsir víginu síðan.[1]

Tildrögin að vígum Þórhalla og Einars eru áþekk, báðir eru á flótta suður til Borgarfjarðar með klyfjahesta sína og eigur. En lýsingarnar greinir á um, að Þórhalli snýst vasklega gegn Styr eins og hetju býður, en Einar tekur til fótanna. Á hinn bóginn verður ekki talinn mikill frami í því að vinna bjargarlausan mann afvelta í votamýri. Manndráp Víga-Styrs sýna ákveðið ferli:

1. Styrr vegur menn fyrir litlar eða engar sakir. Hann leitar uppi ófriðarefni og fyrir barðinu á honum verða friðsamir bændur.

[1] *Hvs.*, 225.

2. Hann drepur menn, sem leita undankomu til annarra héraða eða landshluta. Hann telur það vígsök, ef menn leita á brott. Þetta rekst á frásagnir annarra fornsagna, þar sem sveitarhöfðingjar gera menn yfirleitt héraðsræka, ef þeir telja þá hafa gert á hlut sinn eða sér standi ógn af þeim, eins og ótal dæmi í Sturlungu sanna.[1]
3. Víga-Styrr neytir jafnan liðsmunar og vegur varnarlausa menn. Þeir eru aldurhnignir (Þórhalli, Þorbjörn kjálki), þeim verður fótaskortur í mýri (Einar) eða á blautri húð (Halli berserkur) ellegar hann fer að sofandi manni í rekkju (Þorbjörn).
4. Styrr hefur aðra fyrir sér og tekur ekki þátt í vopnaviðskiptum, fyrr en mótstöðumaðurinn er ýmist orðinn ákaflega móður eða getur alls ekki borið hönd fyrir höfuð sér.
5. Hann vegur með klækishöggi, þ.e. með níðingshöggi. Að því loknu tekur hann ekki hinum fallna gröf, heldur dysjar hann við alfaraveg líkt og tíðkast um óbótamenn og illþýði. Hann hirðir eigur þeirra, þær sem hann kemur höndum yfir, og rekur klyfjahesta þeirra, þegar þeim er til að dreifa, í garð sinn.
6. Engin eftirmál.

Þetta er ekki fögur lýsing á Víga-Styr. Hann hefur ekki vitundarögn af drengskap hetjunnar. Andstæðingar hans standa ævinlega verr að vígi, svo að hann berst aldrei við þá líkt og maður við mann, heldur tekur þá bjargþrota af lífi á hinn auvirðilegasta hátt. Svo virðist sem manndráp séu Styr leikur einn eða jafnvel dægradvöl, og mannslíf séu honum harla lítils virði. Hann er sjálfsagt gæddur mikilli líkamlegri atgervi, en hún stækkar hann ekki líkt og Gunnar Hámundarson eða Kjartan Ólafsson. Þvert á móti er vígamennska Styrs til

[1] Ég nefni aðeins eitt dæmi úr Laxdælu, sem sýnir almenna afstöðu manna til slíkra mála: „Eigi vildi Óláfr láta sœkja Bolla ok bað hann koma fé fyrir sik. Þetta líkaði þeim Halldóri ok Steinþóri stórilla, ok svá ǫllum sonum Óláfs, ok kváðu þungt mundu veita, ef Bolli skyldi sitja samheraðs við þá.“ *Laxd.*, 158.

þess fallin að vekja megna andúð. Hann er ódrengur og andhetja. Þar að auki er hann félagsleg meinvættur og siðlaus böðull.

Það er einkennilegt, að Víga-Styrr er aldrei sóttur til saka fyrir manndráp sín, þótt ástæður gefi vissulega tilefni til. Engin eftirmál verða til að mynda um víg Þórhalla, sem var að öllum líkindum skyldur eða venslaður ríkismönnum í Borgarfirði.[1] Eigi túlka ég þetta sem söguleg sannindi, heldur þjónar frásögnin að venju þeim listræna tilgangi að lýsa Víga-Styr sem tákngervingi meingerða, sem hvorki lög né réttarfar ná til. Lýsing skáldsins dregur tvennt fram í dagsljósið. Hann vítir lögleysur samtíðar sinnar og réttlætir víg Gests. Illgresið varð að uppræta úr akrinum.

En hvað um mælikvarða hins kristna manns, sem fyrr var nefndur? Hvernig kemur hegðun Styrs heim við setningar kristinnar trúar? Hann tekur kristni, en fer hann að guðs lögum? Hin kunnu orð: „Þar launaða ek þér lambit grá," fela í sér, að Styrr hafi hlotið verðskuldaða refsingu. Í fornum sögum er almennt ríkjandi sú lífsskoðun, að menn fái goldið að maklegleikum. Guð gaf mönnum sjálfræði til góðs og ills, „en þat mun hann hverjum gjalda, sem til vinnr".[2] Heiðarvígasaga er altekin af þessu viðhorfi, enda er sagt um víg Styrs, að það þótti „mjǫk hafa farit at málavǫxtum".[3] Það er dómsorð höfundar.

Það er einsýnt, að Styrr brýtur lögmál guðs með misgerðum sínum og honum er refsað samkvæmt reglunni m a k - l e g m á l a g j ö l d. Athæfi Styrs bera honum ótvírætt vitni. Hann er ójafnaðarmaður, eins og fyrr segir, en ég hygg, að sjálf höfuðsyndin o f m e t n a ð u r (*superbia*) eigi drjúgan hlut í ójöfnuði hans. Í víðfrægu riti er hún skilgreind svo:

> þar er og Superbia, það er drambsemi. Hennar athöfn er sú, að

[1] *Hvs.*, cxvi–cxxi.
[2] *Fóstbr.s.*, 133; sbr. Elucidarius (*Þrjár þýðingar lærðar*, 85) sem segir um sjálfræði: „Í veldi manns að vera eða vilja eða gera gott eða illt."
[3] *Hvs.*, 235.

skelkja jafnan að öðrum, þykjast yfir öllum, vilja eigi vita sinn jafningja.[1]

En Víga-Styrr er haldinn fleiri syndum, og þær eru: ofsi (*intemperentia*), manndráp (*homicidium*) eða úthelling blóðs, ranglæti (*injustia*), reiði (*ira*), ágirni (*avaritia*) og þjófnaður (*furtum*).

Ekki verður annað sagt en Styrr sé fráhverfur guði. Flestum þessara meingerða Styrs hafa þegar verið gerð nokkur skil, en bætt skal við fáeinum athugasemdum til áréttingar.

Tveir bændur, Halldór á Ferjubakka og Höskuldur (á Ölvaldsstöðum?), urðu ósáttir út af bithögum. Það dró til, að hestar Halldórs gengu oft í högum Höskulds og gerðu þar usla. Þar kom, að Höskuldur vildi eigi una við svo búið og hljóp æfur heim að Ferjubakka og illyrtist við Halldór. Lá við sjálft, að þeir berðust og Höskuldur dræpi hrossin, því að þau höfðu unnið sér til óhelgi. Víga-Styrr var mikill vinur Halldórs, og skaut Halldór málinu undir gerð hans og lét Höskuldur sér það lynda. Ekki löngu síðar kom Styrr á Ferjubakka til Halldórs, vinar síns. Síðan segir sagan:

> ok semr (þ.e. Styrr) með þeim Hǫskuldi hestadeiluna bótalaust; lætr Hǫskuldr svá standa, en Halldórr gefr Styr at skilnaði góðan hest gráan, er þeir Hǫskuldr hǫfðu mest um deilt, ok skiljask þeir með vináttu; ferr Styrr leið sína vestr.[2]

Við þessa sáttargerð er merkjandi, að sá sem órétti er beittur, fær enga rétting mála sinna, en „málamiðlarinn“ ríður feitum hesti frá dómi. Í riti Alkvíns, *Um kostu og löstu*, er sérstök grein um dæmendur, og þar segir m.a., að ranglátir dæmendur líti eigi á sökina, heldur á gjafirnar og þeir verði „maklegir eilífs dauða“.[3]

[1] *Alexandreis*, 141. — Sbr. 15.–18. erindi *Sólarljóða*, 17–18, 54–56, sbr. og 105–106.

[2] *Hvs.*, 231–232.

[3] *Þrjár þýðingar lærðar*, 145. — Um rangláta dómara sjá m.a. orð Jóns helga í yngri gerð sögu hans. *Biskupa sögur* I, 223; ennfremur *Konungs Skuggsjá*, 198 o.áfr.

Styrr brýtur lög á búandkörlum. Þegar hann taldi sig eiga sakir á hendur Einari í Akureyjum, lét hann „dómendr dœma sér stórar fébœtr", svo sem áður greinir, og sló eign sinni á Akureyjar, en enginn mælti í móti. Styrr þiggur bersýnilega ekki aðeins mútur til að halla réttu máli, heldur ber hann mútur í dóm eða jafnvel ógnar dæmendum. Margur fer til helvítis fyrir minna.

Í Ártíðaskrá Helgafellsklausturs er ártíð Styrs talin 2. nóvember.[1] Fræðimenn ætla aðalstofn skrárinnar vera eigi eldri en frá 13. öld, og því hefur sætt nokkurri undrun, að nafn Styrs skuli ritað þar. Tímans vegna gæti ártíð Styrs verið þegin frá Heiðarvígasögu, en ritskýrendum hefur ekki dottið það í hug. Sigurður Nordal hefur velt þessu fyrir sér:

> En hvers vegna fóru Helgafells munkar á 13. öld að gizka á ártíð Styrs, en ekki t.d. Guðrúnar Ósvífursdóttur, Þorkels Eyjólfssonar, Gellis Þorkelssonar, Þorkels Gellissonar o.s.frv.? Á því er enginn efi, að Styrr var ráðinn voveiflega af dögum. Þó að kristni væri þá ung í landinu, er engin fjarstæða að geta sér þess til, að skyldmennum hans hafi þótt hann lítt búinn við dauða sínum og uggvænt um sáluhjálp hans. Má því vera, að snemma hafi verið gerðar ráðstafanir til þess, að sálumessa væri sungin á dánardegi hans ár hvert.[2]

Ekki verður á móti borið, að Styr hafi gefist lítið tóm til skrifta og iðrunar og verið þess vegna lítt búinn undir héðanför, en sömu sögu er að segja af sjálfum Þorkeli Eyjólfssyni, sem drukknaði í hvassviðri á Breiðafirði. Hann var mestur höfðingi við Breiðafjörð um sína daga og sat þar að auki að Helgafelli. Samt er hann ekki í skránni, eins og Sigurður Nordal drap á.

Heiðarvígasaga skýrir frá því, að bein Styrs hafi fljótlega eftir dauða hans verið tekin upp og flutt að Helgafelli, þegar Hraunskirkja brann.[3] Sigurður Nordal getur þess til, að eignir hennar hafi þá lagst til Helgafells með þeirri kvöð að syngja

[1] Sjá Jón Þorkelsson: *Íslenzkar ártíðaskrár*, 87, 91.
[2] *Hvs.*, cxxiii.
[3] *Hvs.*, 235.

sálumessur fyrir Styr.[1] Mér þykir þetta ekki sennileg tilgáta, því að landið er í raun heiðið, þegar Styrr er veginn 1007, og litlar líkur á, að svo snemma hafi Íslendingar tekið upp þann sið að gefa fé til kirkna til að syngja messur ár hvert með sálum manna. Og ártíðaskráin er að sjálfsögðu langtum yngri, svo að nemur minnst öld, að því er ætla má.

Önnur skýring er miklu álitlegri. Enginn sem les Heiðarvígasögu ofan í kjölinn, getur efast um, að misgerðir Styrs, miðaðar við lög og siði kirkjunnar, sviptu hann eilífum fagnaði annars heims. Úr því að hafa má fyrir satt, að jarðneskar leifar Styrs hvíli í vígðum reit Helgafellsklausturs, þá er það engin goðgá að gera ráð fyrir því, að munkunum hafi við lestur Heiðarvígasögu laust eftir miðja 13. öld runnið blóðið til skyldunnar og þeir orðið ásáttir um að gera sitt besta til að leysa Styr frá kvölum með reglubundnum sálumessum og bænahaldi. Í þessu sambandi er vert að hafa í huga, að munkunum hefur skjótt borist Heiðarvígasaga, þar sem Eyrbyggja er að öllum líkindum rituð að Helgafelli.[2]

Þess er enn að geta, að Styrr er ekki færður á Helgafellsskrá sem Arngrímur Þorgrímsson, Styrr Þorgrímsson eða jafnvel Styrr heldur sem Víga-Styrr: Vigastyr. Að öllu athuguðu dreg ég þá ályktun, að ártíð Víga-Styrs í Helgafellsskrá stafi ekki einvörðungu af því, að Styrr dæi voveiflega, heldur miklu fremur sökum þeirra voðaverka, sem hann gerði sig sekan um og dæmdu hann til glötunar fyrir dómi. Lýsingar Heiðarvígasögu hafa rótað við Helgafellsmunkum.

Skýlaus merki eru í sögu Styrs um, að guð sé í textanum og rás viðburða lúti vilja hans. Ekki þótti einleikið, þegar smásveinninn Gestur vó ofsamanninn Styr. Sagan gefur það fyllilega í skyn, að það hefði aldrei getað átt sér stað nema fyrir guðs forsjá. Blóðdropar á axarskafti Gests voru tákn eða guðleg vísbending um, að Gesti myndi auðnast að koma fram hefndum. Þegar Styrr „høggr með øxi aptan í hǫfuð Þórhalla“, banar Gestur honum á líkan hátt: „høggr með øxi af

[1] *Hvs.*, cxxiv.
[2] *Eyrbyggja*, lv.

ǫllu afli í hǫfuð honum bak við eyrat hœgra megin, svá í heila stóð.“[1] Guð tekur í taumana. Hönd guðs var á skaftinu líkt og guð var í slöngunni, þegar Davíð banaði Golíat forðum.

Fyllsta ástæða er til að hugleiða, við hvaða aðstæður dauða Styrs ber að höndum. Þegar hann og fylgdarmenn hans koma á Jörva, var frost um daginn, og höfðu allir nema Styrr vöknað í Hítará. Var þeim greiði veittur, dregnar af þeim brækur og skóklæði, kyntur eldur upp, og sat Styrr við logann. Gestur ber inn eldiviðarsorp og kastar á eldinn, og lýstur þá upp miklum reyk og svælu í húsin. Gestur fer að baki Styrs, heggur hann, svo sem áður er lýst, og hnígur Styrr fram á logann.

Sögur miðaldamanna af helvíti geyma ótrúlega fjölskrúðugt safn af hvers kyns píslum, sem tapaðar sálir máttu þola. Hugarflugið kunni sér engin læti í uppfinningu vítiskvala. Ein hugdettan var sú, að meingerðamenn hvörfluðu í helvíti milli frosts og funa, og var sú skoðun afar útbreidd í miðaldakirkjunni. Elucídaríus talar til að mynda um tvenn helvíti. Hið efra sé „hinn neðsti hlutur þessa heims“ og sé sá staður „fullur myrkra og meina, elds og frost (svo!), hungurs og þorsta og annarra líkamskvala, bardaga, ekka og hræðslu“. Í helvíti hinu neðra eru níu höfuðpíslir, og eru þar tvær fyrstar taldar annars vegar óslökkvilegur eldur og hins vegar frost svo mikið, „að eldlegt fjall mundi verða að svelli ef þangað félli“.[2] Af þessari klausu sjást, eins og vita mátti, hin greinilegu hugmyndatengsl með jarðarvist og helvíti. Píslir frosts og funa hafa verið svo samgrónar vitund manna, að þær eru sjálfsögð refsing í fegurstu helgikvæðum Íslendinga.

Í Sólarljóðum er dæmisaga um, að ofmetnaður leiði til eilífrar glötunar. Þau Ráðný og Véboði gera sig seka um þessa dauðasynd og refsing þeirra er að maklegleikum:

[1] *Hvs.*, 232–233. Í vísu (2. erindi) er öðru vísi sagt frá því höggi, sem varð Styr að bana. Þar virðist Gestur hafa höggið Styr í ennið og blóðið runnið niður báðar kinnarnar. Ekki er vitað, hvernig á þessari missögn stendur, en vert er að benda á, að Davíð laust steini í enni Golíats. *Hvs.*, 237.

[2] *Þrjár þýðingar lærðar*, 102–103.

Nú þau sitja
og sárum snúa
ýmsum elda til. (15. erindi)

Nú er þeim goldið
er þau ganga skulu
milli frosts og funa. (18. erindi)[1]

Sakir þess hve miðaldamönnum hefur almennt verið hugstætt „frost og funi“ sem táknmynd helvítis, gildir einu í þessu dæmi um tengsl Heiðarvígasögu og Sólarljóða. Aftur á móti er ástæða til að ætla, að sviðsetningin við dráp Styrs mótist af þessari hugmynd og Víga-Styrr hafi fyrir hugskotssjónum lesenda eða áheyrenda hnigið fram á sjálfan vítiseldinn. Víga-Styrr skilur við jarðlífið með því að ganga í bókstaflegri merkingu milli frosts og funa, og sú ganga vísar til þeirrar vistar, sem bíður hans í hinu neðra.[2]

Þessi getgáta fær byr undir báða vængi við afturgöngu og líkflutning Styrs. Eins og flestir vita, er draugagangur í Íslendingasögum að öllum jafnaði vitnisburður um illsku manna og að þeir hafi ekki sagt skilið við jarðlífið á kristilegan máta. Af

[1] *Sólarljóð*, 54–56, 125–126. Þar eru talin fleiri bókmenntadæmi um þá písl að ganga á milli frosts og funa.

[2] Í kristniboðsþáttum er greint frá því með ýmsum tilbrigðum, að heiðinn berserkur vaði eld (Þorvalds þáttur víðförla, Vatnsdæla o.fl.). Frásögn Njálu þykir mér einna merkilegust. Á bæ Gests Oddleifssonar í Haga lætur Þangbrandur gera þrjá elda, heiðnir menn vígja einn, annar er óvígður og þann þriðja vígir Þangbrandur. Ljóst er, að eldarnir tákna þetta þrennt: Heiðni, að trúa á mátt sinn og megin og kristna trú, og átök siðanna speglast í þeim. Er hér sams konar þrískipting og um er að ræða m.a. í ummælum Ólafs helga við Barða: Forneskju og átrúnað (þ.e. að trúa á mátt sinn og megin) sem tvær andstæður kristninnar. Í Njálu veður berserkurinn þann eld, sem hinir heiðnu menn vígðu („ok svá inn óvígða“, bætt við í Gráskinnu), en þorði ekki að vaða eldinn Þangbrands. (*Njála*, 267–268). Berserkurinn getur auðsæilega vaðið þá elda eina, sem fjandinn sjálfur kyndir. Enginn þarf að vaða í villu um gististað berserksins í öðru lífi. Fjandinn gerir sínu fólki elda bæði efra og neðra til vitnis um ægivald sitt, sem reynist þó ævinlega hjóm eitt fyrir guði. Í kristniboðssögum skipta táknin og gildi þeirra mestu máli.

Víga-Hrappi á Hrappsstöðum er t.d. sagt í Laxdælu, að hann hafi gengið aftur:

> En svá illr sem hann var viðreignar, þá er hann lifði, þá jók nú miklu við, er hann var dauðr, því at hann gekk mjǫk aptr. Svá segja menn, at hann deyddi flest hjón sín í aptrgǫngunni.[1]

Hið illa er svo máttugt í fari Styrs, að hann gengur aftur með þeim ósköpum, að hann skipar sér í sveit með mögnuðustu draugum Íslendingasagna, þeim Þórólfi bægifót í Eyrbyggju og Glámi í Grettissögu. Draugasaga Styrs er lykilsaga við túlkun Heiðarvígasögu, og því er ærin ástæða að tilfæra draugasöguna óstytta. Eftir aftöku Styrs segir sagan:

> Váru þá send boð Snorra sem skjótast; hann kom, nefndi vátta at sárum Styrs ok bjó um líkit, ferr síðan þaðan ok kemr at kveldi til bónda þess, er Snorri hét ok bjó í Hrossholti, sagðisk hafa með lík at fara ok bað um greiða; honum var veittr hann eptir fǫngum. Líkit hafði dregizk nǫkkut ofan í Haffjarðará ok vǫknat til hǫfuðsins; var því kyntr eldr upp at þurrka þat. Snorrri bað fólk at hafa kyrrt um sik um nóttina. Bóndi átti dœtr tvær; hét ǫnnur Guðríðr; hon var sextán, en hin fjórtán vetra; þær hvíldu báðar í einni rekkju. Þá fólk var allt í svefni ok góðr tími af nóttu, tók þeiri ellri svá mjǫk at óróask, at hon brauzk á hæl ok hnakka. Hin spyrr, hvat veldr; hon segir, at hon hafi heyrt mikit sagt af Víga-Styr, en aldri sét hann, meðan hann var á lífi; nú sé sér á engu meiri fýsn en at sjá hann. Hin svarar, hon skuli eigi mæla soddan heimsku, at vilja sjá hann nú dauðan, er mǫrgum stóð mikill ótti af í lífinu, ok biðr hana hætta þessu tali. Litlu síðar vekr hon sama mál ok tekr nú meir at ókyrrask en fyrri, segisk aldri fá betra fœri at sjá hann en nú. Hin yngri vill hamla sem fyrr, en sú ellri ræðr meira; fara nú báðar á fœtr; ræðr sú ellri ferðinni, en hin ferr eptir. Styrr var rifaðr í húð, en líkit hafði dregizk ofan í ána um daginn, og var því sprett frá hǫfðinu; eldrinn var út brunninn ok glœðr eptir; var ljóst it efra

[1] *Laxd.*, 39. — G. Turville-Petre hefur komist svo að orði um hina látnu: „The benevolent dead may help their relatives and neighbours, but the wicked will grow even more dangerous and wicked than before.“ *Myth and Religion of the North*, 269. Turville-Petre tekur dæmi af Þórólfi bægifót, en Víga-Styrr mætti fljóta með.

um húsit, en dimmt it neðra. Þær ganga hljóðliga inn í eldahúsit ok stilla nú hœgt þangat, sem Styrr liggr, ok skyggnask nú sem bezt at honum, ok var sú ellri nærgǫngulari. Sýnisk þeim þá Styrr rísa við í húðinni ok kveða vísu.

Snorri varð varr við, at einhverr var á fótum, kippir fljótliga skóm á fœtr sér ok gengr út til eldahússins at forvitnask um, hvat þær hafisk at. En þegar hon heyrir vísuna, bregðr henni svá við, at hon œpir hástǫfum ok hleypr í fang Snorra; koma menn á fœtr ok halda henni; er hon þá svá œr, at fjórir hafa fullt í fangi at halda henni; linnti hon aldri af ópi ok umbrotum alla nóttina, þar til undir dag, þá deyr hon. Snorri segir við bónda, at nú sé verr launaðr greiðinn en hann vildi, ok kveðr þat eigi sína skuld, þó sér hafi eigi hlýtt verit. Bóndi svarar, at hann hafi enga skuld í, þótt svá illa hafi til tekizk, heldr sé þat óskǫp dóttur sinnar. Snorri býsk brott it hraðasta ok ferr áleiðis með líkit; tekr þá at gera mikla snjódrífu á móti þeim með frosti. Ok þá á daginn líðr, tekr líkit at fara illa á hestinum ok snúask ǫfugt; gerisk þat þá svá þungt, at þeir koma því eigi lengra en at eyðihúsum nǫkkurum á melholti einu, ok þar bera þeir grjót at því ok dysja; fara þar eptir leið sína, ok er eigi annars getit en þat gengi greitt. Um várit, þá upp leysir snjó, ferr Snorri eptir líkinu, ok er þá allt tíðendalaust í þeira ferð; er þat jarðat at kirkjunni undir Hrauni, er Styrr hafði sjálfr gera látit; en nǫkkurum tímum þar eptir, þá kirkjan brann, váru bein hans upp tekin ok flutt at Helgafelli.[1]

Saga Styrs að honum látnum er draugasaga, sem auðveldlega má greina í tvennt. Annars vegar eru atburðirnir að Hrossholti og hins vegar líkflutningurinn heim að Hrauni, en báðir þættir staðfesta með ógnþrungnum fyrirbærum, sem ganga þvert á náttúrulegt eðli hlutanna, að önd Styrs sé á snærum djöfulsins. Það er vert að gefa því gætur, að frásagan af hinum illskufulla Styr er í raun og veru sömu tegundar og jarteinasaga dýrlings eftir dauðann að því leyti, að þær sýna báðar með dæmum, hversu virðir hinir dauðu eru með guði.

[1] *Hvs.*, 233–35.(JÓ).

Snorri goði biður fólk „at hafa kyrrt um sik um nóttina". Líklega ber að skilja þetta svo, að Snorri hafi verið minnugur meingerða mágs síns í lifanda lífi og ekki verið grunlaust um, að illar vættir færu á kreik, þegar myrkvaði.

Guðríður bóndadóttir brýst um í svefni „á hæl ok hnakka" og heldur viðþolslaus á fund Styrs, þar sem hann bíður hennar. Illur andi hleypur í Guðríði, ærir hana og „linnti hon aldri af ópi ok umbrotum alla nóttina, þar til undir dag, þá deyr hon". Lifandi vegur Styrr með vopnum, dauður banar hann með illsku einni.

Sviðsetningin er í mergjuðum draugasögustíl með vítissýn eldsins að baki. Styrr liggur við glæður, rís upp í húðinni og yrkir vísu, sem því miður er glötuð að mestu. Jón Ólafsson segir sig minna, að þar hafi verið getið um „blæjuheim" og „moldbúaheim, sem sómir sér vel í draugavísu".[1] Þetta rifjar upp dálæti Sólarljóða á svipuðum orðmyndum: Yndisheimur, dvalarheimur, aldaheimur og kvölheimar, þó að merkingin sé auðvitað öll önnur. Hugsunarhátturinn er þó hinn sami, verustaðir manna eru margvíslegir skynheimar.

Atvikin í Hrossholti þessa nóvembernótt 1007 eru myrkir og dulir, en þeir eru veruleiki 13. aldar mönnum. Ég legg áherslu á, að grundvöllur draugasögunnar er guðleg útskúfun Styrs fyrir misgerðir sínar.

Víða er hermt frá líkflutningum, ekki síst í heilagra manna sögum. Yrkisefnið birtir með sundurleitum bendingum, hvort hinn dauði hafi lifað hjálpvænlega eða misfarið herfilega boðorðum guðs með breytni sinni. Veðrátta er tíðum góð vísbending. Lærdómsríkt er að sækja dæmi til hliðsjónar úr Jóns sögu helga, þar sem segir frá upptöku beina hans 3. mars árið 1200:

[1] Draugavísa Styrs er til í brengluðum gerðum. *Hvs.*, 234 nmáls. Sbr. og „Heimild um Heiðarvíga sögu", 90–91. Eftir Heiðarvígasögu er væntanlega höfð sú sögn, að Snorri hafi gengið í dyngjuna að Styr í Hrossholti „þá er hann hafði upp sezk ok helt um miðja dóttur bónda". (*Eyrbyggja*, 153).

> En til þess at þat væri sýnt berum jartegnum, at þessi upptekníng var at guðs vilja gjör, þá snerist veðráttan svá skjótt þann sama dag, sem heilagr dómrinn var upp tekinn, at þá hlánaði svá, at á fám dögum tók af snjóinn allan, eigi at eins í því heraði, heldr um allt Ísland, svá at á þeirri sömu stundu sem heilagr dómrinn var upp tekinn, skiptist veðrit í loftinu, ok öllum mönnum þótti mikils um vert, hvar sem staddir váru, er veðrit skipaðist svá skjótt.[1]

Í þessari lýsingu Jóns sögu helga er ekki um eiginlegan líkflutning að ræða, en veðurfarsbreytingin sýnir „berum jartegnum", eins og sagan orðar það, vilja guðs. Í Laxdælu er afar merkileg frásögn af Gesti Oddleifssyni, sem ástæða er til að geta til frekari samanburðar, því að líkferð hans vitnar fagurlega um guðs vilja. Auk þess eru þeir Styrr að ævilokum bornir með merkjum til moldar að Helgafelli:

> Á þeim sama vetri fekk sótt Gestr Oddleifsson, ok er at honum leið sóttin, þá kallaði hann til sín Þórð lága, son sinn, ok mælti: „Svá segir mér hugr um, at þessi sótt muni skilja vára samvistu. Ek vil mik láta fœra til Helgafells, því at sá staðr mun verða mestr hér í sveitum; þangat hefi ek opt ljós sét." Eptir þetta andaðisk Gestr. Vetrinn hafði verit kulðasamr, ok váru íslǫg mikil, ok hafði langt lagt út Breiðafjǫrð, svá at eigi mátti á skipum komask af Barðastrǫnd. Lík Gests stóð uppi tvær nœtr í Haga; en þá sǫmu nótt gerði á veðr svá hvasst, at ísinn rak allan frá landi; en um daginn eptir var veðr gott ok lygnt. Þórðr tók skip ok lagði á lík Gests, ok fara þeir suðr um daginn yfir Breiðafjǫrð ok koma um kveldit til Helgafells. Var þar vel tekit við Þórði, ok er hann þar um nóttina. Um morgininn var niðr sett lík Gests, ok hvíldu þeir Ósvífr í einni grǫf. Kom nú fram spásagan Gests, at skemmra var í milli þeira en þá, er annarr var á Barðastrǫnd, en annarr í Sælingsdal. Þórðr inn lági ferr heim, þegar hann er búinn; ina næstu nótt eptir gerði á œðiveðr; rak þá ísinn allan at landi; helt því lengi um vetrinn, at ekki mátti þar á skipum fara. Þóttu at þessu mikil merki, at svá gaf til at fara með lík Gests, at hvárki var fœrt áðr né síðan.[2]

1 *Biskupa sögur* I, 186–187 (eldri gerð); svipað í yngri gerð, 259.
2 *Laxdæla*, 196–197. Sjá athugasemdir Hermanns Pálssonar: *Leyndarmál Laxdælu*, 65–69.

„Þóttu at þessu mikil merki," segir Laxdæla, „at svá gaf til at fara með lík Gests, at hvárki var fœrt áðr né síðan." Mig grunar, að þetta stórmerki sé eftirlíking, sem sótt sé til helgra bóka, af útferðarsögu Ísraelslýðs yfir Rauðahafið frá Egyptalandi til fyrirheitna landsins. Ljósið að Helgafelli er auðvitað andlegrar merkingar, tákngildi guðdómsins og alls þess, sem tengist honum. Í þessu tilviki vísar ljósið í þrengsta skilningi trúlega til klaustursins að Helgafelli, sem sett var 1184, en í víðasta skilningi til fyrirheitna landsins, þangað sem allir kristnir menn stefna til að lofa almáttkan guð og vera samvistum við hann að eilífu. Lík Gests var niður sett „ok hvíldu þeir Ósvífr í einni grǫf".

Þegar Faraó Egyptalandskonungur veitti Ísraelslýð eftirför lét drottinn hvassan austanvind blása alla nóttina og bægja sjónum frá og gerði hafið að þurrlendi. Vötnin stóðu eins og veggur til vinstri og hægri handar Ísraelsmönnum, en Egyptar sóttu eftir þeim út á mitt hafið. Þá lét drottinn sjóinn falla aftur í farveg sinn. Egyptar drukknuðu, en Ísraelslýður gekk þurrum fótum á land.[1]

Samsvörunin með ferðum Móse og Gests er í því fólgin, að Rauðahafið eða Sjórinn rauði er líking Breiðafjarðar, sem var með öllu ófær sökum ísalaga við Barðaströnd. En þá „gerði á veðr svá hvasst, at ísinn rak allan frá landi; en um daginn eptir var veðr gott ok lygnt". Þar með komst Gestur til fyrirheitna landsins eða Helgafells, þar sem hann var jarðsettur. Þegar Þórður lági hafði náð heim heilu og höldnu „gerði á œðiveðr; rak þá ísinn allan at landi". Mátti þá ekki á skipum fara.

Rauðahafið er Breiðafjörður. Náttúruhamfarirnar birta vilja guðs, sem greiðir fyrir sínu fólki, sem leitar til hans. Lýsing Laxdælu felur í sér guðlega umbun til hins friðsama spekings, Gests Oddleifssonar, sem lifir siðaskiptin og skynjar af spekt sinni, að hinn nýi siður sé ólíkt háleitari hinum forna og vill því lifa í andlegu samneyti við kristna menn. Líkflutningurinn til Helgafells er för Gests til fyrirheitna

[2] Sbr. 2. Mósebók (Exodus), 14:31. *Stjorn*, 285–289. *Veraldar saga*, 4. kap.

landsins, þar sem hann mun lifa í samkvæmi rétttrúaðra án enda.[1]

Í þessu ljósi er forvitnilegt að virða fyrir sér Víga-Styr og hlutskipti hans. Á honum hvílir þung reiði drottins. Gagnstætt för Gests er ferðasaga Styrs í senn staðfesting á óhæfuverkum hans í lifanda lífi og opinber tilkynning um þau reikningsskil, sem standa fyrir dyrum. Helgafell og Ósvífur fögnuðu Gesti og veðurblíða og logn léku við honum, en snjódrífa, frost og vist í melholti tóku Styr opnum örmum. Viðtökurnar voru eins og efni stóðu til.

Áheyrendum hefur verið það fullljóst, hvert för Styrs var heitið, því að engin vöntun er á vísbendingum um sálartöpun Styrs. Lík hans snýst öfugt og gerist svo þungt, að líkmenn komast ekki lengra en að eyðihúsum. Þetta leiðir hugann að Þórólfi bægifót og Glámi, sem voru svo þungir, að þeir urðu ekki bornir til byggða.[2] Til hliðsjónar má aftur hafa áþekka lýsingu í Jóns sögu helga. Þegar menn höfðu búið vel og rækilega um lík Jóns biskups og skyldu bera það úr kirkju til grafar, þá gerðist það, sem öllum þótti mikils um vert:

> Líkit varð svá þúngt, at þeir máttu engan veg hræra, er til voru settir út at bera.

Við eftirgrennslan kom á daginn, að mönnum hafði láðst að draga á hönd heilögum Jóni fingurgull hans. Var þá undinn bráður bugur að því:

> ok eptir þat gengu til hinir sömu menn, sem fyrr, ok tóku þá upp líkit léttliga ok báru til graptar.[3]

Þegar líkmenn geta ekki fært Jón biskup úr stað, fyrr en hann hafði fengið gullið, þá er það merki um, að hann sé ástvinur guðs. Frásagnir um þyngd helgra dóma eru annars kunn helgisagnaminni.[4]

[1] Um líkflutninga sjá m.a. Kjartan G. Ottósson: *Fróðárundur í Eyrbyggju*, 65–72.
[2] *Eyrbyggja*, 169–170. *Grettis s.*, 112.
[3] *Biskupa sögur* I, 176–177.
[4] Sjá t.d. Haraldssona saga. *Hkr.* III, 307 (um skrín Hallvarðs helga).

Styrr átti vanda til að taka ekki gröf fórnarlömbum sínum, heldur hlaða að þeim grjóti og mold. Sjálfur er hann dysjaður á sama hátt, og þar með er honum goldið að verðugu. Hann er kasaður líkt og seiðskrattar og óbótamenn.[1]

Lík Styrs var síðar sótt og til moldar borið að Hraunskirkju, sem Styrr hafði sjálfur gera látið. En er sú kirkja brann, þá voru bein hans, svo sem áður greindi, flutt að Helgafelli. Þessa sögn er vert að íhuga frekar.

Heiðarvígasaga segir, að Styrr hafi skjótt eftir kristnitöku látið byggja kirkju á bæ sínum, og gefur sagan merkilega skýringu á því:

> Sú var trúa á þeim tímum, at sá, er kirkju lét gera, ætti ráð á svá mǫrgum mǫnnum at kjósa til himnaríkis, sem margir gæti staðit innan kirkju hans.[2]

Samhljóða frásögn er í Eyrbyggju, sem hún hefur sennilega sótt til Heiðarvígasögu, en ekki er vitað frekar um uppruna hugmyndarinnar. Ekki hafa allir talið hana góða og gilda, ef marka má orð hómilíubókar:

> Eigi mun inn ganga í ríki himna hverr þeira er mælir: drottinn, drottinn, heldr sá er gǫrir vilja fǫður míns, er í himnum er. Sá mun inn ganga í ríki himna.[3]

Skömmu eftir greftrun Styrs brann Hraunskirkja. Fellst í þessu dýpri merking? Kirkjugerð Styrs er ef til vill söguleg staðreynd, en mér dettur í hug, að kirkjubruninn kunni að hafa táknrænt gildi. Í ströngum miðaldafræðum er því haldið fram, að engar kirkjur í heimi eyðist eða brenni, nema fyrirdæmist af guði, en þrenns konar rök liggi til fordæmingarinnar:

[1] Í *Laxdælu* (107) er t.d. greint frá því, að illþýðið, Kotkell og Gríma, var gripið og af lífi tekið á hálsinum milli Haukadals og Laxárdals: „ok var þar gǫr at þeim dys ór grjóti, ok sér þess merki, ok heitir þar Skrattavarði." Þetta beinir athyglinni að „Styrsleiði" á miðju Kerlingarskarði. „Heimild um Heiðarvíga sögu", 94.

[2] *Hvs.*, 230; sbr. *Eyrbyggja*, 136.

[3] *Homiliu-Bók*, 208. Samræmd stafsetning (BG).

> Fyrst er kirkjur eflast af þeim auðæfum er með röngu er fengið, en annað er sjálfir saurga þeir af syndum sínum, en hið þriðja ef menn elska þær meir en himneska hluti.[1]

Það er vissulega íhugunarefni, eins og málum er háttað, hvort bruni Hraunskirkju sé fordæming guðs. Sökum þess að Heiðarvígasaga hefur hugmyndasöguleg siðbótartengsl við Þorvalds þátt víðförla, þá tel ég réttlætanlegt að tefja við forvitnilega frásögn þáttarins um tilraun til kirkjubruna, sem sýnir guðs kraft í brennumálum. Þorvarður Spak-Böðvarsson lét gera kirkju á bæ sínum í Ási við Hjaltadal, sem heiðnir menn vildu brenna:

> Litlu síðarr fór Klaufi til um nótt við tíunda mann at brenna kirkjuna; en er þeir nálgaðust ok gengu í kirkjugarðinn, kendu þeir ákafligan hita ok sá mikla gneistaflaug út í glugga kirkjunnar, fóru þeir brottu við þat, at þeim þótti kirkjan full af eldi.
>
> Annan tíma fór Arngeirr til við marga menn ok ætlaði at brenna þessa sömu kirkju; en er þeir höfðu brotit upp hurðina, ætlaði hann at tendra eld á gólfinu við þurran fjallrapa; en því at eigi logaði svá skjótt sem hann vildi, þá lagðist hann inn yfir þreskjöldinn ok ætlaði at blása at, er glóðin var nóg, en eigi vildi festa í viðinum; þá kom ör, ok stóð föst í kirkjugólfinu rétt við höfut honum, ok þegar kom önnur, sú nísti klæði hans við gólfit, svá at örin flaug í millum síðu hans ok skyrtunnar, er hann var í; hann ljóp þá upp hart ok mælti: „svá flaug þessi örin nær síðu minni, at ek em ráðinn í at bíða eigi hér hinnar þriðju.“ Nú hlífði guð svá húsi sínu.[2]

[1] *Þrjár þýðingar lærðar*, 91.

[2] *Biskupa sögur*, 44. — Í 2. Mósebók (Exodus 3:2) segir af því, að engill drottins birtist Móse í eldsloga í þyrnirunna nokkrum, sem brann ekki (sbr. og *Veraldar saga*, 4. kap.). Ekki er ólíklegt, að þessi guðlega frásögn sé bein eða óbein fyrirmynd að brennusögunni í Þorvalds þætti, þegar kirkjan stendur í ljósum loga án þess að brenna. Örvarnar eru að sjálfsögðu skeyti guðs. Skyldleiki við örvasögnina er fyrir hendi í sögum af Ólafi konungi Tryggvasyni, þar sem hermt er frá Svoldarorrustu. „Eigi em ek fúss at bíða hinnar þriðju,“ mælti Eiríkur jarl í Ólafs sögu Odds munks, AM 310 (1932, 227), og Snorri Sturluson segir: „en jafnskjótt kom ǫnnur ǫr, svá nær jarli, at flaug milli síðunnar ok handarinnar.“ (*Hkr.* I, 362).

Það er afar merkilegur siðalærdómur að gera ráð fyrir því, að jafnt illir sem góðir eigi þess kost að kjósa fjöld manna til himnaríkis eftir stærð þeirra kirkna, sem þeir láta reisa að bæ sínum. Engin önnur sjálfstæð ritheimild verður fundin á íslenskum bókum um slíka siðfræði, en vafalaust á hún sér einhverjar samfélagslegar rætur. Ég legg þann skilning í þessa frásögn Heiðarvígasögu um kirkjubyggingar og himnaríki, að sagan sé að koma þeim boðum til áheyrenda, að höfðingjar verði ekki sáluhólpnir, þótt þeir af auðlegð sinni byggi kirkjur guði til dýrðar, ef þeir brjóta helgustu bönn hans. Ég get mér þess til, að þetta séu andmæli við hugmyndum Sturlungaaldarinnar, þegar auðugir ribbaldar hafa gert sér í hugarlund, að allt væri falt fyrir fé, jafnvel guðs miskunn. Víga-Styrr tók kristni eftir dráp Þórhalla, en háttalag hans tók engum umskiptum. Kenningin var ströng, og náð guðs var þeim einum búin, sem lifðu í samræmi við hana. Misindismenn hreppa ekki sæluvist á himni fyrir það eitt að reisa kirkjur eða fá legstað í vígðri mold. Þetta hafa munkar gerst vitað, þegar þeir sungu messur fyrir sál Styrs að Helgafelli.

Ekki vil ég skiljast svo við Víga-Styr án þess að vekja nánari athygli á tveimur atriðum, sem varpa sérstöku ljósi á hann. Atvikin að vígum Þormóðar, Einars og Þórhalla eru einkennilega sviplík. „Allir eru þeir að flytja sig búferlum til þess að forðast Styr, þegar hann veitir þeim eftirför eða situr fyrir þeim," segir Sigurður Nordal með réttu.[1]

Þetta vígmynstur við brottför mótstöðumanna úr byggð gengur í berhögg við almennar sögulegar forsendur í íslensku samfélagi. Meginreglan er sú í Sturlungu og Íslendingasögum, að sveitarhöfðingjar lögðu allt kapp á að hrekja brott úr héraði þá menn, sem þeir áttu í illdeilum við eða töldu sér stafa háska af. Hirði ég ekki um að tína til mörg dæmi úr samtíðarsögum um slíkt. Kunn er frásögn Egilssögu af Steinari Önundarsyni sjóna, sem vísað var tvisvar brott úr héraði fyrir að troða illsakir við Þorstein Egilsson.[2]

[1] *Hvs.*, cviii.

[2] *Egils s.*, 277–293. Fleiri dæmi um þetta eru t.d. í Víga-Glúms sögu og Finnboga sögu ramma.

Annað atriði í tiltektum Víga-Styrs vekur ekki síður til umhugsunar. Hann undirokar bóndann Þórhalla. Styrr étur krásir af borðum hans, og

> Þórhalli skal standa honum kost, þá hann vill hjá honum gista, hvárt sem hann ferr frá eða til eða hvat marga menn, sem hann með sér hefir.[1]

Styrr heldur háttum sínum um komur á Jörva, eins og ekkert hafi í skorist, þó að hann hafi svipt Þórhalla lífi og börn hans séu fóstruð á Jörva en leiti ekki athvarfs hjá frændum sínum í Borgarfirði. Ánauð Styrs líður ekki undir lok með þeim einstaklingi, sem Styrr vó, því að hún heldur áfram óbreytt þrátt fyrir kynslóðaskiptin. Kúgunin fær þannig almenna merkingu og beinist að samfélagi réttlausra smábænda. Með guðs vilja er Styrr af lífi tekinn, og þar með eru vígmynstrið og þrælkunin úr sögunni, því að þau koma ekki fyrir í síðara hluta hennar.

Þessi einkenni Víga-Styrs sögu gætu auðvitað átt sér fyrirmyndir í íslenskum veruleika 13. aldar, en ég hef ekki, þótt undarlegt megi þykja, rekist á neinar sambærilegar frásagnir í fornum sögum. Saga endurtekur það, sem hún leggur áherslu á. Af þeim sökum hefur mér flogið í hug, að þetta yrkisefni Heiðarvígasögu sé hugsanlega stæling á stórtíðindum úr sögu Gyðinga og Styr sé líkt við Faraó, sem þjakar og kúgar Ísraelslýð. Herleiðingin yfir Rauðahafið og ógnarstjórn Faraós voru, eins og nærri má geta, tíð frásagnarefni í söguritum miðalda.[2] Sveitarhöfðinginn Víga-Styrr undirokar að sögn Heiðarvígasögu smábændur, hefur af þeim eigur þeirra, kveður upp ranga dóma, snæðir heimaalning af matarborði bónda og tekur hann síðan af lífi, og loks eltir hann friðsama bændur uppi og vegur þá vægðarlaust, ef þeir hyggjast leita sér bólfestu og friðar í önnur héruð. Eftirlíkingin við ógnarstjórn Faraós var höfundi Heiðarvígasögu ekki fjarlægari en öðrum söguriturum miðalda. Skammt er líka til þeirrar samlíkingar, að Gestur Þórhallason leysi með guðs krafti kúgaða Íslendinga frá ánauð og forneskju með því að vega Víga-Styr

1 *Hvs.*, 226.

2 Ógnarstjórnar Faraós er víða getið, m.a. í *Veraldarsögu* (4. kap.), *Sverrissögu* (99. kap.) og *Konungs Skuggsjá*, 169; að ekki sé minnst á *Stjorn*, 262–289.

líkt og Davíð vó Golíat að vilja drottins til að frelsa Ísraelslýð frá heiðinni áþján. Þótt þessari getgátu sé varpað fram, fer eigi á milli mála, að samfélagsmynd Heiðarvígasögu er að langmestu leyti spegill 13. aldar. Hið fyrirheitna land Heiðarvígasögu er land, þar sem guðs lög ráða og friður ríkir.

Saga Víga-Styrs er harmleikur, en blind örlög, álög eða tilviljanir ráða þar engu um heldur mannlestir og sú illska, sem í Styr býr. Hann hefur ánægju af að murka líf úr mönnum og fótum troða guðs lög og lýð. Hann var ekki hin rómaða hetja, sem menn hörmuðu fallinn, heldur illskufullur ofstopamaður, sem hlaut makleg málagjöld. Draugagangurinn með mannsláti í Hrossholti og öfugsnúið eðli hlutanna við hinstu ferð hans eru refsidómar guðs og sannindamerki um, að Víga-Styrr hafi skilist við jarðlífið fagnaðarlaus. Víga-Styrr er persónugervingur ófriðar, eins og merking hins tvítekna auknefnis leiðir í ljós. Hann er guðlaus styrjaldarmaður. Vígdvalinn heitir maður í Sólarljóðum, er hann sagður vitur og mun hann tákna Krist. Hann vill dvelja víg, þ.e. koma í veg fyrir þau og stuðla að friði.[1] Höfundur Heiðarvígasögu fylkir sér undir merki hans.

Af ferli Víga-Styrs má gleggst skýra hugarheim Heiðarvígasögu með því að draga fram andstæð og hliðstæð hugtök ásamt lífsgildum, sem þeim tengjast:

Heiðni.	Kristni.
Faraó, ímynd ánauðar. Að nokkru fyrirmynd Víga-Styrs.	Ísraelslýður: Þórhalli o.fl.
Víga-Styrr, tákn ófriðar. Óguðlegur styrjaldarmaður, sem tapast í dómi.	Gestur, fulltrúi kristilegra gilda.
Ófriður.	Friður.

[1] *Sólarljóð*, 78. erindi. Sjá skýringar bls. 102–105 (Njörður P. Njarðvík).

Hér hefur verið dregin upp ófögur lýsing á sveitarhöfðingjanum að Hrauni. Hann var að orðanna hljóðan eigi meðalníðingur. Fólskuverk hans gera ádeiluna á framferði manndrápsmanna hvassari og friðarboðskap sögunnar áhrifaríkari.

6. *Barði Guðmundarson*

Þegar Barði Guðmundarson kemur til Heiðarvígasögu í upphafi 13. kap., þá er Jón Ólafsson enn einn til frásagnar, því að skinnbókarbrot sögunnar tekur ekki við fyrr en í lok 15. kap. Fyrir þær sakir er Barði ekki kynntur til sögunnar fremur en Víga-Styrr, og er það vitaskuld til mikils baga fyrir gagnrýnendur. Á einum stað í skinnbókarbrotinu, þegar fóstra hans dregur á háls honum steinasörvið mikla, er honum lýst svo: „Barði var mikill maðr ok sterkr at afli“,[1] og kemur sú lýsing vitaskuld heim við þau ummæli Ólafs helga, að Barði sé ættstór, mikill fyrir sér og vasklegur.

Enginn gengur þess dulinn, að Barði ber af öðrum mönnum að vígfimi, hreysti og áræði, enda er hann víða í sögum auknefndur Víga-Barði, svo sem í Eyrbyggju, en þó ekki í Laxdælu. Barði er í minnum hafður sem hinn mikli bardagamaður, sem tekst með ráðabruggi fóstra síns, Þórarins á Lækjamóti, og af eigin harðfengi að knýja fram ægilegar hefndir eftir bróður sinn við hinar erfiðustu aðstæður og knésetja óvini sína. Hann vegur til sigurs. Slík er hin glæsta mynd af hetju Heiðarvíga.

Fátt er sagt af Barða í öðrum sögum utan Laxdælu og Grettissögu. Athyglisvert er, að í Grettissögu er Barði talinn „gǫfugmenni mikit“,[2] og svarar sú umsögn til lýsingar hans í þeirri sögu, þar sem Barði stillir til friðar og þykir offors Grettis ganga úr hófi. Grettissaga yrkir við Heiðarvígasögu,[3] og gegnir Barði þar nýju hlutverki.

Þegar Barði lætur steypa móður sinni aldraðri af hestbaki í Saxalæk og löðrungar Auði konu sína í rekkju, er það til

[1] *Hvs.*, 281.
[1] *Grettiss.*, 104.
[2] *Grettiss.*, xxvii–xxviii.

marks um það háttalag, sem sagan kallar rið eða vanstilli, og kom fram í máli Ólafs helga. Af þessum dæmum má gera ráð fyrir, að helstu skapgerðareinkenni Barða séu taumleysi, ofsi og óbilgirni, sem þarf í sjálfu sér eigi að koma á óvart, því að þessir drættir setja yfirleitt mark sitt á mikla vígamenn.

Theodore M. Andersson túlkar hegðun Barða og hlutverk hans í sögunni á aðra vísu. Hann telur, að ójöfnuður setji lítinn svip á Barða, sem sé varkár, aðsjáll, áhlýðinn og taki tillit til almenningsálitsins.[1] Andersson er jafnframt þeirrar skoðunar, að Barði sé að upplagi nákvæmur og skarpskyggn og hafi í atburðanna rás gerst frækn bardagamaður. Í Heiðarvígasögu komi glöggt fram, að alþýða sé andvíg ofsa og ójöfnuði, en fagni hófsemi og stillingu. Barði sé málsvari þeirra gilda í sögunni. Þetta viðhorf Anderssons gengur, að því er ég ætla, þvert á ummæli Ólafs helga, og er því vert að fjalla nánar um það. Máli sínu til stuðnings tekur Andersson einkum dæmi af framkomu Barða á alþingi.

Málavextir voru þeir, að Hárekssynir, morðingjar Halls Guðmundarsonar, höfðu týnst í hafi, og var því Barða mikill vandi á höndum. Hvar átti að bera niður um hefndir? Þórarinn ráðleggur Barða að reisa málið á alþingi og beiðast þar bóta fyrir bróður sinn. Barði fór að ráðum Þórarins og beindi á tveimur þingum máli sínu til Háreks, en það kom fyrir lítið, því að honum stóð elli og hann var ekki lengur fjárráða. „En allr þingheimrinn lofaði, hversu spakliga var at málinu farit.“[2]

En nú dró til tíðinda. Gísli Þorgautsson frá Þorgautsstöðum á Hvítársíðu kom út um haustið. Hann hafði verið erlendis í kaupferðum og var því ekki á neinn hátt við málið riðinn. Þórarinn segir við Barða, er hann skal ríða til alþingis hið þriðja sumar, að nú sé kominn sá maður, „sem hann hefði eptir beðit,“ en það sé Gísli. Hann sé bráðskeyttur til máls að taka, frýgjarn (þ.e. ertinn) og ofurkappsmaður. Þórarinn leggur málið bert fyrir:

[1] „He is cautious, circumspect, open to counsel, and conscious of public opinion.“ *The Displacement of the Heroic Ideal*, 581.

[2] *Hvs.*, 256.

> „Segir mér svá hugr um, at hann muni einhverju því svara, at auðgengara verði at málinu eptir en áðr."[1]

Þórarinn reyndist getspakur að vanda. Barði snýr máli sínu á alþingi að Gísla til úrgreiðslu, en hann verður ókvæða við, kveðst þverkominn við málið og vísar Barða með diguryrðum á sjóð sinn, sem stolinn var á Englandi, annað fé leggi hann ekki til. Þingheimur, er á hlýddi, brást þannig við:

> Gera menn nú mikinn róm at máli Barða, ok þykkir þungliga svarat, með slíku spaklæti, sem þessa er beizk.[2]

Taka má vissulega undir þá skoðun, að Barði flytji mál sitt af nokkurri hógværð líkt og hann gerði á þingi eftir Heiðarvígin. En þetta hæglæti Barða má virða á aðra lund.

Sagan lýsir Barða að dómi Björns M. Ólsens sem „ósjálfstæðum og viljalausum leiksoppi" í hendi Þórarins við undirbúning og framkvæmd Heiðarvíga, og telur Björn þá lýsingu annmarka á hetjunni.[3] Eitthvað virðist hæft í þessu áliti eftir framvindu sögunnar að dæma, en einnig má ráða það af ummælum Þórarins, sem verður að orði, þegar Barði leggur upp í suðurför sína:

> „Því réð ek þessi ráð, ok svá it sama hefndir þú þeirar svívirðingar þinnar, er þeir gerðu til þín ok yðvarra frænda; nú vilda ek, at þú værir mér ráðhollr, svá mikla stund, sem vér leggjum á yðra sœmð."[4]

Ekki verður annað sagt en Barði hafi í einu og öllu farið að ráðum Þórarins, og verður ráðþægni Barða önnur meginskýringin á því, að för hans heppnaðist, hin er að sjálfsögðu vaskleiki Barða og förunauta hans. Ráðleggingar Þórarins eru vissulega góður vitnisburður um vinfengi þeirra Barða, en refjarnar kasta óneitanlega nokkurri rýrð á vitsmuni Barða. Slægviska Þórarins minnir á tengsl Snorra goða og Víga-Styrs við berserkjadrápið. Víst má telja, að samskipti Þórarins og

1 *Hvs.*, 257.
2 *Hvs.*, 259.
3 *Um Íslendingasögur*, 206.
4 *Hvs.*, 280.

Barða sem ráðgjafa og ráðþega eru fyrirmynd að Njáli og Gunnari á Hlíðarenda, ekki síst þegar Gunnar fer háskaför sína í dulargervi Kaupa-Héðins vestur í Dali til fjárheimtu heimanmundar Unnar Marðardóttur.[1] Njáll sér allt fyrir líkt og Þórarinn. Þeir minna báðir á hinn forsjála Óðin, en Þórarinn á Lækjamóti á sér að öllum líkindum fleiri rætur.[2]

Hógværð Barða á alþingi eru undirmál Þórarins. Málatilbúnaðurinn er einstaklega siðlaus, því að Þórarinn lætur Barða segja eitt, en hafa annað í huga og færa sök á saklausan. Hugsanir, orð og gerðir eru blekkingar. Af atburðarásinni mætti ætla, að Barða væri ókunnugt um stefnu mála, fyrr en hann reið til hins þriðja þings, og sýnir það verkaskiptingu þeirra Þórarins í sögunni og um leið grunnhyggni Barða. Á alþingi eru höfð uppi undirferli og fláræði undir yfirskini stillingar og þolinmæði. Þórarinn gefur Barða ráð til að stofna til nýs fjandskapar með kröfum og réttlæta þær síðan með því sem gerist eftir að kröfurnar voru hafnar. Líklega eru lesendur staddir í miðri stjórnmálabaráttu Sturlungaaldar. Bótakröfur Barða á tveim fyrstu þingum eru aðeins fyrirsláttur, uns sakbitinn fyndist. Aldrei stóð til að láta víg Halls vera mannhefndalaust. Þingheimur er leiddur á villigötur, því að hann væntir sér ekki slíkra óheilinda á þjóðarsamkundunni, þótt hann hafi efalaust verið ýmsu vanur, og lofar því Barða, hversu spaklega hann fer að málum. Ræða hans er skinhelgi.

[1] *Njála*, 59 o.áfr.

[2] Þórarinn, fóstri Barða, sem kallaður er „goði“ í Heiðarvígasögu, er utangátta í sögulegum heimildum. Þorvaldur víðförli og Friðrekur biskup bjuggu að Lækjamóti 982–986, og nokkur hin næstu ár fyrir Heiðarvígin bjó þar að sögn Fóstbræðrasögu og Grettissögu Þorgils Máksson, einmitt þegar Heiðarvígasaga segir, að Þórarinn hafi búið að Lækjamóti. Sjá *Hvs.*, 255 nmáls. Ég hygg, að söguleg skýring eigi ekki við. Ég læt mér til hugar koma, að lausnin sé fólgin í sjálfu nafni Þór-arins líkt og í heiti Þór-ríðar (þ.e. Þuríðar) og Þor-steins Víga-Styrssonar. Þessar söguhetjur eru allar forneskjufólk, kenndar við Ása-Þór og standa fyrir hefndinni. Nafn Þórarins er með öðrum orðum táknrænt (sbr. Ynglinga saga, *Hkr.* I, 20: „en af Þórs nafni er kallaðr Þórir eða Þórarinn“). Frá vélum Þórarins til að koma fram hefnd er sagt í afar löngu máli. Þær teygja sig inn í flesta króka samfélagsins og lykta með drápi saklauss manns á akri. Aðferðin ein saman birtir afstöðu höfundar til manndrápa.

Barði var tvíkvæntur, en sleit samvistir við báðar eiginkonur sínar í hefndarskyni. Fyrri kona hans var Guðrún nokkur Bjarnardóttir. Björn, faðir hennar, aftók með öllu að veita honum sláturtillag til setunnar í Ásbjarnarnesi eftir Heiðarvígin. Sagan segir svo frá:

> Nú kemr Barði síðla til Víðidals (til) Bjarnar, ok heilsar hann honum ok bauð eigi lǫð. Síðan talar Barði við Guðrúnu, konu sína. Hon kvezk alla vega eptir hafa leitat ok segir Bjǫrn vilja honum ekki gott gera sakar Guðrúnar. „Bjǫrn," segir hann, „hvat villtu leggja til í slátrin við oss, ef vér aukum nǫkkut hjón vár?" Bjǫrn mælti: „Ekki mun ek til leggja, því at ek em einkis um skyldr." Nú (eigu) menn hlut í við Bjǫrn, ok fekksk ekki gott af honum. Barði mælti: „Hvárigir munu þá vel hafa, ok munu þeir gjalda, er ófallit er. En þann hlut skal gera, er þér er óvirðuligastr." Nefnir Barði sér þá vátta ok segir skilit við Guðrúnu, dóttur hans, — „ok finn (ek) þat til saka," segir Barði „at þú ert miklu meiri níðingr en duganda manni sami at eiga þik at mág, ok muntu hvárki ná af mér mund né heimanfylgju."[1]

Þótt Guðrún hafi alla vega eftir leitað við föður sinn að leggja til í slátrin við Barða, en án árangurs, þá jafnar Barði sakir við Björn með því að segja skilið við Guðrúnu og halda eftir réttmætum eigum hennar. Hún geldur fastheldni föður síns, þó að hún eigi það alls ekki skilið, sbr. orð Barða: „þeir gjalda, er ófallit er." Mér þykir ekki ósennilegt, að höfundur Heiðarvígasögu sé að draga fram þema sögunnar frá nýju sjónarhorni: Hefnd beinist að saklausum. Það er rið. Hugur Barða er fullur heiftar, og honum er varnað fyrir skapsmuna sakir að leysa mál með sáttum.

Þetta stríðlyndi Barða kemur síðar meir í ljós, þegar hann segir skilið við seinni konu sína, Auði Snorradóttur. Sú saga hefur áður verið rakin. Barði kvaðst ekki vilja „af henni ofríki taka né ǫðrum mǫnnum," og lagði Björn M. Ólsen áherslu á „stífni og einþikni" Barða í skiptum hans við Auði.[2]

Barði skynjar steinkast Auðar sem ofríki og það má geta

[1] *Hvs.*, 311.
[2] *Hvs.*, 325. Um *Íslendingasögur*, 206.

sér þess til, að Barði hafi verið minnugur steina móður sinnar og ummæla Ólafs helga. En hvað sem sagt verður um þá sálfræðilegu skýringu, þá er því ekki að leyna, að hátterni Barða við Auði er furðulegt, þegar haft er í huga, að Snorri goði var helsta hjálparhella Barða eftir Heiðarvígin og bjargvættur hans, þegar Barði kom liðfár í flasið á Þorgilsi Arasyni og föruneyti hans. Þakklæti, tillitssemi og ást rista augljóslega ekki djúpt í eðli Barða. Heiftin flæmir burt mannlegar kenndir, og hann þekkir tæpast aðra samskiptareglu en að láta kné fylgja kviði. Umburðarlyndi og fyrirgefning eru honum fráhverf. Hefndin sýnist vera eina úrræðið, telji hann gert á hlut sinn, og gildir þá einu, hver fyrir verður. Hann á litla samleið með öðrum. *Hann trúir á mátt sinn og megin.*

Barði er eins og tveir menn í sögunni. Annars vegar athugull, þegar hann fylgir ráðum Þórarins jafnt í smáu sem stóru, hins vegar ofsafenginn og brýtur þá brýr að baki sér. Af skiptum þeirra Þórðar melrakka heimamanns í Ásbjarnarnesi virðist Barði vera meinhæðinn, langrækinn og hefnigjarn. Það þarf hvorki bróðurvíg, féglöggan tengdaföður né tillátssama eða ágangssama eiginkonu til þess, að hann hefni sín. Þórður melrakki „kvezk opt hafa heyrt hót hans digr“.[1]

Lýsandi fyrir Barða er framferði hans á alþingi að afstöðnum Heiðarvígum. Þar flytur hann merka ræðu:

> Á þá leið, segir hann, at „vera má svá, at menn virði þann veg, at mér leiðisk í seinna lagi at mæla hér at Lǫgbergi. Eigi er þat fyrir þá sǫk, at ek sé málsnjallr maðr, heldr berr mér til handa mikinn vanda opt af málum. Nú vættir mik, at f(l)estum mǫnnum sé kunnigt, hversu vár viðskipti hafa farit ok þeira manna, er oss hafa í mót staðit. Þykkjumsk vér hafa haft við langa þolinmœði, þá harma er (o)ss váru gørvir, ok fengum þar í mót spott ok háð, þá er oss var andstefnt, þá er vér (b)eiddum bóta fyrir frændr vára, ok þar með óþokka af frændum ok tengðamǫnnum ok þar í frá út ǫllum jafnsaman, er vér várum eigi svá bráðir í hefndum. Ok er vér áttum engra yfirbóta at vænta, þá réðum vér til hefnda nǫkkuru meir með kappi en forsjá at ráðask með ófriði í ǫnnur heruð með fá menn. Ok nú kom svá, at vér feng-

[1] *Hvs.*, 271.

um þar meira hlut, ok fór eptir málefnum. Nú má vera, at þeir þykkisk nǫkkut við oss eiga at rœða, er fyrr tóku leið af váru máli. Nú viljum vér annars háttar svǫr veita en þeir gerðu við oss: bjóðum á vitra manna dóm ok góðgjarnra. Viljum vér svá til lykða fœra várt mál at leggja þetta fyrir vára hǫnd í þann dóm, er vænst er, at bezt megi haldask ok sjatna mætti ófriðrinn."[1]

Það er ástæða til að ætla af því, sem á undan er gengið, að Þórarinn á Lækjamóti leggi Barða orð í munn, því að málflutningurinn er framhald af rökræðu Barða á fyrri þingum. Form og stígandi ræðunnar leiða í ljós mannþekkingu og kunnáttu til að sannfæra áheyrendur, málflutningurinn ber með sér stillingu og sáttfýsi og sýnir töluverðan mælskuvott, orðin yfirbót og andstefna eru nálæg klerkastíl. Barði reynir að vekja samúð þingheims með sjálfum sér og málstað sínum, hann hafi ekki átt annars úrkosta en að fara með ófriði í önnur héruð til að reka harma sinna, því að hann hafi engra yfirbóta átt að vænta fyrir frændur sína (þ.e. Hall, bróður sinn), hann bjóði nú mál sitt á dóm vitra manna og góðgjarnra, mál sé að ófriðurinn sjatni.

Barði kveðst hafa borið sigurorð af fjendum sínum og segir „ok fór eptir málefnum." Hér er komið að höfuðatriði við túlkun sögunnar. Er þetta í reynd skilningur höfundar? Féllst hann á þann tvískinnung, sem fólst í því að tala um sættir og frið, en búa jafnframt til vígsakir á hendur saklausum manni?

Það er grunnt á ofsa Barða. Sagan segir svo frá viðtökum manna við ræðunni:

Þá svaraði Tindr: „Fjǫlmennri ert þú nú en hjá Dofansfjǫllum. Þykkisk þú nú eiga meira traust, en þá hafðir þú aðra fyrir þér." Barði svarar: „Þess minnir mik, at þú myndir þá koma í síðasta lagi til þess fundar, er vér hittumsk, ok ganga eigi vel fram." Síðan bregðr Barði sverði, er hann hafði í hendi. „Þetta munt þú kenna, er þér frændr hafið átt ok opt hefir gjarnan verit til lagzk, ok er þat ókynligt, ok skǫrð eru nú mǫrg í, er brotnaði,

[1] *Hvs.*, 316. (Ljóspr. útg.).

(þá er ek vá félaga þína ok frændr á heiðinni, en) hjǫltum laust ek þik, fyrir því at mér þótti ekki annat at þér geranda."[1]

Viðbrögð Barða við orðum Tinds Hallkelssonar eru ekki til þess fallin að setja niður deilur og það á alþingi sjálfu. Barði birtist nú í sinni réttu mynd, þegar Þórarinn hefur sleppt af honum hendi. Tindur brigslar Barða um hugleysi, en Barði lætur sér ekki nægja að svara í sömu mynt eða draga úr orðasennunni, heldur stráir hann salti í sárin. Hann storkar andstæðingum sínum og raunar sjálfum þingheimi með brugðnu sverði skörðóttu, sem brotnaði, þegar hann vó Gísla Þorgautsson, föður hans og frændur í Heiðarvígum. Þetta var sjálft sverðið Þorgautsnautur, sem Þórarinn á Lækjamóti hafði fyrir Heiðarvígin látið brott nema úr vopnakistu Þorgauts á Þorgautsstöðum. Sverðið var ekki aðeins hefndartákn Barða heldur einnig ímynd fullkominnar lægingar Borgfirðinga.[2]

Sverðskak Barða á alþingi minnir á sams konar athæfi hans við upphaf bardagans á heiðinni, enda er það einkanlega háttur óheflaðra vígamanna að skaka vopn sín.[3] Barði kveðst hafa lostið Tind með hjöltum, en slíkt er einnig háttur ofurkappsmanna, þeir ljósta menn ýmist með sverðshjöltum eða öxarhamarshöggum í svívirðingarskyni, og eru ærin dæmi um það í fornsögunum.[4] Barði er bardagamaður bæði í stríði og friði.

Nafn Barða er táknrænt, svo sem fyrr segir. Barði merkir „sá sem ber" og einnig „sá sem er barinn". Barði er barinn af

1 *Hvs.*, 317. (Ljóspr. útg.). Sbr. Jón Helgason: „Blað Landsbókasafns úr Heiðarvígasögu", 135.

2 Hefndin er grimmust og sárust, þegar menn eru vegnir með eigin vopni eða ættarinnar. Í Örlygsstaðabardaga bar Sighvatur öxina Stjörnu. „Hann helt um skaftit fyrir neðan augat ok sneri frá sér egginni, en veifði skaftinu." Synir Sighvats voru allir eftir bardagann af lífi teknir með Stjörnu. *Sturlunga saga I*, 433, 438.

3 Eldgrímur og Víga-Hrappur hrista vopn sín og með því skipar Laxdæluhöfundur þessum mönnum á ákveðinn bás í sögunni. *Laxdæla*, 104, 191. Egill Skallagrímsson „skók sverðit", en sú athöfn er í nánum tengslum við vísuna, sem fylgir. *Egilss.*, 204.

4 Sjá t.d. neðanmálsgrein í *Hvs.*, 315.

móður sinni, og hann ber konu sína. Hann er táknmynd bardagamannsins. Veröld hans eru barsmíðar. Víga-Styrr og Víga-Barði eru báðir ófriðarmenn, eiga ekki heima í kristnu samfélagi. En hver er munur þeirra?

Saga Víga-Styrs er í meginatriðum þáttakennd röð tilefnislausra mannvíga án verulegrar stígandi. Allir óttast hann, enginn er óhultur. Hann leitar uppi sakargiftir og gengur á milli bols og höfuðs á mönnum án minnstu vægðar. Sakarefnið er aukaatriði, drápið sjálft aðalatriði. Ekki verður komið auga á, að nein sæmdarkrafa, sem eigi sér stoð í samfélaginu, þvingi Víga-Styr til að taka menn af lífi. Manndrápin líkjast djöfullegri skemmtun. Hann brýtur boðorð guðs og manna og fyrir það brennur hann í eilífum eldi helvítis.

Allt öðru máli gegnir um Barða. Mannvíg hans eru einungis bundin við þau stórræði, sem hann drýgir til að koma fram hefndum eftir bróður sinn, og í því efni styðst hann við rótgróin siðagildi í hugsunarhætti samfélagsins. Barði á ekki margra kosta völ, því að flestir í nánasta umhverfi hans krefjast þess af honum, að hann láti mann koma fyrir mann, svo að hann haldi sæmd sinni og ættar sinnar. Þetta skýrir endurteknar brýningar Þuríðar móður hans og andann í heimilisfólkinu í Ásbjarnarnesi. Þórður melrakki kveður Barða draga halann sinn, þar til hann hafi komið fram hefndum. Þórarinn segist vera að gæta sóma Barða og ættarinnar, þegar hann leggur á ráðin um Heiðarvígin, og fylgdarmenn Barða eru haldnir skilyrðislausri hefndarhugsjón.[1]

Ekki leikur á tveim tungum, að siðaskoðun samfélagsins leggur Barða skyldur á herðar, og hann vill ekki bera bróður sinn í sjóði. Sá sem bregst þeirri skyldu að jafna sakir, þegar flekkur hefur fallið á nafn ættarinnar, er níðingur kallaður, eins og fram kemur í orðaskiptum Hildigunnar og Flosa í Njálu og Sigríðar og Þóris hunds í Ólafs sögu helga Snorra Sturlusonar.[2] En hvar á að bera niður, þegar vegandinn er

[1] Sjá t.d. *Hvs.*, 296. Þegar Barði leitar liðsinnis til hefnda, má segja, að viðkvæði manna sé almennt hið sama: Þótt fyrr hefði verið.

[2] *Njála*, 291; *Hkr.* II, 213. — Sjá Grønbech: *Vor folkeæt i oldtiden I*, 57–107.

ekki lengur ofar moldu? Barði fer þá kunnu leið Sturlungaaldar að beina hefndinni að saklausum frændum eða venslamönnum vegenda. Barði verður verkfæri í höndum sæmdarhugsjónarinnar og gengst svo upp í hlutverki sínu, að hann stökkvir á brott öðrum hvötum í fari sínu, mannlegir eiginleikar hverfa, og hann verður gagntekinn hefndinni eins og Þuríður, móðir hans. Þeir Þórarinn á Lækjamóti og Barði gera sig seka um grófar misgerðir til að koma fram hefndum: Drápi á saklausum mönnum, sem ekki höfðu átt neinn þátt í vígi Halls, lygum, þjófnaði og blekkingum. Fari Barði að manna siðum, fer hann ekki að guðs lögum. Þar grípur Heiðarvígasaga á kýlinu. Menn vega ekki saklausa menn órefsað. Barði er leiksoppur forneskjulegra hugmynda, sem Heiðarvígasaga reisir merki gegn, m.a. með fordæmingu Ólafs helga á gerðum hans. Sagan miklar karlmennsku Barða og hetjulund, um leið og höfundur andæfir þeirri siðspillingu að vega saklausa menn fyrir tyllisakir. Því auðsærra sem sakleysið er, þeim mun hræðilegra verður manndrápið. Á Víga-Styrr og Barða er sá munur, að Víga-Styrr er ímynd sjálfrar heiðninnar með öllum sínum óguðlegu siðum, en forneskjan á svo sterk ítök í Barða, að hann vegur saklausa menn til hefnda, trúir á mátt sinn og megin og ofsar sér til vansa.[1] Þeir taka rétta refsingu samkvæmt guðs lögum: Annar þolir langa pínsl í helvíti fyrir misgerðir sínar, hinum hlotnast við sögulok fyrir guðs miskunn að berjast fyrir réttan málstað, og af þeim sökum hreinsast hann í dauða sínum. Sjálfur himnakonungur vísar Styr frá hirð sinni, en Ólafur helgi Barða.

[1] Tvær grunnmerkingar eru í grísku hugmyndinni um *katharsis* eða hreinsun. Fyrir sáningu er steinum, kvistum og trjám kastað af akrinum. Í annan stað var gróðurmoldinni bættur skortur með áburði til jafnvægis. Sýnt er, að utangarðsmennirnir Styrr og Barði falli undir fyrra liðinn, þeir berjast „á akrinum" og þeirra bíður útskúfun. Gríska orðið *hubris* er oft þýtt sem „ofmetnaður", en merkir í raun „hamsleysi". Sá sem er haldinn *hubris* er eins og villtur hestur stjórnlaus. Hugmyndin um *hubris* sýnist mér vera náskyld vanstilli eða riði, sem eru fordæmdir eiginleikar í Heiðarvígasögu, og Styrr og Barði fara ekki varhluta af. Sjá Miller: „Orestes: Myth and Dream as Catharsis," 26–47.

Sigurður Nordal hefur haldið því fram, að storkunarorð Gísla réttlæti Heiðarvígin.[1] Þetta hygg ég vera hið gamla sögulega viðhorf, þegar einblínt er á ásýnd hlutanna, en ekki skyggnst undir yfirborðið. Víg Gísla er ekki réttlætanlegt samkvæmt siðaskoðun Heiðarvígasögu. Forvitnilegt er að hugleiða sambærilegt söguefni í Njálu.

Víg Halls Guðmundarsonar hefur svipaða stöðu í atburðarás Heiðarvígasögu og víg Þráins Sigfússonar í Njálu. Dráp þeirra markar upphaf að síðara hluta sagnanna og nýrri ófriðaröldu. Þráinn varð fyrir þeirri ógæfu að taka við illmenninu Víga-Hrappi, þar sem hann var á flótta undan Hákoni Hlaðajarli í Noregi, og koma honum undan á skipi sínu út til Íslands. Fyrir bragðið urðu Njálssynir fyrir harðræði miklu af hendi jarls og sluppu nauðuglega með hjálp Kára Sölmundarsonar. Þegar heim kom, gáfu Njálssynir Þráni sök fyrir hrakfarir sínar og fengu Ketil í Mörk, mág sinn, að tala máli sínu við bróður sinn:

> Litlu síðar inntu þeir til við Ketil, en hann kvezk fátt mundu herma af orðum þeira, — „því at þat fannsk á, at Þráni þótta ek mikils virða mágsemð við yðr.“ Síðan hættu þeir talinu, ok þóttusk þeir sjá, at erfiðliga mundi horfa, ok spurðu fǫður sinn ráðs, hversu með skyldi fara, kváðusk eigi una, at svá búit stœði. Njáll svaraði: „Eigi er slíkt svá óvant. *Þat mun þykkja um sakleysi, ef þeir eru drepnir*, ok er þat mitt ráð at skjóta at sem flestum um at tala við þá, at sem flestum verði heyrinkunnigt, ef þeir svara illa. Þá skal Kári um tala, því at hann er skapdeildarmaðr. Mun þá vaxa óþokki með yðr, því at þeir munu hlaða saman illyrðum, er menn eigu hlut at: þeir eru menn heimskir. Þat kann ok vera, at mælt sé, at synir mínir sé seinir til atgerða, ok skuluð þér þat þola um stund, því at allt orkar tvímælis, þá er gǫrt er. En svá fremi skuluð þér orði á koma, er þér ætlið nǫkkut at at gera, ef yðvar er illa leitat. En ef þér hefðið við mik um ráðizk í fyrstu, þá munduð þér aldri hafa orði á komit, ok myndi yðr þá engi svívirðing í vera, en nú hafið þér af ina mestu raun, ok mun þat þó svá aukanda fara um yðra svívirðing, at þér munuð ekki

[3] *Hvs.*, cxxix. — Á sama máli er Andersson („a justified vengeance“): „The Displacement“, 581.

> fá at gǫrt, fyrr en þér leggið vandræði á yðr ok vegið með vápnum, ok er því langa nót at at draga." Eptir þat hættu þeir talinu, ok varð hér um margs manns umbrœða.[1]

Sigurður Nordal hefur látið þau orð falla um þessi orð Njáls, að „hvergi sést það betur, hversu mikið höfundur Njálu á í raun og veru Heiðarv.s. að þakka".[2] Þetta er efalaust rétt. Þótt frávik séu að sjálfsögðu með sögunum í einstökum atriðum, er kjarninn hinn sami: Tyllisök, manndráp og refsing.

Með þessu ráðabruggi heldur siðspillingin mikla innreið sína í Njálu, og spekingurinn Njáll leggur sjálfur drög að henni og þar með dauða sínum og sona sinna í Njálsbrennu. Njáll leitast við eftir föngum að bæta fyrir brot sitt og sporna gegn ragnarökum, en viska hans og forsjálni mega sín lítils. Honum fer líkt og Óðni í Völuspá, sem fær ekki stöðvað upplausn siðanna eftir víg borgarsmiðsins. Enginn úthellir saklausu blóði óhegnt, annað væri svívirða við náttúrulegt eðli sköpunarinnar. Fyrst er Þráinn drepinn við Markarfljót, síðan sonur hans Höskuldur við morgunverkin, þá siglir brennan eða heimsloginn í kjölfarið, sem er gerningsmönnum allt í senn hirting, aflausn og guðs náð í óskapnaðinum. Hreinsun hefur átt sér stað. Að loknum eftirköstum brennunnar endar Njála í guðs friði.

Þráinn á víslega óbeina sök á hrakningum Njálssona, en ekki verður með réttu sagt, að hann sé dauðamaður fyrir. Þrátt fyrir allt mega Njálssynir þolanlega við una, því að þeir þiggja gjafir og taka sæmdir af Eiríki jarlssyni til sátta og halda virðingu sinni. Fjárbón þeirra á hendur Þráni orkar tvímælis, enda segir Njáll: „Þat mun þykkja um sakleysi, ef þeir eru drepnir." Eigi að síður snýr Njáll sök á Þráin með líkum atvikum og Þórarinn á Lækjamóti á Gísla í því skyni að villa um fyrir almenningi og hjúpa ódæðið réttlæti.

Njála og Heiðarvígasaga eru báðar þrungnar þeim skilningi, að menn beri ábyrgð fyrir guði og fái goldið gerða sinna í öðrum heimi. Njáll á jafnmikla sök á vígi Þráins og synir

[1] *Njála*, 226.
[2] *Hvs.*, cxxix nmáls.

hans. Minnast má orða Davíðs konungs, þegar hann skirrist við að láta félaga sína leggja hendur á Sál:

> „Jöfn er sök mín fyrir Guði, að ég geri það, og þá að ég bjóða einum hverjum öðrum.“[1]

Í brennunni fellir Njáll þessi alkunnu orð:

> „Trúið þér ok því, at guð er miskunnsamr, ok mun hann oss eigi bæði láta brenna þessa heims ok annars.“[2]

Með þessa sannkristnu hugmynd að bakhjarli skýri ég endalok Barða í Miklagarði, þegar hann fellur í bardaga við heiðna menn. Manndráp horfa til píslna nema yfirbót hreinsi. Guð hefnir eigi tvisvar hins sama.[3] Brenna Njáls og fall Barða eru syndahreinsun fyrir dráp saklausra manna.

Eins og fyrr segir, var Mikligarður á 13. öld helsta útvirki kristninnar og áfangastaður pílagríma og krossfara á leiðinni til landsins helga. Þótt Barði gangi á mála með Væringjum keisarans og sé ekki krossfari í eiginlegum skilningi, þá er fall hans sjálfsagt tengt þeirri viðurkenndu skoðun miðaldakirkjunnar, að þeir sem létust í bardögum við heiðingja yrðu fyrir bragðið sáluhólpnir. Önd þeirra yrði fyrr komin til himnaríkis en blóð þeirra væri kalt á jörðu.[4] Skylt er að taka fram, að Barði fer til Miklagarðs á ofanverðum dögum Ólafs helga,

1 *Konungs Skuggsjá*, 216.

2 *Njála*, 329.

3 Sjá Hermann Pálsson: *Uppruni Njálu og hugmyndir*, 51–52. — Siðaboð Heiðarvígasögu minna stundum á Konungsskuggsjá, sem er kennslubók í siðfræði. Á einum stað segir sú bók, þar sem hún ræðir um manndráp og refsingu: „Og er honum betra hér að taka skjótar hefndir en kvöl og pínsl utan enda, því að eigi hefnir Guð tvisvar hins sama og verður fyrir því konungs refsing gott verk og ástsemdar verk við alla þá, sem undir honum eru, að hann vill, að sá, er fyrir refsingum verður, taki hér skamma pínsl fyrir illskur sínar heldur en hann sé eilíflega týndur annars heims.“ *Konungs Skuggsjá*, 203.

4 Sjá t.d. *Sverriss.*, 42–43. — Sbr. og Knýtl.s.: „því at svá hafði páfinn fyrir mælt ok heitit því af guðs hálfu, at hverr skyldi lauss af ǫllum syndum, þeim er hann hafði til skripta borit, hvat sem hann hafði hent, þegar hann var krossaðr til útferðar. Ok fyrri skyldi ǫnd hans í himinríki, en blóð hans væri kalt á jǫrðu, ef hann létisk í þeiri ferð.“ *Danakonunga* sǫgur, 273.

löngu áður en hinar eiginlegu krossferðir hefjast, en það hefur ekki breytt skilningi 13. aldar manna á slíku ferðalagi, eins og greina má gerla af frásögnum Njálu af Kolskeggi og áður er hermt frá.

Sumir munu vafalaust setja það fyrir sig við þessa túlkun, að hvorki er talað beint um heiðingja í sögunni sem mótstöðumenn Barða né farið kristilegum orðum um endadægur hans í Miklagarði. Þessi gagnrýni er í sjálfu sér ofur eðlileg, en á það er að líta, að Miklagarðskeisari ver ríki sitt fyrir villutrúarmönnum og í annan stað verður að lesa á milli lína, því að sögustíllinn á ekki vanda til að draga beinar ályktanir af verknaði söguhetja. Þessi túlkun stendur að mínu viti tveim fótum í lykilatriðum sögunnar og er styrkt af skyldum frásögnum.

Einstakt er í Íslendingasögum, að aðalhetja sögu týnist í sjálftekinni útlegð í Miklagarði.[1] Það er ekki loku fyrir það skotið, að fyrirmyndin sé sótt til frænda hans, Þorvalds víðförla, sem lauk ævi sinni í munklífi. Báðir þurfa hjálpráð til að milda guðs reiði fyrir mannvíg, þótt með ólíkum hætti sé.[2]

Barði bíður bana, þegar hann hafði „drengiliga neytt sinna vápna til dauða", eins og hans var von og vísa. Gestur Þórhallason hverfur einnig úr sögunni sem „dugandi drengr". Það er ekki tilviljunum háð, að Heiðarvígasaga lætur söguhlutana tvo taka endi með þessum hætti í Miklagarði. Samsetningin dregur fram með landfræðilegum hliðstæðum og skörpum skilum þau andstæðu lífsgildi, sem felast í kristilegri fyrirgefningu og forneskjulegri hefnd, og brýna fyrir les-

1 Sjá greinargerð Sigfúsar Blöndals um einstaka Miklagarðsfara í fornum sögum: *Væringjasaga*, 309–345.

2 Bjarni Einarsson hefur bent á, að frásagnir af hinsta degi Þormóðar á Stiklarstöðum hafi dregið dám af píslarsögu Krists. En þar eru einnig atriði, sem höfða óbeint til hefndarvíga Þormóðar á Grænlandi. Þegar Þormóður beiðist af konungi að fara til einnar gistingar með honum, spyr konungur hann, hversu marga menn hann hafi drepið í einvígi. Þormóður kveðst hafa orðið fjórtán mönnum að bana. Þá heitir konungur honum því að þurfa ekki að vera lengur en sjö daga í hreinsunareldinum og komast þá til „nǫkkurrar hvíldar". Hygg ég, að orð Ólafs helga hafi vegið þungt fyrir guði, úr því að Þormóður slapp með svo væga refsingu fyrir víg fjórtán manna.

endum mismunandi afleiðingar þeirra. Samræmdar lyktir vitna um hvorttveggja: Íhygli höfundar og áhugamál hans. Menn eiga að nema lærdóma af misjöfnum örlögum Gests og Barða. Saga Barða er til varnaðar, en Gestur er leiðarstjarna á torfarinni jarðarreisu.

Heiðarvígasaga er saga einstaklinga, sem flestir eru fulltrúar ákveðinna hugsjóna og hafa því almennt leiðsagnargildi fyrir mannlega hegðun. Eins og fram hefur komið, bagar Barða einkum þrennt að dómi Ólafs helga til þess að vera hlutgengur í kristilegu samfélagi: forneskja, átrúnaður og rið.

Þótt mér hafi orðið tíðrætt um rið, er ástæða til að fara enn frekari orðum um það, þar sem það er grundvallarhugtak.

Orðið r i ð (sbr. önnur orð af sama stofni: riða, rið-l-ast, atriði o.s.frv.) er, eins og fyrr segir, haft um *„hreyfingu“*, sbr. afleiddu sögnina r e i ð a (af ríða), þ.e. *„setja á hreyfingu, koma úr jafnvægi“*, sem notuð er um Þuríði kerlingu, þegar henni er steypt af fararskjóta sínum í Saxalæk. Rið í merkingu Heiðarvígasögu, þar sem orðið er haft um *„sveiflu úr jafnvægi“*, er fátítt í Íslendingasögum, en er þar eigi að síður grundvallarhugtak, sem yfirleitt er tjáð með orðunum *„um of, óhóf, ofsi“*, og leiðir slíkt ástand jafnan til ófarnaðar eða glötunar þeirra sem í hlut eiga,[1] enda lagar hugmyndin um rið sig auðveldlega að *„ofmetnaði“*, sem er höfuðlöstur í kenningakerfi kirkjunnar. Augljóst er, að *„hófið eða jafnvægið“* er hið eftirsóknarverða ástand einstaklinga og samfélags. Fornar sögur hefjast í skapnaðarfriði, síðan riðlast þær, svo að hlutir

[1] Þorkell Eyjólfsson sótti á fund Ólafs helga til þess að fá sér kirkjuvið og gerðist svo stórtækur, að konungi blöskraði. Fór Þorkell ekki að orðum hans. Þá mælti konungur: „Bæði er, Þorkell, at þú ert mikils verðr, enda gerisk þú nú allstórr, því at víst er þat ofsi einum bóndasyni, at keppask við oss; en eigi er þat satt, at ek fyrirmuna þér viðarins, ef þér verðr auðit at gera þar kirkju af, því at hon verðr eigi svá mikil, at þar muni of þitt allt inni liggja.“ (*Laxd.*, 216–217). Ólafur helgi segir fyrir, að Þorkell muni litla nytsemd hafa viðarins, enda drukknar hann eftir heimkomuna á Breiðafirði. Ólafur helgi talar um rið Barða í Heiðarvígasögu en ofsa og of, þ.e. oflæti, Þorkels í Laxdælu. Orðin eru hér samheiti og afleiðingarnar áþekkar: Hirtingin bíður á næsta leiti. Munurinn er samt ærinn. Þorkell ofsar sér til vansa við Ólaf helga sökum kirkjuviðar, en rið Barða beinist að manndrápum.

fara úr siðaböndum og stefna til óskapa, en undir lokin fellur allt í ljúfa löð, og skepnan kyrrist. Riðið er máttarhugtak hverrar sögu, kemur henni úr kyrrstöðu og setur mark sitt á hana eftir sínu eðli og styrk. Íslendingasögurnar eru sannkallaðar riðsögur.

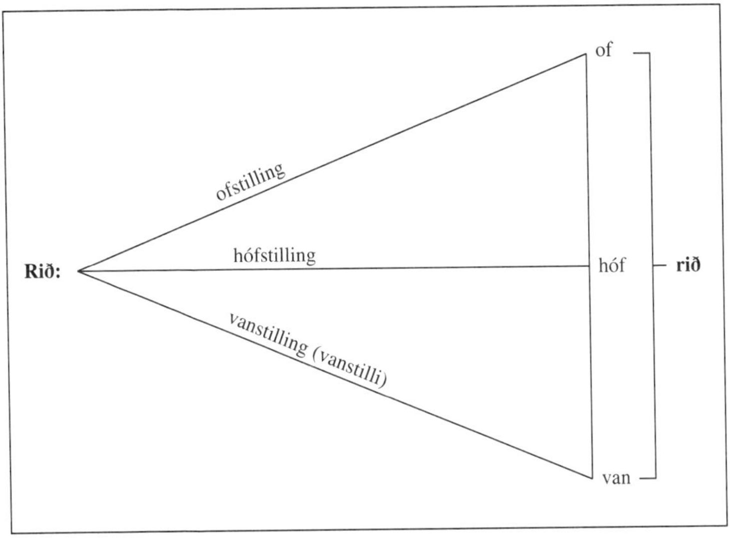

Að þessu hugmyndakerfi falla að sjálfsögðu fjölmörg kunn orð og orðasambönd, svo sem ofsi, vansi, ofsa sér til vansa, ýmist of eða van, stilla í hóf o.s.frv. Þuríður sýnir „mikit vanstilli", og er því „nær óvitandi vits". Gerðir Barða fela í sér „mikit rið". Menn skulu gæta hófs í orðum og æði, annars misgera þeir bæði við guð og menn.

7. *Friður*

A. Griðamál

Þær athuganir, sem þegar hafa verið gerðar, benda sterklega til þess, að höfundur Heiðarvígasögu mæli einarðlega fyrir friði, þótt söguþráðurinn snúist um skefjalausar hefndir og mannvíg. Enn má renna frekari stoðum undir það sjónarmið með því að huga að þremur óskyldum atriðum. Þau eru griðamál, Eiður Skeggjason og loks sögustaðurinn Gullteigur, þar sem Barði réð niðurlögum Gísla Þorgautssonar.

Á heimleið frá Heiðarvígum rákust Barði og félagar hans á Snorra goða og Þorgils Arason við Víðidalsá. Mikinn háska bar að höndum, því að í flokki Þorgils voru margir vinir og náfrændur sunnanmanna og Þorgils hafði átt Grímu Hallkelsdóttur, systur Illuga hins svarta á Gilsbakka, höfðingja Borgfirðinga. Reið Barði með grímu á höfði til Snorra og sagði honum tíðindin. Að vanda hafði Snorri ráð undir rifi hverju. Hann telur Þorgils á að mæla fyrir griðum með mönnum:

> „Þat er upphaf griðamála várra, at guð sé við oss alla sáttr; vér skulum ok vera menn sáttir vár í millum ok samværir at ǫldri ok at áti, á þingi ok á þjóðstefnu, at kirkna sókn ok í konungs húsi ok hvarvetna, þar er manna fundir verða, þá skulu vér svá sáttir, sem aldri hafi fjándskapr vár í millum verit. Vér skulum deila kníf ok kjǫtstykki ok alla hluti vár í milli sem frændr en eigi fjándr. Ef sakar gerask heðan af á milli vár, þær skal fé bœta, en eigi flein rjóða, en sá várr, er gengr á gǫrvar sættir eða vegr á veittar tryggðir, þá skal hann svá víða vargrækr ok rekinn, sem menn víðast varga reka, kristnir menn kirkjur sœkja, heiðnir menn hof blóta, eldar upp brenna, jǫrð grœr, mǫgr móður kallar, skip skríðr, skildir blika, sólskin snæ lægir, Fiðr skríðr, fura vex, valr flýgr várlangan dag, standi honum beinn byrr undir báða vængi, himinn hverfr, heimr er byggðr, vindr vex, veitir vatn til sjóvar, ok karlar korni sá. Hann skal firrask kirkjur ok kristna menn, guða hús ok guma, heim hvern nema helvíti. Tekr hverr várr tryggðir við annan fyrir sik ok sinn erfingja, alinn ok óborinn, getinn ok ógetinn, nefndan ok ónefndan, en hverr veitir í mót tryggðir ok ævintryggðir, mætar tryggðir ok megintryggðir, þær er æ skulu haldask, meðan moldir ok menn lifa. Nú eru vér sáttir ok sammála, hvar sem vér finnumsk á landi eða á legi, skipi eða á skíði, í hafi eða (á) hestbaki, árar at miðla ok ausskotu, þóptu ok þilju, ef þarfar gerask, jafnsáttir hverr við annan sem sonr við fǫður eða faðir við son í samfǫrum ǫllum. Hǫfum nú lófatak at tryggðamálum ok hǫldum vel tryggðir at vilja Krists ok at vitni allra manna þeira, er nú heyrðu tryggðamál; hafi sá guðs hylli,

> er heldr tryggðir, en sá gremi guðs, er rýfr réttar tryggðir, en hylli sá, er heldr. Hǫfum heilir sæzk, en guð sé við alla sáttr."[1]

Griðamál voru eiður, sem hafður var um hönd, þegar grið voru sett eða friður um stundar sakir. Tryggðamál voru hins vegar eiðstafur, sem notaður var, þegar friður var heitinn til frambúðar.

Á þessu tvennu er gerður greinarmunur í lögbókum, en svo er ekki í Heiðarvígasögu. Þar er eiðurinn upphaflega kallaður griðamál: „Þat er upphaf griðamála várra, at guð sé við oss alla sáttr", og er það í samræmi við atvik sögunnar, en að felldum upphafsorðunum taka brátt tryggðamál við, og er eiðurinn beinlínis nefndur svo undir lokin. Sýnilegt er því, að eiðspjallið í Heiðarvígasögu mælir ekki aðeins fyrir stundlegum friði heldur einnig varanlegum.

Það er óneitanlega umhugsunarefni, hvort söguhöfundur hefur sjálfur af ásettu ráði staðið fyrir þessum blendingi til að gefa griðamálunum almennara friðargildi eða hræringurinn sé af gömlum rótum runninn. Úr þessu verður tæpast skorið, því að þessir textar griðamála og tryggðamála eru til í ýmsum gerðum, og fátt er vitað um skyldleika þeirra og þróun. Formálarnir eru auðsæilega eldgamlir, eins og marka má af samfélagslegri nauðsyn slíkra lagatexta, myndmáli og notkun stuðlasetningar og hrynjandi í líkingu við bundið mál.[2]

Í Grettissögu er líka griðaformáli, og er hann blandaður tryggðamálum, þótt í litlum mæli sé. Hann er sýnilega undir áhrifum frá Heiðarvígasögu, enda eru aðstæður áþekkar. Grettir gengur undir dulnefninu Gestur til leika á Hegranessþingi, og segir þar Hafur bóndi fyrir griðum með mikilli röksemd.[3]

Þegar Þorgils Arason hafði lokið að mæla fyrir griðum í Heiðarvígasögu, þá segir Snorri:

[1] *Hvs.*, 312–313.
[2] Sjá *Grágás*, 456–458. „Griðamál og trygðamál", *KLNM* V (Arne Boe) og tilvitnuð rit. Sven Benson: „Talaktsteori och isländsk saga".
[3] *Grettiss.*, 231–233; sbr og skýringar nmáls.

„Haf þǫkk fyrir vinr; stórvel er mælt, ok þat sýnt, sá, er á bak gengr, er at vísu griðníðingr, ok sé hann við staddr.“[1]

Þorgils verður vís hins sanna, að Barði er þar í flokk kominn með þeim Snorra, en Þorgils vill eigi ganga á grið þau, sem hann hafði sjálfur mælt fyrir, og með því móti kemst Barði óskaddur af þeim fundi líkt og Grettir af Hegranessþingi.

Hvers vegna felldi höfundur Heiðarvígasögu þessi rækilegu griða- og tryggðamál inn í sögu sína og það í heilu lagi? Allir fræðimenn, sem um þetta hafa fjallað, hafa litið svo á, að griðaformálinn væri aðeins þurr og hrár lagafróðleikur og *listræn lýti* á sögunni, hann eigi með allri sinni lengd lítið erindi í hana og sé einvörðungu til trafala. Af þessari „frumstæðu“ söguritun drógu menn þá ályktun, að stíllinn væri ófullburða og sagnaritunin hefði ekki slitið barnskónum, þegar Heiðarvígasaga var skrifuð. Griðaformálinn væri því traust merki um háan aldur líkt og lærdómsklausur Fóstbræðrasögu.[2] Þessu fylgdi sú skoðun, að sögustíllinn hefði með tímanum yfirleitt hreinsast líkt og sálir syndugra í hreinsunareldinum, og voru hinar sígildu sögur bornar fyrir því. Að þessum ranghugmyndum kem ég síðar.

Griðamál Heiðarvígasögu eru ekki aldursmerki fremur en eiðstafurinn í 14. aldar Grettissögu, sem er eina Íslendingasagan ásamt Heiðarvígasögu, sem hefur þennan langa eið innanborðs. Hvers vegna er formálinn í Heiðarvígasögu? Svarið liggur í augum uppi, þegar menn hafa áttað sig á boðskap sögunnar. Höfundur getur tæplega stutt mál sitt á tjáningarfyllri hátt en með þessum fornu og alvöruþrungnu tryggðamálum, sem höfða til tilvistar manna bæði á himni og jörðu. Sá sem rýfur tryggðir, er rækur úr samfélaginu og á engan samastað utan helvíti. Heiðarvígasaga sannar mál sitt með örlögum Víga-Styrs. „Hǫldum vel tryggðir at vilja Krists,“ segir í eiðnum, og gerast sakir milli manna, „skal fé bœta, en eigi flein rjóða“. Grið, tryggðir, friður og sátt við

1 *Hvs.*, 314.
2 Sbr. Sigurður Nordal: *Um íslenzkar fornsögur*, 139.

guð og menn er kjarni eiðstafsins. Í stað þess að vera stílhnökri í brautryðjandaverki bókmenntagreinar eru griðamálin ákall um sátt og frið og ein af lykilatriðum Heiðarvígasögu. Ævagömul reynsluvísindi samfélagsins taka undir friðarhugsjón hennar.

B. Eiður Skeggjason

Frá eiðstafnum er skammt til persónugervingar hans, Eiðs Skeggjasonar í Ási í Hálsasveit. Eiður stillir til friðar á alþingi og letur sonu sína til mannhefnda. Hann er þess vegna manna líklegastur til að tala máli höfundar.

Eiður kemur víða við sögur, m.a. Laxdælu, þar sem bryddir á skyldleika við Heiðarvígasögu. Þar er ónefndur sonur Eiðs sagður veginn af Grími og Njáli, sonum Helgu frá Kroppi. Njáll drukknaði síðar í Hvítá, en Grímur bjó um sig sem sekur skógarmaður norður á Tvídægru. Eiður, sem „var þá mjǫk gamlaðr", kom ekki fram hefndum, svo að Þorkell Eyjólfsson tók sér fyrir hendur af frændsemis sökum að rétta hlut hans og fékk í því skyni hið sögufræga sverð Sköfnung að láni hjá Eiði. Þorkeli tókst ekki að ráða niðurlögum Gríms, og varð honum lítill frami af tiltæki sínu. Þótt undarlegt megi þykja af föður, sem á harma sinna að reka, reynir Eiður að telja Þorkeli hughvarf: „Þú munt þessu ráða," segir Eiðr, „en ekki kemr mér þat á óvart, þóttú iðrisk eitthvert sinn þessa einræðis."[1] Eiður er vitur, friðsamur og forspár. Hann virðist una því, að sonarbani hans sé ekki af lífi tekinn, og er sviplík mynd af honum dregin í Heiðarvígasögu.

Eiður er fyrst nefndur til sögunnar í endursögn Jóns Grunnvíkings, þegar hann setur ofan í við Gísla á alþingi fyrir að munnhöggvast við Barða:

[1] *Laxdæla*, 172. Þorsteins þáttur stangarhöggs er *friðarsaga* líkt og Heiðarvígasaga. Þátturinn birtir hugmyndaheim hefndarinnar. Hann rekur af leikni, hvernig unnt sé að halda virðingu sinni án mannvíga, enda þótt alþýða krefjist annars. Fróðlegt er að bera saman karlana Eið í Heiðarvígasögu og rauðavíkinginn Þórarin, föður Þorsteins. Þar er fenginn góður grunnur til að greina hugtökin sæmd, hefnd, sættir og almenningsálit. *Austfirðinga sögur*. ÍF XI, 69–79.

> Eiðr mælti Skeggjason: „*Segja skal þursi, ef hann sitr nøkkviðr við eld*, ok er illa ok óvitrliga undir tekit, *at svá stórir menn, sem nú eigu hlut at.*“ Gísli svarar: „Hér sannask þat, sem mælt er: *Nýsir fjarri, en nær sjaldan*, ok er þat þín at ván at halda svá svari frænda þinna, sem nú má heyra,“ ok hleypr í brigzlyrði við Eið. *Nú mælti Eiðr*: „*Eigi hirðu vér at skattyrðask við þik.*“[1]

Fyrir Eiði vakir að sjálfsögðu að láta ekki á sannast, að tunga sé höfuðs bani.[2] Sama sagan endurtekur sig á alþingi eftir Heiðarvígin. Þá fær Eiður ekki orða bundist, þegar hann hlýðir á orðahnippingar þeirra Tinds og Barða:

> Þá stendr upp einn gamall maðr, ok var þar Eiðr Skeggjason ok mælti: „Kunnu vér mikla óþǫkk, at menn skattyrðisk hér, hvárt er þat gera várir menn eða aðrir; til einskis kemr þat góðs, en opt gerisk illt af því; skyldi menn þat mæla hér, at til sátta væri; ætlu vér, at eigi muni aðrir meir eiga eptir sínum hlut at sjá, eða ǫðrum muni stórugi meiri harma leitat en mér; sýnisk oss þó þat ráð, at sættask; munu vér því eigi várkynna ǫðrum, þó at hér skattyrðisk; er þat ok vænst til, at illa gefisk sem fyrr at velja mǫnnum neisulig orð.“ Hann fekk góðan róm at sínu máli.[3]

Boðskapur ræðunnar er augljós, annað vegur ekki þyngra en sættir og friður. Ekki er laust við, að Eiður Skeggjason minni við þetta tækifæri á Þorgný lögmann á Uppsalaþingi: „Þá stóð upp Þorgnýr.“[4] Menn skulu ekki skattyrðast, segir Eiður, það leiðir aldrei til góðs, „en opt gerisk illt af því“. Þetta er sama viðkvæðið og í fyrri ræðu Eiðs á þingi, og átölur hans varða bæði vini og óvini. Enn sem fyrr gefur Heiðarvígasaga stök-

1 *Hvs.*, 258–259. Skáletruðu orðin eru úr frumsögu. Það örlar á örlitlum skyldleika við orð Þorsteins svarta, þau sem hann mælir við Lamba í *Laxd.*,183. Í Konungsskuggsjá segir m.a. svo um mannvit: „Það er og mannvit, ef maður er staddur á fjöldafundi manna á þingum eða á stefnum og heyrir hann þar orð manna og erindi, að kunna á því góða skilning, hver orð eða erindi eru þau þar mælt, er tekin eru af mannvitsgrundvelli, eða hvað mælt er af skjótu tunguvarpi eða skammsýnilegu varraskrapi.“ *Konungs Skuggsjá*, 127.

2 Sjá Hermann Pálsson: *Úr hugmyndaheimi Hrafnkels sögu og Grettlu*, 103–110.

3 *Hvs.*, 315.

4 *Hkr.* II, 115.

um hlutum almennt gildi. Orð Eiðs eru forn og sönn lífsspeki, ófriður sjatnar ekki, nema menn hafi taumhald á tungu sinni. Svo segir í Hávamálum:

> œrna mælir
> sá er æva þegir
> staðlauso stafi;
> hraðmælt tunga,
> nema haldendr eigi,
> opt sér ógott um gelr. (29. er.).

Eiður hefur misst tvo sonu sína í Heiðarvígum, en samt er „ráð at sættask". Ekki kennir neinnar beiskju eða heiftar í garð andstæðinganna, mannviska og stilling hvíla yfir orðum hans og æði. Hann ber aðeins eitt fyrir brjósti: frið. Ósjálfrátt minnir Eiður á Þuríði Ólafsdóttur, sem hafði einnig aðeins eitt í huga: hefnd, þ.e. ófrið. En Eiður beinir þó miklu fremur athyglinni að sáttfýsi og góðgirnd Síðu-Halls eftir Njálsbrennu, þegar hann leggur Ljót son sinn ógildan á alþingi og veitir mótstöðumönnum sínum „bæði tryggðir ok grið".[1] Eiður og Hallur letja báðir „stórvirkja". Mig grunar, að Eiður eigi drjúgan hlut í Síðu-Halli.

Eftir víg Gísla á Gullteig, safnar Þormóður, bróðir hans, liði og kemur við í Ási:

> Þar var mannfátt heima, ok váru menn farnir á Vǫllu, en húskarlar á verki. Eiðr sat at tafli ok synir hans tveir; annarr þeira hét Illugi, en annarr Eysteinn. Þormóðr segir þau tíðendi, sem orðin váru. Þá var brú á ánni uppi hjá Bjarnaforsi ok lengi síðan. Eiðr fýsti ekki fararinnar, en synir hans grípa til vápna sinna ok ferðask;[2]

Í sögustílnum merkir *að fýsa ekki fararinnar* „að leggjast gegn förinni". Afstaða Eiðs er sú sama og í Laxdælu, þegar hann leitaðist við að telja Þorkeli Eyjólfssyni hughvarf. Eiður á það sammerkt með Gesti Oddleifssyni og Njáli að sjá hlutina fyrir, en fá eigi breytt framvindu mála. Höfundur Heiðar-

[1] *Njála*, 408, 411–412.
[2] *Hvs.*, 297.

vígasögu segir auðvitað ekki berum orðum, að förin sé glapræði, heldur kemur hann viðhorfi sínu til skila með sjálfri sviðsetningunni. Hann lætur Eið og sonu hans sitja að tafli. Sú athöfn felur í sér ró og spekt. Við taflið í Ási kyrrist frásögnin um hríð, en fortölur Eiðs bila við ofsa þeirra, sem sjá engan kost annan en mannhefndir.

Eins og nafn Eiðs bendir til, er hann táknmynd friðar í Heiðarvígasögu. Orð hans og gerðir skulu vera öðrum mönnum til eftirbreytni.

C. Gullteigur

Gullteigur er hvergi nefndur á nafn nema í Heiðarvígasögu, og menn hafa óljósar hugmyndir um, hvar hann hefur verið og hvað nafnið merkir. Ritskýrendur segja: „Svæði þetta er skammt fyrir utan eða vestan bæinn á Þorgautsstöðum og kallast nú í daglegu tali *Teigarnir*; eru þeir hafðir til slægna enn í dag.“[1] Í sögunni er Gullteigs getið nokkrum sinnum, einu sinni í endursögn Jóns Ólafssonar, þar sem minnst er á „einn teig við Hvítá“, en oftar í skinnbókarbrotinu og þar með fullu nafni.[2] Af umsögn sögunnar verða menn litlu vísari um merkinguna, og hvergi hef ég rekist á neina skýringu á nafninu. Jón Ólafsson segir um sláttinn, að bræðurnir „gengu at því verki allir samt, ok skyldi teigrinn alltíð búinn á til teknum tíma eptir þing“. Má ætla, að mönnum hafi ekki þótt Gullteigur skýringar þurfi, þar sem merkingin lægi í augum uppi: „gott (þ.e. auðugt) gróðurlendi, grösugur teigur“, sbr. t.d. Hrísateigur: „hrísivaxinn teigur“. Ég er ekki alls kostar sáttur við þessa skýringu á Gullteig, að minnsta kosti tel ég ómaksins vert að íhuga, hvort þar bregði fyrir nýmyndun höfundar, sem feli í sér táknræna og siðlæga merkingu.

Alkunna er, að höfundar fornsagnanna reyna með sérstakri sviðsetningu og orðfæri að laða fram sundurleit geðhrif lesenda, svo sem ótta eða unað, til að sýna með því móti afstöðu

[1] *Hvs.*, 262 nmáls.
[2] *Hvs.*, 262, 282, 285(2), 288, 292(2), 294.

sína til hlutanna.[1] Það er algengt að vekja óhugnað með því að beita fyrir sig ýmiss konar táknmáli, svo sem blóði, eldi, myrkri, ófreskjum eða óveðri.[2] Mest kveður að þessu við fyrirburði, drauma og sýnir, sem leiða lesandann til huliðsheima og dýpra skilnings á rökum tilverunnar. Slíkum teiknum er Víga-Styrr umleikinn við dauða sinn, og fer þar að sjálfsögðu mest fyrir ógnunum myrkurs og kulda, sem draga fram rangeðli skepnunnar, þ.e. alls hins skapaða. Fýsi höfund á hinn bóginn að leggja áherslu á hið náttúrulega eða æskilega ástand hlutanna, kemur hann að því, sem vekur unað, svo sem veðurblíðu, friðsæld eða mönnum að daglegum störfum.

Þegar Höskuldur Hvítanessgoði er veginn, gengur hann fáklæddur til vinnu og sáir korni í blíðskaparveðri að upprennandi sól. Sviðslýsingin hnykkir á illvirkinu. Það er ekki einungis Höskuldur, sem er saklaus af lífi tekinn, heldur er líka flekkaður hreinleiki sköpunarverksins. Fyrir slíkan glæp er refsingin þung og mönnum varpað í eld brennanda. Eigi þarf að fara í grafgötur um, að vettvangslýsingin er hluti af skilaboðum sögunnar. Hvernig fellur dráp Gísla á Gullteig að þessum andlega skilningi?

Þeir bræður ganga til Gullteigs árla morguns í góðu veðri, leggja frá sér klæði sín og vopn og taka að slá. Vissulega eru hér nokkur almenn líkindi við aftöku Höskulds. Atvikin að vígi Gísla eru þannig:

> Ok þá er Gísli hleypr á garðinn, þá fellr torfa ór garðinum, ok skriðnar hann. Þá kemr at Barði; hann varð þeira skjótastr ok høggr til hans með sverðinu Þorgautsnaut ok høggr mjǫk svá af andlitit.[3]

Í Heiðarvígasögu eru fleiri en eitt ris. Auðsætt er, að hápunktur dramatískra viðburða í fyrra hluta sögunnar er, þegar Gestur vegur Víga-Styr. Gestur sviptir lífi ekki aðeins vegenda föður síns, heldur einnig skaðvald skepnunnar. Dráp Víga Styrs er bæði sögulegt og siðrænt ris. Eftirmálin verða

1 Sjá L. Lönnroth: „Rhetorical Persuasion in the Sagas", 157–189.
2 Sjá t.d. Frye: *Archetypical Criticism*, 147–158 og víðar.
3 *Hvs.*, 295.

tvenns konar, sem sýna tvísæi sögunnar. Fullar sættir takast með Gesti og Þorsteini Víga-Styrssyni. Fyrirgefningin stöðvar frekari blóðsúthellingar og vísar farsæla leið út úr ógöngum hefndarskyldunnar. Í annan stað tekur Snorri goði Þorstein Gíslason af lífi og leggur þannig drög að frekari mannvígum í sögu Barða Guðmundarsonar.

Aftur á móti er álitamál um hátindinn í síðara hlutanum. Sé einblínt á Heiðarvígasögu sem sögulegt verk um vopnaskak og karlmennskuraunir, þá blasir við að telja hin hatrömmu og mannskæðu Heiðarvíg ris sögunnar, enda er sagan kennd við þau. Sé hins vegar gefinn gaumur að fyrirferð yrkisefnis og siðlegu erindi sögunnar, þá beinist athyglin að drápi Gísla Þorgautssonar á Gullteig.

Þegar haft er í huga, að nær þriðjungur sögunnar er helgaður undirbúningi að vígi Gísla[1] og þessi langa nót er dregin af kostulegum vélum og útsjónarsemi, þá hefur Th. M. Andersson óefað mikið til síns máls, þegar hann hyggur dráp Gísla vera meginris í síðara hluta sögunnar.[2]

Barði kemur norðan um heiði að Þorgautssonum, Gísla, Katli brúsa og Þormóði, þar sem þeir eru að slætti á Gullteig. Fer Barði að þeim á teignum við sjötta mann og fellir Gísla, en bræður hans komast undan við illan leik. (27. kap.). Vopnaðir menn fara að vopnlausum mönnum við vinnu sína og taka mann af lífi fyrir víg, sem hann hefur ekki unnið. Dráp Gísla á Gullteig er því vafalaust siðrænt ris í sögu Barða. Heiðarvígin koma til sögunnar undirbúningslítið sem framlenging á atburðunum á Gullteig, en ekki verður fyrir það synjað, að Heiðarvígin fela í sér mikla sögulega stígandi. Heiðarvígin eru líkt og víg Gísla víti til varnaðar eftir ummælum Ólafs helga að dæma. En hvort sem menn vilja telja af-

1 *Hvs.*, 255–296.

2 Andersson farast svo orð: „That this is the true climax of the saga is suggested by the unparalleled detail with which it is constructed (forty pages). The sagas offer no other example of „staging" approximately as elaborate as this one. The tension surrounding the clash of arms is nowhere cultivated so fondly and with such ingenuity as here." Sjá *The Icelandic Family Saga*, 150.

töku Gísla eða Heiðarvígin aðalris sögunnar, þá liggur í augum uppi, að atburðirnir á Gullteig eru vatnaskil í ævi Barða.

Fall Gísla á Gullteig vísar til vígmynsturs Víga-Styrs: Verjulaus maður er eltur uppi og höggvinn bjargþrota, þegar hann hefur misst fótanna: „Ok þá er Gísli hleypr á garðinn, þá fellr torfa ór garðinum, ok skriðnar hann."[1] Ósköpin á Gullteig minna þar með á óguðlegar athafnir Víga-Styrs.

Í Njálu er eftirtektarverð frásögn, sem bregður nokkurri birtu á atferli Barða á Gullteig. Kári og Þorgeir skorargeir veita brennumönnum eftirför og koma að þeim við Kerlingardalsá. Þar liggja þeir sofandi. Njála segir svo frá:

> Síðan mælti Þorgeirr: „Hvárt villtú, at vit vekim þá?" Kári svarar: „Eigi spyrr þú þessa af því, at þú hafir eigi áðr ráðit fyrir þér at vega eigi at liggjandi mǫnnum ok vega skammarvíg." Síðan œptu þeir á þá; vǫknuðu þeir þá ok hljópu upp allir ok þrifu til vápna sinna. Þeir Kári réðu eigi á þá, *fyrr en þeir váru vápnaðir.*[2]

Í Heiðarvígasögu er lögð áhersla á, að enginn bræðranna „fekk náð sínum vápnum". Sé mælistika hetjunnar í Njálu lögð á athæfi Barða, þá gerir hann sig sekan um skammarvíg, þ.e. víg, sem er veganda til hneisu. Er unnt að koma merkingu Gullteigs heim og saman við þennan skilning?

Á dögum Ágústusar keisara ríkti mikill friður (*pax Augustana*), sem skýrður var á þá lund, að þá hefði Kristur verið í heiminn borinn. Í forsögu margra þjóða er talað um friðartíma og þeir nefndir af latínumönnum gullöld, þ.e. *aetas aurea*. Með norrænum þjóðum er einnig hermt frá gullöld og Fróðafriði á dögum frelsarans. Í Gróttasöng mala Fenja og Menja Fróða Danakonungi gull, og þá ríkir friður.[3] Í Skjöldungasögu er sú lýsing, að á dögum Fróða hafi verið mikill friður, rán og stuldir lögðust niður, svo að gullhringur lá marga

1 *Hvs.*, 295.
2 *Njála*, 417.
3 Í söngnum sjálfum er notað orðið „auður", sem vísar til auðnu: „Auð mǫlum Fróða/ mǫlum alsælan (5. er.), sbr. Völuspá: „auð smíðoðo" (7. er.). — Sjá m.a. „Guld" (A. Holtsmark). *KLNM* V, 573–575.

vetur á þjóðleið á Jalangursheiði.[1] Gull getur því verið ígildi friðar, þótt hið gagnstæða sé miklu algengara, að gull sé merki ófriðar.

Snorri Sturluson talar í Eddu sinni um „gullöld“ í árdaga með Ásum, uns hún spilltist af tilkomu kvenna úr Jötunheimum. Snorri leggur út af orðum Völuspár, sem lýsir þessu skeiði svo:

Hittoz æsir á Iðavelli,
þeir er hǫrg ok hof
hátimbroðo:
afla lǫgðo,
auð smíðoðo,
tangir skópo,
ok tól gǫrðo. (7. er.).

Teflðo í túni,
teitir vóro,
var þeim vettergis
vant ór gulli. (8. er. 1–4).[2]

Gullöldin er friðaröld, þar sem Æsir una glaðir við sitt og sinna daglegri iðju. Gullteigur leiðir hugann að Iðavelli. Það er einkum þrennt, sem dregið er fram í Völuspá sem aðal gullaldar: Gull, smíðar og seta að tafli. Þessi þrjú atriði birtast öll í Heiðarvígasögu, sem tákn um kyrrð og sakleysi hinnar daglegu iðju. Gísli er veginn við slátt á *Gull*-teig. Þegar ótíðindin um víg hans berast, eru Þorgautur, faðir Gísla, og Þorbjörn, frændi hans, *við smíðar* og loks situr Eiður *að tafli* með sonum sínum. Mig grunar, að aðstæður við friðrofið á Gullteig séu goðsagnakyns.

Enn einu sinni sæki ég stuðning til Laxdælu og það til Gests Oddleifssonar. Hann ræður þriðja draum Guðrúnar Ósvífursdóttur, sem á við Bolla Þorleiksson, á þessa leið:

> Sá var inn þriði draumr þinn, at þú þóttisk hafa gullhring á hendi; þar muntu eiga inn þriðja bónda. Ekki mun sá því meira

[1] *Danakonunga s.* ÍF XXXV, 40.
[2] *Eddadigte* I, 2. — *Edda*, 19.

> verðr, sem þér þótti sá málmrinn torugætri ok dýrri, en nær er þat mínu hugboði, at í þat mund muni orðið siðaskipti, ok muni sá þinn bóndi hafa tekit við þeim sið, er vér hyggjum, at miklu sé háleitari.[1]

Gull táknar í þessu samhengi siðaskipti, hinn nýja sið. Í draumi Dofra jötuns í Bárðar sögu Snæfellsáss boðar gullslitur á kvisti nýjan og betri sið.[2]

Eftir gangi sögunnar að dæma var Barða fullkunnugt um, að bræðurnir þrír væru að slætti á Gullteig, sbr. m.a. orð sögunnar „ok sá gørva tíðendi á Gullteig".[3] Þess vegna kemur að óvörum eftirfarandi lýsing:

> Nú hyggr Barði at, hve margir menn væri at slættinum; nú þykkisk hann eigi vita víst, hvárt kona er inn þriði maðrinn, *er hvítt er til hǫfuðsins at sjá*, — „eða mun þar vera Gísli?"

Mér kemur til hugar, að skáletruðu orðin vísi til þess, að Barði síðarmeir „hǫggr mjǫk svá af andlitit" Gísla og ennfremur að hið hvíta höfuð Gísla tákni það sem er af guði skapað og frá honum komið. Sólin er Kristur, hinn nýi siður. Litur hans er hvítur. Þessi túlkun er fram borin lesendum til íhugunar.

Til styrktar þessari tilgátu má hugsanlega leita til Njálu. Að sögn hennar var að frumkvæði Njáls tekið upp „nýtt goðorð

[1] *Laxdæla*, 90. Hugsanlegt er, að þetta merkjamál komi víðar fyrir í Laxdælu. Þegar álagasverðið Fótbít ber fyrst á góma, þá er honum svo lýst: „Þat var mikit vápn ok gott, tannhjǫlt at; ekki var þar borit silfr á, en brandrinn var hvass, ok beið hvergi ryð á." (*Laxd.*, 79). En er Bolli Bollason snýr heim eftir langa útivist í Miklagarði, þá ber hann Fótbít, sem nú er sagður með „hjǫlt gullbúin ok meðalkaflinn gulli vafiðr." (*Laxd.*, 225). Þessi munur stafar tæpast af vangá höfundar, slíkur meistari sem hann er í framsetningu, heldur mun gullbúinn Fótbítur sennilega vera ímynd hins nýja siðar. Fótbítur er ekki lengur merki ófriðar, heldur er hann í sögulok orðinn friðartákn. Athyglisvert er, að töfrasverðið Sköfnungur, sem Miðfjarðar-Skeggi hafði brott numið úr haugi Hrólfs kraka, hverfur af landi brott til heimkynna sinna með Gelli Þorkelssyni. Þetta gerist einnig í niðurlagi sögunnar. Sverðin skýra á þennan hátt frá því, að friðartímar séu loks upp runnir með Breiðfirðingum.

[2] *Bárðar saga Snæfellsáss*. ÍF XIII, 104.

[3] *Hvs.*, 294.

á Hvítanesi til handa Hǫskuldi“, sem eftir það hlaut auknefnið Hvítanessgoði.[1]

Þessi frásögn hefur valdið fræðimönnum miklum heilabrotum, þar sem þeir líta jafnan á hana sem sannindi, enda þótt söguleg rök styðji hana ekki. Varla verður lagður trúnaður á, að Njáll hafi haft samfélagslega stöðu til að koma slíku goðorði á fót, til þess eins að Hildigunnur Starkaðardóttir tæki bónorði Höskulds. Sjálft nafnið Hvítanessgoðorð er afar tortryggilegt, þótt ekki væri nema fyrir þær sakir einar, að goðorð voru ekki staðbundin og þess vegna ekki kennd við staði. Enginn veit, hvar Hvítanes hefur verið og engar sjálfstæðar heimildir eru til um það utan Njálu.[2]

Af þessu má líklegt þykja, að Hvítanes sé skáldskapur og haft í óeiginlegri merkingu, myndað líkt og Freysnes og Þórsnes og Kristnes. „Helgi trúði á Krist ok kenndi því við hann bústað sinn,“ segir um Helga magra í Landnámu.[3] Kristur hét og Hvíta-Kristur, og er ekki um það að villast, að Hvítanes er kjörið nafn á bústað Höskulds Þráinssonar, sem mælir við dauða sinn líkt og Kristur: „Guð hjálpi mér, en fyrirgefi yðr!“[4] Höskuldi Hvítanessgoða er trúað fyrir siðaboði Hvíta-Krists.

Þessa er getið hér, þar sem líkindi eru til, að sama eigi við um Hvítanes og Gullteig, nefnilega að þessi örnefni séu bæði skálduð táknheiti, sem bera uppi hugsjónir hins nýja siðar, hugsjónir Krists og friðar.[5] Gullteigur væri þá „sá teigur, þar sem menn ganga óáreittir til daglegra starfa, friðarteigur“.

1 *Njála*, 246–247.
2 Sjá athugasemdir Einars Ólafs Sveinssonar: *Njála*, 247 nmáls.
3 *Landnámabók*. ÍF I (Sturlubók), 252.
4 *Njála*, 281.
5 Ekki verður við Gullteig skilist án þess að vekja athygli á túlkun Einars Pálssonar. Hann ber brigður á, að Heiðarvígin séu sagnfræðilega réttur atburður og gerir ráð fyrir, að „sannsögulegum atburði sé blandað í frásögn af ritúali“. Ræður hann það m.a. af stað Heiðarvíga og tölum særðra og fallinna, sem taka þátt í bardaganum. Einar víkur einnig að því, að engar sögur fari af hvorki Njáli búanda né bæ hans í Gnúpsdal, þar sem Barði gisti með föruneyti sínu um nóttina, áður en hann lagði á heiðina suður. Loks telur hann örnefnið Gullteigur benda til goðsagnar. Einar túlkar með

Barði er friðrofsmaður, um það er ekki að villast. Flögrað hefur að mér, að nafn Gísla kunni að vera táknrænt. Gísli merkir „gísl", sem talinn er vera „maður afhentur eða tekinn í gæslu til tryggingar því að samningar takist (haldist) eða farið sé eftir fyrirmælum".[1] Gísl er sá, sem hefur lítt til saka unnið og er af lífi tekinn í stað annars manns, ef svo ber undir. Gísli er nokkurs konar gísl, þar sem Þórarinn tekur hann hugsjónalega í gísling frá upphafi til þess að tryggja, að farið sé eftir fyrirmælum hefndarskyldunnar.

Með fyrrgreindri skýringu telst Gullteigur til þeirra táknrænu nafna Heiðarvígasögu, sem mynda hugmyndakerfi hennar, þar sem uppistaðan er hólmganga tveggja lífsskoðana, annars vegar heiðins siðar og ófriðar og hins vegar kristinnar trúar og friðar. Í dómarasæti situr Ólafur helgi sem staðgengill drottins. Grunnhugtök sögunnar eru:

Friður	Ófriður

Táknræn nöfn mótstæðra gilda, sem vitna um afstöðu höfundar:

A. Mannanöfn.

Guðlaugur	Víga-Styrr
Gestur	Þorsteinn
Eiður	Þuríður
Auður	Barði
Gísli.	Þórarinn.

B. Önnur nöfn.

Gullteigur	Eykgjarður
	Saxalækur

öðrum orðum Heiðarvígin að meginstofni sem goðsögn. Sjá *Stefið. Heiðinn siður og Hrafnkels saga*, 257–262. Í hefndarfrýju sinni lagði Þuríður Ólafsdóttir, eins og fyrr segir, þrjá steina fyrir sonu sína hvern og einn ásamt yxinsbógi brytjuðum í þrennt. Um þessa þrjá steina segir Einar: „Hver maður má sjá, að ef steinarnir þrír vísa til ættarinnar, skyldunnar við eigið kyn, fæst full merking í þennan kafla Heiðarvíga sögu. Steinarnir þrír eru þá sömu ættar og Þrídrangar." Þessi niðurstaða er að sjálfsögðu tengd fleiri efnisrökum en hér er unnt að rekja. (322–323).

1 *Íslensk orðabók*.

Eigi þarf að taka fram, að óvissa ríkir um einstök nöfn, myndir þeirra og merkingu, og á það sér í lagi við örnefnin og fararskjóta Þuríðar.

D. Þrískipting sögutímans

Að lokum skal farið fáeinum orðum um sögutímann, þ.e. hinn innri tíma sögunnar. Þótt Heiðarvígasaga greinist, hvað samsetningu varðar, skýrlega í tvo hluta, má sökum efnis og hugmynda tala um þrískiptingu tímans.

Í upphafi er skeið heiðni og meingerða. Ógnarstjórn og ófriður setja mark sitt á samfélagið. Þetta er aldur Víga-Styrs, sem geldur illsku sinnar og ofmetnaðar með því að eigra að ævilokum milli frosts og funa í helvíti.

Annar tími hefst með nýjum sið og Gesti Þórhallasyni, þegar hann ræður niðurlögum Víga-Styrs. Þar með er harðstjórnin á enda. En höfðingjar og alþýða eru höll til forneskjunnar, svo að mönnum lærist seint að hlýða guðs boðum og bönnum. Þess vegna berast menn enn á banaspjót. Þessi aldur er merktur Barða Guðmundarsyni, sem kann sér ekki hóf, trúir á sjálfan sig og týnir lífi manna. Fyrir guðs sakir eiga menn kost á að bæta fyrir brot sín, svo að þeir verði sáluhólpnir. En hvorki ófriði né vígaferlum linnir, því að óeirðarmenn fara með hernaði í önnur héruð og taka af lífi saklausa menn. Þetta er samtíð höfundar.

Við fall Barða í sögulok tekur við ný tíð, sem er framtíðin. Hún skiptir höfundinn mestu máli. Hann horfir eftirvæntingarfullum augum til ókomins tíma, þegar menn fara að vilja guðs, lifa í sátt og samlyndi og friður kemst á. Þann aldur mætti kenna við Kristsheitið „Vígdvalinn“ í Sólarljóðum, sem væri persónugervingur friðar og andheiti við Víga-Styr og Barða. Vígdvalinn er ekki nefndur á nafn í Heiðarvígasögu, en Gestur Þórhallason líkt og Davíð vísar til Krists með nafni sínu og hlutverki í sögunni.[1] Þrátt fyrir allt gerir skáld Heiðar-

[1] Um Davíð sem fyrirbendingu (*prefiguration*) Krists í lærðum ritum má benda t.d. á rit A.J. Minnis: *Medieval theory of authorship*, 103–112. —

vígasögu sér vonir um, að sá tími muni brátt koma, þegar guðs lög verða einráð í landi og menn fara að lögum.

Ekki sakar í þessu samhengi að vekja athygli á kenningum goðfræðingsins G. Dumézils. Hann kannaði fornar sögur um örlög heims og hlutdeild góðra og illra afla og benti á sameiginlegan indóevrópskan menningararf, sem að baki lægi. Gerði hann ráð fyrir þrískiptu skeiði í þessu veraldardrama:

1. Upphafið er falskur háskaleikur, sem fulltrúi myrkraaflanna er aðili að. Fer hann með sigur af hólmi og drottnar yfir fulltrúum ljóssins.
2. Guð er í hefndarhug, mikil orrusta fylgir og hann vinnur bug á myrkraöflunum.
3. Í sögulok birtir yfir að nýju. Þeir sem af lifa fá ný hlutverk í bættum heimi. Friður ríkir.

Sjá „The Drama of the World: Balder, Hoder, Loki“, 49–65.

Davíð Erlingsson hefur bent mér á, að Ögmundar þáttur dytts og Gunnars helmings hafi einnig þrískiptingu tímans, að því er ætla má af samsetningu, atburðarás og auknefnum söguhetjanna. Þar heitir þrenningin Dyttur, Helmingur og „Heilindur“. Síðasttalda nafnið hefur Davíð látið sér til hugar koma til samræmis við þau tvö fyrri. Nafngiftirnar svara til þremenninganna Víga-Styrs, Barða og ímyndaðs Vigdvalins í Heiðarvígasögu. *ÍF* IX, 99–115. Sjá enn fremur athuganir R. McTurks um Ögmundar þátt dytts: *Studies in Ragnars saga Loðbrókar and its Major Scandinavian Analogues*, 27–29 og þar tilvitnuð rit.

III RITUNARTÍMI

1. Röksemdir aðrar en rittengsl

Þar sem einhugur hefur ríkt um háan aldur Heiðarvígasögu, mætti ætla, að aldursrök væru traust, en því fer víðs fjarri. Satt best að segja hafa bókmenntafræðingar rennt blint í sjóinn með tímasetninguna, því að hæpnar forsendur, þótt margar séu, leiða ekki til áreiðanlegrar niðurstöðu. Hvorki margreynd textafræði né nýjungar í formgerðarstefnu og munnmenntum síðustu áratuga hafa örvað menn til að taka tímasetningu Heiðarvígasögu til endurskoðunar.

Fyrir löngu sóttu á mig miklar efasemdir um, hvort hin viðurkennda aldursákvörðun sögunnar stæðist. Kjarninn í eftirfarandi athugasemdum er sóttur, eins og að framan greinir, til gamals fyrirlestrar, sem ég flutti við Stofnun Sigurðar Nordals, rökstuðningurinn er aukinn og endurbættur, en niðurstaðan er sú sama.

Ég hef þóst sjá augljósar veilur í röksemdum og ályktunum ritskýrenda, sem vart er í frásögur færandi, eins og málum er háttað. En það liggur í hlutarins eðli, að miklum vandkvæðum er bundið að halda fram skoðun, sem stingur í stúf við hefðbundin viðhorf og styrkja hana með rökum, sem væri takandi mark á. Hægra er að brjóta niður en reisa. Ekki þarf að fara í launkofa með, að engar sönnur verða hér færðar á aldur Heiðarvígasögu, því að seint verður öll óvissa um ritunartíma hennar á brott hrakin, en leitast verður við að vekja athygli á nýrri lausn, sem ég hygg ekki síðri en þá sem fyrir er.

Oftsinnis greinir fræðimenn mjög á um aldur Íslendingasagna, og er það að vonum, því að fáir munu ganga þess duldir, að tímasetning Íslendingasagna er býsna torvelt viðfangsefni, sem margir hafa flaskað á, að minnsta kosti þegar þeir reyna af ofurkappi að einskorða sögur við einn eða tvo áratugi. Engin ástæða er til að rekja rannsóknarsögu aldursgreiningar Íslendingasagna í þessu samhengi, heldur verður nær eingöngu vikið að þeim atriðum, sem snerta Heiðarvígasögu sérstaklega.[1]

P.E. Müller Sjálandsbiskup varð fyrstur manna til þess að fjalla í heild um fornsögurnar og tímasetja þær. Hann studdist við fræðilegar röksemdir í anda rómantísku stefnunnar, taldi Heiðarvígasögu lítt breyttar arfsagnir söguldar og setti hana hið næsta Íslendingabók Ara fróða að ritunartíma og heimildargildi. Um Heiðarvígasögu kemst hann svo að orði: „Rimeligvis er denne Saga bleven tidligst nedskreven af alle dem, vi have tilbage“, og hann tímasetti söguna til fyrra hluta 12. aldar.[2] Þótt ótrúlegt sé, þá gefur auga leið, að niðurstöðum Müllers hefur ekki verið haggað, svo að sköpum skipti.

Enn er sami grundvallarskilningur á Heiðarvígasögu, enn girðir hin forna skoðun um sannfræði Íslendingasagna fyrir, að sagan fái í reynd bókmenntalega könnun og enn er rannsókn fræðimanna að mestu leyti bundin við að róta í fornum fróðleik. Jafnvel þótt aldri Heiðarvígasögu hafi verið þokað fram til aldamótanna 1200 og sú hugmynd hafi séð dagsins ljós, að söguhöfundur hafi ef til vill ort sumar vísur hennar,[3] þá er ekki ofmælt, að Heiðarvígasaga hafi orðið að nátttrölli strax við dagrenningu sögurannsókna í upphafi 19. aldar.

Með almennri tímasetningu Heiðarvígasögu um 1200 festi það viðhorf rætur meðal fræðimanna, að Heiðarvígasaga væri einna elst allra Íslendingasagna, og þar með varð sagan jöfnum höndum sú undirstaða, sem almenn aldursgreining

[1] Nýleg grein um þetta efni er eftir Jónas Kristjánsson: „Var Snorri Sturluson upphafsmaður Íslendingasagna?“ Þar reifar hann þá hugmynd, að Snorri Sturluson hafi beinlínis skapað Íslendingasögur með ritun Egilssögu um 1230–1240, aðrar sögur séu því yngri.

[2] Þessi orð eiga við *Hvs.* (þ.e. sögu Barða), Víga-Styrs saga var talin enn eldri. Sjá *Sagabibliothek* I, 49.

[3] *Hvs.*, cxl–cxliv.

sagnanna hvíldi á og sá kvarði, sem ritunartími annarra sagna var miðaður við. Fyrir bragðið varð bókmenntaleg staða Heiðarvígasögu einstæð meðal fornsagnanna. Hún markaði, eins og fyrr segir, upphaf Íslendingasagna, og hún var höfð að kennileiti til að greina rætur, þroska og hnignun sagnanna. Fræðimönnum varð einkar starsýnt á gildi Heiðarvígasögu við rannsóknir fornsagnanna sökum stöðu hennar, en voru ekki að sama skapi glöggskyggnir á eigin verðmæti hennar.

Áður en ég kem að einstökum röksemdum fyrir aldri sögunnar, er vert að hugleiða almenn félagsleg skilyrði fyrir ritun hennar. Saga, sem er virk og merkingarbær, skírskotar jafnan til lesenda með því að vera sprottin úr umhverfi þeirra og vera aðili að sameiginlegum reynsluheimi. Með því að Heiðarvígasaga snýst einarðlega gegn ranglæti, ofbeldi og manndrápum en mælir fyrir friði og þeim félagslegu gildum, sem tengjast honum, þá er fyllsta tilefni til að spyrja: Hvenær verða forsendur brýnastar í íslensku samfélagi fyrir ritun slíkrar sögu? Höfundur friðarsögu bregður upp svipmyndum af veruleika ófriðar í hrikaleik sínum án beinna útlegginga, enda gerist þeirra eigi þörf, þar sem lesendur eru með á nótunum.

Friðarsaga heyrir ófriðartímum til. Af þeim sökum er við því að búast, að Heiðarvígasaga sé skrifuð, þegar yfirgangur og réttleysi er daglegt brauð, og almenningi er nóg boðið, svo að hann fær vart risið undir slíkri áþján. Friðurinn verður þeim langþráður, því að tíð misindisverk virðast engan endi ætla að taka og þau brýna menn til mótblásturs, jafnvel með orðið eitt að vopni. Erlendar og innlendar fyrirmyndir í bókarlíki voru tiltækar. Það liggur í augum uppi, að friðarsögur reyna að tala um fyrir mönnum og benda á, að mannhefndir og vígaferli gangi gegn lögum guðs og manna og siðuðu þjóðfélagi sé háski búinn, haldi fram sem horfir og saklausir menn séu af lífi teknir. Samtímis vilja friðarsögur vísa með dæmum veg til sátta og samlyndis og koma því á framfæri, *að menn geti með góðu móti haldið virðingu sinni óskertri án manndrápa, þó að flekkur hafi á hana fallið*. Það mun því sanni næst, að Heiðarvígasaga sé eigi samin á kyrrleikstímum heldur í hildarleik Sturlungaaldar, þegar halla tekur á 13. öldina. Siðaboðum Heiðarvígasögu verður hvorki stíað frá réttri stund né stað.[1]

Sigurður Nordal tæpti á því í formála sínum, að Heiðarvígasaga væri stundum eins og „nokkurs konar dæmisaga um ranglætið í hinum fornu ættvígum".[2] Þetta hygg ég vera sannmæli, þó að sómakenndin ráði mannhefndum en ekki réttlæti. Þótt Sigurður hafi ekki fylgt þessari hugsun eftir, þá mætti vel hafa hana að leiðarljósi ekki aðeins þegar gefnar eru gætur að tilgangi sögunnar heldur einnig að ritunartíma hennar.

Í merkum fyrirlestri Ólafs Lárussonar um hefndir í íslenskum rétti og siðaskoðun Íslendinga kemur fram, að samkvæmt þjóðveldislögunum væru hefndir leyfðar, en menn ættu ekki vígt um, hvaða sakir sem var. Samkvæmt Vígslóða Grágásar mátti hefna fyrir víg, sár, högg eða frumhlaup, sem var oftar en ekki tilræði til ofbeldisverka. Undir þennan flokk féllu einnig svívirðingar, einkum þær er vörðuðu ergi og níð. Ólafur orðar þetta svo: „Í Grágás eru engin ákvæði, er geri mönnum það lagalega skylt að hefna." Hins vegar sýni sögurnar, „að almenningsálitið taldi það oft og einatt vera siðferðislega skyldu manna, að reyna að koma fram hefndum."[3] Er það auðsætt við lestur Heiðarvígasögu.

Ólafur skýrir frjálsræði til hefndar í þjóðveldislögum sem málamiðlun tveggja andstæðra siðaskoðana. Sú eldri hafi talið hefndir réttmætar, og vísar Ólafur þar til hinna norsku Gulaþingslaga,[4] en sú yngri hafi lagst gegn hefndum og ver-

[1] Gunnar Karlsson hefur vikið að þætti friðar í hinni fornu sagnaritun. Hann hyggur, að Íslendingasaga Sturlu Þórðarsonar beri í sér spennu milli tvenns konar siðferðisviðhorfa: ófriðar og friðar, en telur það ekki neitt sérkenni fyrir hana. „Miklu frekar held ég að þessi spenna gangi í gegnum 13. aldar bókmenntir Íslendinga af því að hér var hnípin þjóð í vanda, þjóðskipulag sem þarfnaðist ófriðar var að glata sér í ófriði. Ætli menn hefðu nokkru sinni lagt á sig að skrifa Íslendingasögurnar ef þeir hefðu ekki staðið frammi fyrir þessum vanda?" Sjá „Siðamat Íslendingasögu", 220.

[2] *Hvs.*, cxii.

[3] Ólafur Lárusson: *Hefndir*, 17; sbr. *Lög og saga*, 146–78.

[4] *Gulaþingslög* (152. kap.): „Þat er þar nú enn, ef maðr er í flokki veginn, þá er vel, ef hefnt verðr." Sbr. og (186. kap.): „Nú á engi maðr rétt á sér oftar en þrisvar, hvorki karl né kona, ef hann hefnisk eigi á milli."

ið af kristnum rótum. Ekki þarf að hafa mörg orð um, að hefndarvíg hafa stórlega aukið glundroða og ófrið í landinu, og því nærtækt að ætla, að ýmsir friðsemdarmenn, lærðir og leikir, hafi á upplausnartímum talið bráða nauðsyn bera til að breyta þeim ákvæðum Vígslóða, sem veittu mönnum lagalega heimild til að hefna með mannvígum, og þar með stuðla að breyttum viðhorfum almennings.

Fastlega má ætla, að greinar Vígslóða, þær sem leyfðu hefndir, hafi sætt vaxandi gagnrýni á úthallandi 13. öld. Annars vegar hefur komið andóf frá landsmönnum sjálfum, þeim sem undu illa við linnulausan ófrið og hins vegar gagnrýni að utan frá Noregi, sem stóð Íslendingum nærri um lög og réttarvenjur, enda hafði hefndarréttur einstaklinga verið afnuminn þar í landi með konungsvaldinu á 13. öld. Í Hákonar sögu Hákonarsonar, sem er trúlega samin um 1264–1265, kemst Sturla Þórðarson svo að orði:

> Ættvíg ǫll lét hann af taka, svá at engi skyldi gjalda annars tilverka, nema bœta at þeim hluta, er lǫg segði á hann.[1]

Það hlaut því að reka brátt að því, að hefndarréttur einstaklinga hyrfi úr íslenskum refsirétti, og sú varð raunin á með lögtöku Járnsíðu 1271–1273, þegar hver þegn varð friðhelgur við annan og konungur varð aðili að vígsök.[2]

Heiðarvígasaga hefur háleitan tilgang. Kveikjan að söguritunninni eru hermdarverk 13. aldarinnar. Höfundurinn fordæmir heimildarákvæði hinna fornu laga um hefndarvíg, vegur að forneskjulegu almenningsáliti og leggur loks kapp á að koma á siðuðu þjóðfélagi í kristnum anda. Naumast verður fundinn heppilegri og áhrifaríkari maður til að koma slíkum boðskap til skila, svo að lögð væru við eyru, en sjálfur Ólafur helgi, sem stóð fjarri og ofar öllum flokkadráttum Sturlungaaldar og talaði falslausri röddu dýrlingsins. Til styrktar þess-

1 *Hákonar saga Hákonarsonar*, 209. Samræmd stafsetning.
2 Sjá Guðrún Ása Grímsdóttir: „Um sárafar í Íslendinga sögu Sturlu Þórðarsonar", 184–203.

um skilningi eru siðaboð Ólafs helga við Barða. Þar við bætast og hin fornu griðamál, sem tekin eru í heilu líki upp í Heiðarvígasögu. Þessi formáli sáttar og friðar er einn af lyklum sögunnar, eins og áður sagði, og speglar lífsskoðun höfundar og friðarþrá.[1]

Ekki verður véfengt, að sumar fornar sögur séu réttnefndar friðarsögur. Ein þeirra er Þorgils saga og Hafliða. Höfundur hennar rekur þá sögu, hversu smámunir einir geta leitt til þess, að höfðingjar landsins standa andspænis hver öðrum gráir fyrir járnum á alþingi, svo að við liggur, að þingheimur berjist. Almannaheill víkur fyrir sæmd einstaklinga, sem er að steypa samfélaginu í glötun. En er allar sáttartilraunir höfðu farið út um þúfur, þá gengur Ketill Þorsteinsson síðar biskup á Hólum á fund Hafliða Mássonar og segir honum „dæmisögu" af sjálfum sér, til þess að málin mættu ljúkast með góðu. Saga Ketils er svo mikils verð í þessu samhengi, að ég get ekki látið vera að geta hennar að nokkru. Dæmisagan er gagntekin sömu hugsjón og Heiðarvígasaga. Ræða Ketils er með þessum hætti:

„Vér óxum þar upp í Eyjafirði, ok var þat mælt, at þat lið væri efniligt. Ek fekk ok þann kost, er beztr þótti vera, Gróu, dóttur Gizurar biskups. En þat var mælt, at hon gerði mik eigi einhlítan.

Þat þótti mér illa, er þat var mælt, ok tilraunir váru gervar, ok gengu þær vel. En eigi at síðr þótti mér illr orðrómr sá, er á lagðist. Ok fyrir þat lagða ek fjandskap á manninn. Ok eitt sinn, er vit hittumst á förnum vegi, þá veitta ek honum tilræði. En hann rann undir höggit, ok varð ek undir. Síðan brá hann knífi ok stakk í auga mér, ok missta ek sýnar at auganu. Þá lét hann Guðmundr Grímsson mik upp standa. Ok var þat nökkut með ólíkindum at því, sem mér þótti, — ek hafða tvau megin hans, enda þótti mér vera mundu slíkr munr okkar í öðru.

Ok þess vilda ek greypiliga hefna með frænda afla ok gera manninn sekjan. Ok bjuggum vér mál til. Ok þó urðu nökkurir aflamenn til at veita honum at málunum, ok ónýttust mín mál.

[1] Sjá um siðfræði hefndarinnar m.a. L. Lönnroth: *Njáls saga*, 143–148. Beck: „Laxdæla saga — A Structural Approach", 398–401.

Nú má ok vera, at til verði nökkurir at veita Þorgilsi, þó at þín mál sé réttligri.

Ok þá er svá var komit, þá buðu þeir fé fyrir málit. Þá hugða ek at, hvat mér hafði at borizt eða hversu allt hafði tekizt þungliga, ok neitta ek fébótunum. Ok sá ek þá, at þat eitt var hjálpráðit til, at skjóta málinu á guðs miskunn, því at allt tókst þá áðr öðru þungligar til mannvirðingar um mitt ráð. Ok ek sagða ofrkapp vera ok metnað Möðrvellinga, hvé þung heift mér myndi vera. Fann ek þá þat, alls ek hugða þá at mannvirðinginni, at ekki myndi þær bætr fyrir koma, er myndi at sæmð verða. Gerða ek þá fyrir guðs sakir at gefa honum upp allt málit. Vissa ek, at þá mynda ek þat fyrir taka, er mér væri haldkvæmst. Ok bauð ek honum til mín, ok var hann með mér lengi síðan.

Ok þá snerist þegar orðrómrinn ok með virðing manna, ok lagðist mér síðan hverr hlutr meir til gæfu ok virðingar en áðr. Ok vænti ek ok af guði, at þér muni svá fara.

Ok haf þú nú af tali mínu þat, er þér þykkir nýtanda,“ sagði Ketill.[1]

Dæmisaga Ketils hreif, því að þaðan í frá var Hafliði meir snúinn til sátta en áður og stórum auðmjúkari, enda tókust sættir með þeim Þorgilsi og Hafliða með fébótum. Sagan sýnir, að heiftarhugur og hefnd eru uppspretta ófarnaðar og óvirðingar, en sáttfýsi og fyrirgefning horfa til farnaðar. Illvígustu deilur sé unnt að leysa á farsælan hátt fyrir guðs sakir. Hin forna sæmdarhugsjón með nauðung hefndarinnar að leiðarljósi þokar fyrir nýju lífsviðhorfi, fyrirgefningu og málskoti til guðs miskunnar. Friður kemur í stað ófriðar.

Dæmisagan er afar merkileg. Ketill veitir Guðmundi Grímssyni tilræði, en verður undir, enda þótt hann hafi tvö megin hans í þessu sem öðru. Eina hjálpráðið er að gefa fyrir guðs sakir Guðmundi upp allt málið, og leggst síðan hver hlutur Katli meir til gæfu og virðingar en áður. Það leynir sér ekki, að guðleg forsjón er að verki í viðskiptum Ketils og Guðmundar.

Líkur hugmyndaheimur er upp lokinn í frásögninni af Gesti Þórhallasyni og Þorsteini Styrssyni í Heiðarvígasögu, þar sem

[1] *Sturlunga saga* I, 47–48.

fyrirgefningin reynist máttugri en hefndin. Í Heiðarvígasögu takast á Þór og Kristur í formi hefndar og fyrirgefningar. Svo er einnig háttað í Þorgils sögu og Hafliða. Hún segir frá því, að Þórð Magnússon í Reykjaholti hafi dreymt draum og hafi maður komið til hans af þingi. Síðan heldur sagan áfram:

> Þórðr þóttist spyrja, ef nökkur deiluvænlig mál væri fram höfð á þinginu.
>
> „Þat er helzt nýlunda," sagði draummaðrinn, „at einn maðr hefir tekizt á hendr at vinna í öllum búðum, sá er heitir Þórir dritloki."
>
> Þórðr réð svá drauminn, at eigi myndi þar öll mál vel lúkast, áðr sliti þinginu.[1]

Þórir dritloki er sá sem eflir ósætti og ófrið með mönnum.[2] Nafn hans er auðvitað táknrænt og vísar til Þórs og forneskjunnar líkt og gert er í Heiðarvígasögu Hins vegar þarf ekki að fara í grafgötur um, að Guðmundur Grímsson sé dulnefni og persónugervingur guðlegrar forsjónar. Hann er, eins og nafnið bendir til, hin dulda hönd guðs, sem vísar mönnum á hina einu leið, sem fær er, til sátta og friðar. Allt samhengi frásagnarinnar styðlar að þessum skilningi. Fyrirgefningin er „sigr", segir Vatnsdæla.[3]

Dæmisaga Ketils er inngangur að boðskap Þorgils sögu og Hafliða líkt og þrjú frumhlaup Þorsteins Styrssonar eru lyklar, sem ganga að leynidyrum Heiðarvígasögu. Lengi var nokkur ágreiningur um aldur Þorgils sögu og Hafliða, og var hún talin frá 12. öld og eftir því sannsöguleg, en nú munu

[1] *Sturlunga saga* I, 34.

[2] Viðurnefnið er vandskýrt, en merkir líklega „sá, sem gengur örna sinna, dritar, lýkur sér af". Loki var rógberi ása, og því kæmi til greina, að auknefnið vísaði til hans.

Þórir dritloki hægir sér í hverri búð. Merkingin er að sjálfsögðu yfirfærð. Þórir egnir til ófriðar, hvar sem hann kemur. Málin verða „deiluvænlig" á þinginu. Auknefnið leiðir hugann að Eyrbyggju. Þar segir frá því, að Kjallklingar hugðust ganga örna sinna á Þórsnessþingi og saurga þann helga stað Þórs, en ekki í Dritskeri, eins og siður var, og þar með vildu þeir lægja metnað Þórsnesinga. Sló þá í hinn harðasta bardaga með þeim og Þórsnesingum. Sjá *Eyrbyggju*, 15–18.

[3] *Vatnsdæla*, 15.

flestir sammála um, að hún sé samin í miðjum róstum Sturlungaaldar. Jón Jóhannesson hyggur söguna skrifaða „1237 eða örlitlu síðar", og hann bætir við:

> Sú hugsun hlýtur að sækja á, að Þorgils saga og Hafliða hafi átt að verða þeirrar tíðar höfðingjum dæmisaga um þá tíma, er höfðingjar leystu deilur sínar friðsamlega — að sínu leyti eins og dæmisaga Ketils prests Þorsteinssonar.[1]

Ég hygg, að Heiðarvígasaga hafi séð dagsins ljós við áþekkar aðstæður og Þorgils saga og Hafliða, blóðug átök og samfélagsháska Sturlungaaldar. Til hennar verða sóttar almennar forsendur fyrir ritun sögunnar.

Að svo mæltu skal hugað að einstökum aldursrökum.

Þótt nánast allir fræðimenn séu sama sinnis um aldur Heiðarvígasögu, þá er samt ástæða til geta orða Björns M. Ólsens, því að þau bera vandanum vitni:

> enn þó vil jeg ekki fortaka, að einstaka saga kunni að vera rituð firir 1200, og gæti jeg helst trúað því um Heiðarvíga sögu, því að mjer finst hún vera fornlegust allra Íslendingasagna að orðfæri og framsetningu.[2]

Ég vek athygli á orðalagi Björns: „gæti jeg helst trúað" og „mjer finst". Trú og tilfinning eiga ekki minni aðild að tímasetningu Heiðarvígasögu en beinharðar staðreyndir.

Einar Ólafur Sveinsson hefur samið undirstöðurit um aðferðir til að greina aldur Íslendingasagna.[3] Af því verður höfð hliðsjón. Helstu rök, sem nýtileg þykja við aldursákvörðun Íslendingasagna, eru, eins og Einar Ólafur gerir grein fyrir, aldur handrita, sagnfræðileg rök, röksemdir af máli, rittengsl og að lokum stíll og list. Auðsýnt er, að þessar röksemdir eru misgóðar, stundum skila þær miklum árangri, stundum litlum, en á miklu ríður að meta rétt gildi einstakra raka og fara sér

1 *Sturlunga saga* II, xxiv–xxv. — *Þorgils saga ok Hafliða*, ix–xxix. — *Law and Literature in Medieval Iceland. Ljósvetninga saga and Valla-Ljóts saga*, 80–82. — *Íslensk bókmenntasaga*, 321–322.

2 *Um Íslendingasögur*, 9.

3 *Ritunartími Íslendingasagna. Rök og rannsóknaraðferð.*

ekki að voða í fræðimannlegri ákefð að finna „endanlega" lausn. Margir hafa brennt sig á því að ofmeta gögn sín, og hætt er við, að sá sem þetta skrifar, verði engin undantekning í því efni. En vonandi þokast niðurstöðurnar hænufet í rétta átt.

Ekki þarf lengi að blaða í bók Einars Ólafs til þess að verða þess áskynja, hversu þungt Heiðarvígasaga vegur við flestar athuganir hans á aldri sagnanna. Víða er sagan sá sjónarhóll, sem hann stendur á, þegar hann skyggnist yfir fræðasviðið og metur gildi röksemda ellegar þróunarstig sagna, enda gengur hann að því vísu, að Heiðarvígasaga sýni hið fornlegasta í sagnagerðinni. „Margt kemur í einn stað niður um háan aldur Heiðarvígasögu", er hin almenna afstaða hans til tímasetningar sögunnar.[1]

Hrakfallasaga Heiðarvígasögu hefur þegar verið rakin í stórum dráttum, en rifjað skal upp, að fyrri hluti sögunnar er einungis til í 18. aldar endursögn Jóns Ólafssonar frá Grunnavík eftir skinnbókinni 18,4to í Stokkhólmi — ef undan er skilin ótraust munnleg heimild Jóns prófasts Halldórssonar í Hítardal — en síðari hluti sögunnar er enn til á sjálfri Stokkhólmsbókinni. Í engu öðru miðaldahandriti er Heiðarvígasaga varðveitt. Aldur skinnbókarbrotsins er vitaskuld góð vísbending um ritunartíma sögunnar, með því að hann veitir vitneskju um síðari tímamörk hennar (*terminus ante quem*).

Í skinnbókarbroti Heiðarvígasögu er mikið um ýmiss konar pennaglöp, villur og afbakanir, sem leiða ótvírætt í ljós, að brotið muni hafa fjarlægst að marki frumtextann.[2] Þegar svo ber við, að saga er einungis varðveitt í einu handritabroti frá miðöld, þá knýr sú spurning dyra: Hvaða mynd gefur brotið í raun og veru af búningi sjálfrar frumsögunnar?[3] Strangt tekið erum við að fjalla um framsetningu Heiðarvígasögu í 18,4to, en ekki um óbrjálaða frumsöguna.

Lítið sýnishorn speglar þann vanda, sem við er að glíma.

[1] *Ritunartími Íslendingasagna*, 157.

[2] Um ritvillur, úrfellingar og endurtekningar í skbr., sjá m.a. umfjöllun Bjarna Einarssonar: *The Saga of Gunnlaug Serpent-Tongue*, 24–28.

[3] Sjá athugasemdir Einars Ólafs Sveinssonar um breytingar texta: *Ritunartími Íslendingasagna*, 52–59.

Barði fær talið ungan son Njáls í Gnúpsdal á að bera sér brýni föður síns, og fyrir vikið gefur Barði honum tygilhníf, sem hann tekur af sér:

> ok þokask þá nǫkkut steinasørvit, er hon hafði látit á háls honum kerlingin, *ok þess verðr getit síðar*.[1]

Þessi frásögn vísar bæði aftur og fram í söguna, þegar steinasörvið bjargar lífi Barða. Skáletraða setningin er fingurbrjótur, því að menn láta yfirleitt vera í sögustílnum að vísa með beinum hætti til óorðinna hluta heldur neyta menn þeirra bragða að gefa þá í skyn á óbeina vísu með draumum, forsögnum eða forspám, eins og raunin er á víða í Heiðarvígasögu. Er setningin upphafleg í frumsögunni og þar af leiðandi ef til vill merki um frumstæða sagnaritun á bernskuskeiði? Á hún rætur að rekja til ótímabundins klerkastíls? Er hún viðbót skrifara? Margs er spurt, en trúrra svara er vant. Samt er ekki nema ein leið fær út úr þessum ógöngum. Hvort sem um er að ræða frásagnir eða stíl, er ekki annarra kosta völ en telja Heiðarvígasögu, eins og hún er varðveitt, gildan fulltrúa frumsögunnar þrátt fyrir augljós „frávik" venjubundinnar framsetningar. En grunsemdir um, að rjálað hafi verið við textann, eins og víða er unnt að leiða sterk rök að, víkja aldrei úr sinni ritskýranda og varpa skugga á niðurstöðurnar.

Einar Ólafur hefur farið lærdómsríkum orðum um þann fræðilega vanda, sem fylgir því að tímasetja sögu, sem geymst hefur einvörðungu í einu miðaldahandriti eða ígildi þess:

> Tilviljun ræður, hvort góða handritið eða hið vonda varðveitist, og um sögu textans eru vanalega engin vitni. Það ber við, að texti mælir með sér sjálfur, svo sem brotið af Heiðarvígasögu, en hluti þess er mjög gamall og textinn fornlegur.[2]

Af þessum ummælum kemur fram mikilvægi Heiðarvígasögu fyrir almenna aldursgreiningu Íslendingasagna. Sögutextinn mælir sjálfur með aldri sínum án þess, að til þurfi að kalla ytri

[1] *Hvs.*, 287.
[2] *Ritunartími Íslendingasagna*, 49.

röksemdir, og þannig verður Heiðarvígasaga að kvarða, sem aðrar sögur eru lagðar á. Og undirstaða þessa mats er handritabrot, sem enginn veit, hvort er „hið góða“ eða „hið vonda“ handrit sögunnar.

Á skinnbókinni 18,4to eru fjórar sögur með misgömlum höndum. Fyrsta kver bókarinnar með hluta Heiðarvígasögu hefur þótt hafa, eins og fyrr segir, auðsæ fornleg einkenni í stafsetningu og orðfæri, sem leitt hafa til þess, að fræðimenn hafa talið kverið frá miðri 13. öld eða ögn síðar.[1]

Við tímasetningu kversins var mikið lagt upp úr því, að elsta höndin gerði yfirleitt greinarmun á tvenns konar æ-i eftir því, hvort um var að ræða i-hljóðvarp af ó eða á, eins og ráða má m.a. af orðum Kr. Kålunds í formála hans að hinni vísindalegu útgáfu sögunnar:

> Hovedgrunden til at henføre I. hånd til en så tidlig tid er, at den skelner mellem æ og œ uden at vise spor af norsk herkomst, og denne omstændighed må betragtes som afgörende for aldersbestemmelsen, selv om skrivebrug og sprogformer i nogle tilfælde kan synes forholdsvis unge.[2]

Bjarni Einarsson metur ekki mikils þessa afdráttarlausu ályktun í formála sínum að ljósprentaðri útgáfu skinnbókarbrotsins 18,4to og bendir á, að reynslan sé sú, að slík hljóðvarpsbreyting taki langan tíma og þurfi ekki að gerast í sama mund hvarvetna á landinu. Miklu sennilegra sé með hliðsjón af öðrum rithætti, stafsetningu og orðmyndum, að elsta höndin beri vitni um starfandi skrifara um 1300.[3] Ég hygg, að flestir nútíma textafræðingar muni fúslega fallast á það sjónarmið.

Þegar elsta kverið af Heiðarvígasögu var talið með hendi frá miðri 13. öld, voru líkindi til, að sagan væri frá 1200 eða jafnvel eldri, en með því að telja handritabrotið frá 1300, má að öðru jöfnu ætla, að sagan sé að sama skapi yngri. Yfir-

1 Sjá t.d. Hvs., ci. — Einar Ólafur Sveinsson: *Ritunartími Íslendingasagna*, 31–32.
2 *Heiðarvíga saga*, xix.
3 *The Saga of Gunnlaug Serpent-Tongue*, 43.

leitt mun gilda sú regla, að þeim mun yngra sem handritið er þeim mun yngri er sagan.[1]

Þrátt fyrir það er auðvitað ekki loku fyrir það skotið, að Heiðarvígasaga sé jafngömul og menn vilja vera láta, en síðari aldursmörk verða eftir þessu að dæma að öllum líkindum ekki um 1250 heldur um 1300. Það er fyrir mestu.

Þegar sögur herma frá mönnum og málefnum, eftir að þær gerðust eða greina frá menningarsögulegum atriðum, sem gera má ráð fyrir, að veiti nokkra vitneskju um aldur sagna, er talað um sagnfræðilegar röksemdir. Þær koma stundum að góðu haldi, en hrökkva oft skammt sökum þess, að erfitt er að meta þær og vega. Einar Ólafur nefnir dæmi úr Heiðarvígasögu, sem vert er að gefa gætur.

Á einum stað í Heiðarvígasögu er Guðmundur ríki á Möðruvöllum kallaður *gamli*,[2] og hyggja útgefendur sögunnar, að nafngiftin sé síðar upp komin til að greina Guðmund ríka frá sonarsyni sínum og alnafna, Guðmundi Eyjólfssyni hins halta. Einar Ólafur þvertekur ekki fyrir þetta, en telur víst, að auknefnið sé fornt og frá þeim tíma, þegar menn mundu vel aftur eftir 12. öld. „Er það þá eitt af mörgu, sem mælir með háum aldri Heiðarvígasögu", segir Einar Ólafur.[3]

Samtímis bendir hann á, að í Svarfdælu, sem er alls ekki eldri en frá 1300 að dómi Jónasar Kristjánssonar[4] sé nafn Guðmundar ríka einnig aukið á sömu lund: „Þórdís, dóttir Guðmundar gamla",[5] en í því tilfelli ætlar Einar Ólafur, að nafngiftin sé að líkindum sótt til gamallar ritheimildar. Þessar mismunandi ályktanir af sömu forsendu sýna almennt afstöðu fræðimanna til Heiðarvígasögu, sem á fortakslaust að styðjast við forn munnmæli eða arfsagnir. Ekki er alveg út í hött að tala um vítahring í sumum röksemdafærslum fyrir aldri Heiðarvígasögu.

1 Sjá t.d. Örnólfur Thorsson: „Leitin að landinu fagra", 28–53. — Jónas Kristjánsson: „Var Snorri Sturluson upphafsmaður Íslendingasagna?", 104–105.

2 *Hvs.*, 318.

3 *Ritunartími Íslendingasagna*, 72.

4 *Svarfdæla*, lxxxviii.

5 *Svarfdæla*, 183.

Þess er stundum getið í sögum, að eitthvað hafi verið öðruvísi en nú er, þ.e. þegar sagan var skrifuð, og tilfærir Einar Ólafur frásögn úr Heiðarvígasögu meðal dæma:

> Hesthǫfði, er býr þar, er nú heitir at Stað í Skagafirði, hann er frændi hans, hann tók með honum.[1]

Ljóst er, að setningatengsl eru stirð, eins og víða er raunin á í sögunni, og 3. pers. fornafni er ofaukið í liprum stíl (þ.e. Hesthöfði, frændi hans. . . . tók með honum), en hvað segir þessi málsgrein um aldur? Með „at Stað í Skagafirði" er átt við Reynistað. Þróun bæjarheitisins hefur sennilega verið þessi: Reynines>Staður í Reyninesi>Reynistaður. Höfundi hefur sennilega verið fullkunnugt um elsta nafn jarðarinnar, en óvíst er, hvenær það vék fyrir yngra heiti. Einar Ólafur gerir helst ráð fyrir „fyrra hluta 12. aldar". Hann bendir og á, að bæði í Sturlungu og biskupasögum sé bærinn ævinlega nefndur „at Stað" eða „at Stað í Reyninesi".[2] Ég fæ ekki betur séð en fyrrgreind umsögn í Heiðarvígasögu komi þess vegna að litlum notum, og Heiðarvígasaga gæti eftir sem áður verið samin, hvenær sem væri á 13. öld. Hins vegar er sýnt, að Heiðarvígasaga sé samin eftir elstu nafnbreytinguna.

Einar Ólafur hefur ennfremur leitt hugann að þremur menningarsögulegum frásögnum í Heiðarvígasögu, er varða ýmist breytingar á landi eða siðum, eftir að sögur gerðust:

> Þá var skógr mikill í Hvítársíðu, sem þá var víða hér á landi.[3]

> Þá var brú á ánni (þ.e. Hvítá í Borgarfirði) uppi hjá Bjarnaforsi ok lengi síðan.[4]

> En þat var siðr, at lagðr var matr á borð fyrir menn, en þá váru engir diskar.[5]

[1] *Hvs.*, 316.
[2] *Ritunartími Íslendingasagna*, 77–78.
[3] *Hvs.*, 294.
[4] *Hvs.*, 297.
[5] *Hvs.*, 276.

Að svo komu máli er skynsamlegt að staldra við og íhuga undirstöðuatriði. Ekki verður rengt, að höfundar Íslendingasagna kappkostuðu, eftir því sem þekking þeirra og hugvit leyfði, að samsama menn og atburði aðstæðum horfinnar aldar, og með því móti sýna þeir ósjaldan, að þeir geri nokkurn mun á sögutíma og ritunartíma. Þótt þetta sögulega viðhorf höfunda sé augljóst, má ekki gleyma því, að fornsögurnar eru bókmenntir, svo að sagnfræðileg atriði í víðasta skilningi þeirra orða geta ýmist verið sjálfsagðar ályktanir eða hugarsmíð og beinlínis orðið til af listrænni nauðsyn frásagnarinnar. Fara má nærri um, að örðugt getur reynst að skera úr um, hvort sögulegri eða listrænni skýringu er til að dreifa, því að höfundar leggja áherslu á rökvíslega framvindu verka sinna. Ofangreind dæmi sýna, við hvaða vanda er að etja.

Satt kann að vera, að mikill skógur hafi verið í Hvítársíðu, „sem þá var víða hér á landi", þegar sagan gerðist, þótt ekki sé svo á dögum söguhöfundar. Má vísa til hinna fleygu orða Ara fróða því til staðfestingar, að við landnám hafi Ísland verið viði vaxið milli fjalls og fjöru. Mér flýgur í hug, að hin listræna nauðsyn gæti líka verið undirrótin að frásögninni, því að mikill skógur í landi Þorgautsstaða var nauðsynlegur til að skýra, hvernig Barða og félögum hans auðnaðist að komast óséðir að Gísla og bræðrum hans einn bjartan sumarmorgun, þar sem þeir stóðu að slætti og gáfu jafnframt gaum að mannaferðum. Skyldi vera líkt með þessum mikla skógi og dalnum fræga að Bergþórshvoli, þar sem Flosi beið aftans óséður með hundrað manns og tvö hundruð hrossa?[1]

Heiðarvígasaga talar um diskleysi, þegar menn snæddu í hinu mikilfenglega matarboði Þuríðar húsfreyju í Ásbjarnarnesi. Hún leggur fyrir hvern og einn sona sinna þriðjung yxinsbógar og stein að auki, en slíkur málsverður rúmast ekki á matardiskum. Ég hef það fyrir satt, að fyrrnefnd frásögn eigi rót sína að rekja til brýningar Guðrúnar Önundardóttur í Guðmundarsögu dýra. Þar hagar svo til, að hún ber svið á

[1] Dalurinn í hvolnum hefur orðið tilefni mikilla hugleiðinga gagnrýnenda. Sjá athugagrein Einars Ólafs Sveinssonar: *Njála*, 325 nmáls.

borð fyrir gesti sína, og sagan segir: „En at dagverðarmáli um daginn kómu fram fyrir þá diskar." Hef ég fyrr gert grein fyrir þessari frásögn. Giska ég á, að listræn nauðsyn komi höfundi til að geta þess, að „þá váru engir diskar", og tilefnið sé sótt til þeirrar heimildar, sem stuðst hafi verið við. Líku máli gegnir ef til vill um brúna á Hvítá. Víst er hitt, að hún stoðar lítt við aldursákvörðun.

Af þessu má marka, að menn þurfa að vera á varðbergi, þegar „sagnfræðilegar" röksemdir eiga í hlut, og skylt er að huga vendilega að uppruna hverrar lýsingar fyrir sig og tilgangi hennar.

Svo sem fyrr greinir, taldi Björn M. Ólsen, að hið fornlega málfæri Heiðarvígasögu væri ábending um, að hún væri líklega elst allra Íslendingasagna, og tíndi hann til mörg athyglisverð dæmi til að sanna mál sitt.[1] Aðrir fræðimenn hafa að vonum fetað í fótspor hans og talið þessa röksemd einna traustasta fyrir háum aldri sögunnar. Einar Ólafur dró eftirfarandi ályktun af orðfæri sögunnar: „Hér og þar í Íslendingasögum koma fyrir sumar þvílíkar orðmyndir, en ekki mun nokkur þeirra geta státað af svo langri runu."[2] Ekki verður þessi umsögn í sjálfu sér rengd, en hversu veigamikil er hún? Fornlegar orðmyndir vitna um, að sagan sé „fornleg", en segja ekki, hve „gömul" hún er.

Einar Ólafur lætur þess jafnan getið, að einstakar orðmyndir dugi lítt til aldursgreiningar, en í tilviki Heiðarvígasögu sé slíku ekki fyrir að fara sökum fjölda dæma. Hann gerir grein fyrir ýmsum orðmyndum, sem vænlegt er að hafa til hliðsjónar við aldursgreiningu sögunnar og nefnir þar m.a. *fyllingarorðið of, forsetninguna of, viðskeytt fyrsta persónufornafn, viðskeytta neitun með sögnum, viðskeytt -gi, samandregin orð líkt og hvars (þ.e. hvar es), og hljóðbreytinguna nnr>ðr.* Sýnir Einar Ólafur, hvernig þessi mállegu fyrirbæri birtast í Heiðarvígasögu Að því búnu dregur hann fram allmargar einstakar orðmyndir, sem setja svip sinn á söguna:

[1] *Um Íslendingasögur*, 210.
[2] *Ritunartími Íslendingasagna*, 121.

kiðr (þ.e. kinnr), *fiðr*, *forkuðr*, *þuðra*, *nǫkkviðr*, *óru*, *svá nøkkvi*, *Gnúpsdali*, *Goðrún*, *glíku*, *óglíkt*, *fǫrna* (þ.e. förina), *brúna* (þ.e. brúnina), *gǫtvaðr*, *þjórar*, *tœja*, *alls* (þ.e. alls es), *lífi minnr*, *bauð eigi lǫð*, *røkkr* (sagnorð).[1]

Bersýnilegt er, að mikillar rannsóknar er þörf, en of langt mál yrði að fjalla að gagni um þessar orðmyndir og málbrigði, enda óvíst, að það mundi skila miklu fyrir tímasetningu Heiðarvígasögu. Þess má geta, að Einar Ólafur hefur lauslega dregið saman nokkur dæmi fornlegra orðmynda í handritum Egilssögu, sem sennilega er samin um 1230. Þau eru: *forsetningin of*, *anþar*, *muðr*, *fjǫlmeðr*, *fjǫlmeðri*, *fámeðr*, *nøkkvi*, *nakkvat*. Í handritum Laxdælu má rekast á málmyndir eins og *alls* (bls. 31), *era* (bls. 8) og *hugleiddak* (bls. 186). Í Njálu markar fyrir orðum eins og *býg* (þ.e. bý eg) (bls. 331), *atreiðna* (þ.e. atreiðina), *sǫðulfjǫlna* (þ.e. söðulfjölina) (bls. 338), *svá nøkkvi mjǫk* (bls. 372). Í 14. aldar handritum Fóstbræðrasögu er kleift að koma auga á *glíkr* (a.m.k. þrjú dæmi í Möðruvallabók) og *eyvit*. Í Bjarnarsögu Hítdælakappa, sem trúlega er frá 1300, bregður fyrir jafnfornlegu orði og *þvígit* (þ.e. því-gi-t) (bls. 154, 253) og orðasambandinu *„laðorð þiggja“* (bls. 184), sem minnir á *„bauð eigi lǫð“* í Heiðarvígasögu. Sjálfsagt mætti fjölga verulega sýnishornum um „fornlegar“ orðmyndir og orðasambönd bæði í þessum sögum og öðrum. Þær hafa margar hverjar verið notaðar í ritmáli, a.m.k. fram á 14. öld, þótt gengi þeirra hafi sjálfsagt farið snemma dvínandi í mæltu máli. Auk þess er til, að menn fyrni mál sitt.

Höfundar eru, eins og vænta má, misjafnlega íhaldssamir um mál og rithátt, handritin sæta misjafnri meðferð í höndum skrifara og síðast en ekki síst gerast hljóð- og málbreytingar iðulega á löngum tíma, ekki á áratugum heldur öldum, og breiðast mishratt út um landshluta. Þetta má ráða m.a. af „vestfirskunni“, sem enn varðveitir granna sérhljóða undan ng og nk, enda þótt hljóðbreytingin hafi hafist um 1300. Þessi

[1] *Ritunartími Íslendingasagna*, 121. Sjá athugasemdir Bjarna Einarssonar um sumar orðmyndir handritsins: *The Saga of Gunnlaug Serpent-Tongue*, 23–28.

atriði draga úr vægi röksemda af „fornlegum" orðmyndum til „nákvæmrar" tímasetningar.

Eftir stendur eigi að síður sá fjöldi fornlegra orðmynda, sem eru í Heiðarvígasögu, og taka ber fullt tillit til. Undan þeim verður ekki vikist. Í þessu samhengi er lærdómsríkt að hafa til hliðsjónar aðalhandrit Alexanderssögu (AM 519 A, 4to), sem talið er vera frá 1280–1300. Þar er stafsetning og orðfæri með engu minni fornlegum hætti en í skinnbókarbroti Heiðarvígasögu. Í 519 A eru margar orðmyndir með líku sniði í hneigingum og hljóðum, og eru fornlegar að sama skapi. Dæmi eru: *forsetningin of*, *þars*, *nackvat*, *eptir fǫrna* (þ.e. förina), *hugsaðag*, *emk*, *ro* (þ.e. ero), *scallattu* (þ.e. scall-at-tu), *bazt*, *-þiokvar*, *sekjan*, *gnógr*, *riddere*, *rangynde*, tvenns konar *ö* o.s.frv.[1]

Jón Helgason hefur vakið máls á því, að ætla mætti frumtextann mjög gamlan fyrir sakir þessara gömlu málfarseinkenna, en telur samt öll tormerki á því, þar sem Brandur Jónsson biskup sneri óefað þessu víðkunna kvæði Galterusar á norrænu eftir 1260. Jón hugleiðir tvær skýringar á þessu. Brandur sé af Svínfellingum kominn og kynjaður úr afskekktri sveit, þar sem fornyrði gætu hafa legið lengur í landi en annars staðar. Í öðru lagi kæmi til greina, að Brandur hefði vitandi vits fyrnt málfar sitt til að ljá þýðingunni ljóðstílsbrag frumtextans.

Úr þessu verður ekki skorið, en sú staðreynd blasir við, að Alexanderssaga og reyndar ýmsir aðrir sögutextar 13. aldar bera með sér, að sú málfarslega þekking, sem ritskýrendur ráða nú yfir, heimilar ekki „fornlegum" orðmyndum að taka af skarið um það, hvort saga sé samin um 1200 eða 1250. Meira þarf til.

Stíll er örðugur viðfangs og afar viðsjárverður, þegar honum er beitt gagnrýnislítið til að ganga úr skugga um ritunartíma sögu. Þykir mér hlýða í þessu sambandi að fara nokkrum almennum orðum um sögustílinn sem aldursröksemd um leið og ég vík að Heiðarvígasögu.

[1] *Alexanders saga. Manuscripta Islandica* 7, vii–ix. Jón Helgason nefnir fleiri fornlegar orðmyndir á bókinni en hér er gert.

Stíll sögunnar hefur löngum þótt hafa þau auðkenni, sem skipuðu sögunni ugglaust á bekk með elstu Íslendingasögum, og má vísa til athugasemda Björns M. Ólsens, Sigurðar Nordals og Einars Ólafs um það efni. Þeir segja yfirleitt það sama um stílinn með líku orðalagi og draga sömu ályktanir af honum. Sigurður Nordal einkenndi t.d. stílinn með þessum orðum:

> Hann er fornlegur og frumstæður, víða viðvaningslegur og ófimlegur, alls staðar kjarngóður, stundum meitlaður, en hvergi fágaður.[1]

Og Einar Ólafur segir:

> Öll er frásögn hennar ójöfn og hvergi fáguð, og má vænta slíkra einkenna á æskuárum bókmenntategundar, en þau hverfa nokkuð eftir því sem íþrótt vex við æfingu.[2]

Auðvelt er að fallast á þá skoðun, að frásagnarháttur Heiðarvígasögu sé víða úr lagi færður og ófágaður miðað við stíl klassískra sagna. Í formála og neðanmáls við sögutextann hafa útgefendur Heiðarvígasögu vikið að helstu auðkennum stílsins og misfellum í setningaskipun. Mig langar til að bæta við nokkrum almennum athugasemdum og tek sem dæmi upphaf 20. kap.:

> Nú er frá því at segja, hvat þeir *hjǫluðusk við* fóstrar, Þórarinn ok Barði, (*áðr hann væri í braut búinn*; þeir *hjǫluðu mart*). Þat var laugarmorgininn snimma; *skyldi hann þá fara at finna fǫruneyti sitt,* (*er með honum skyldu fara*). *Ok þá er hann er búinn til brautreiðar*, þá eru þar leiddir fram hestar tveir hvítir, ok svǫrt eyru á hvárumtveggja; þá hesta átti Þórðr frá Breiðavaði; þeir hǫfðu horfit um sumarit á þingi.[3]

Engum blandast hugur um, að stíll Heiðarvígasögu er sums staðar í senn ójafn og óheflaður, setningatengsl eru óliðleg og orð og orðasambönd eru stundum endurtekin að nauðsynjalausu. Í tilvitnuninni að ofan hef ég skáletrað endurtekningar

1 *Hvs.*, cxxxiii. Lýsingu á stíl Heiðarvígasögu er einnig að finna í bók Sigurðar Nordals: *Hrafnkatla*, 53.
2 *Ritunartími Íslendingasagna*, 148.
3 *Hvs.*, 276.

og sett í sviga þær setningar, sem mega gjarnan missa sín. Er nokkur freisting að hugsa sér óvandaðan skrifara, sem endurtekur stundum orð og setningar í hugsunarleysi, eins og örugg dæmi virðast vera til um.[1] Kr. Kålund skýrði á hinn bóginn lýti framsetningarinnar í anda sagnfestunnar á þá lund, að sagnamaður hefði sagt sögu sína, eins og andinn blés honum í brjóst, þ.e. „höfundur“ hefði ekki fágað stílinn.[2]

Þó virðist augljóst, að höfundurinn hefur haft mætur á ýmsum orðum og orðasamböndum eins og so. að *hjala*, smáorðinu *nú*, *eiga góða kosti* (*einskis góðs kosti, góða kosti fjár*), *vættir mik*, *mikils verðr*, *mikill fyrir sér* (*eigi lítill fyrir sér*), *gildr fyrir sér*, *vel viljaðr*, *skattyrðask* o.fl. Þetta orðfæri sýnir að öllum líkindum persónulegan stíl. En um það má vissulega deila.

Frægt dæmi um brot gegn stílhefð Íslendingasagna er samtal Þórarins spaka við Barða, sem spannar nær allan 16. kafla sögunnar. Úr honum tek ég póst til sýnis:

> „Nú munu vera manna mót,“ segir Þórarinn, „á milli Hóps ok Húnavatns, þar sem heitir Þingeyrar, en ek hefi því ráðit, er engi váru hér til. Nú skaltu þangat fara ok reyna vini þína, fyrir því at nú vættir mik, at menn sé forkunnar margir, er lengi hefir dvalizk; mun nú þar vera fjǫlmennt. Vættir mik, at þar komi Halldórr, fóstbróðir þinn; bið hann fǫruneytis ok brautargengis, ef þér er nǫkkurr hugr á at fara ór heraði á braut ok hefna bróður þíns. Bœr heitir á Bakka; hann er fyrir útan Húnavatn; þar bjó kona sú, er Þórdís hét ok var kǫlluð gefn ok var ekkja. At ráðum var með henni maðr sá, er Oddr hét; hann var gildr maðr fyrir sér. Ekki var hann eins kostar fégǫfugr eða ættstórr; þó var hann frægr maðr; hann skaltu biðja fylgðar með þér; hann ræðr svǫrum. Þar er kallat í sveit þeiri á Kólgumýrum, ok eru þar bœir margir, ok heitir einn bœr á Meðalheimi; þar bjó sá maðr, er

[1] Sbr. „ok sýndisk jafnt eptir því, sem sagt var; sýndisk, at jafnt myndi eptir dagslátta, sem sagt var;“ *Hvs.*, 288; sjá *The Saga of Gunnlaug Serpent-Tongue*, 24.

[2] Kr. Kålund kemst svo að orði: „og sagaen indeholder adskillige modsigelser og mangelfulde oplysninger, som om her forelå nedskrift efter en art improviseret fortællen uden gennemsyn af den derved fremkomne skriftlige fremstilling“, *Heiðarvíga saga*, xvi.

> Þorgísl hét; hann var systrungr Gefnar-Odds at frændsemi ok var hraustr maðr ok skáld gott ok átti góða kosti fjár ok gildr maðr fyrir sér; kveð þú hann til farar með þér. Bœr heitir at Búrfelli, milli Svínavatns ok Blǫndu; þat er á Hálsum út; þar bjó sá maðr, (er) Eiríkr hét ok var kallaðr viðsjá; hann var skáld ok eigi lítill fyrir sér; hann skaltu kveðja til fǫruneytis með þér. Í Langadal heitir bœr á Auðólfsstǫðum; þar bjó sá maðr . . .[1]

Sagan heldur þannig áfram. Björn M. Ólsen hefur lýst þessari framsetningu á þá lund, að sum samtöl í sögunni séu stórgölluð, þar sem höfundurinn grípi fram í, og „einna hneixlanlegast“ sé viðtal þeirra Þórarins og Barða, sem vitnar um, að sagnalistin hafi ekki enn komist á legg.[2] Eftirtektarvert er, að hjalið, sem sagan nefnir svo, er löng ræða Þórarins, en Barði sjálfur mælir ekki orð af vörum. Í máli Þórarins er hin listræna sýnd rofin, af því að þar fara saman ráðleggingar hans og beinar skýringar höfundar á ætterni og mannkostum kunnra manna og þar til viðbótar fylgja lýsingar á legu sveita og bæja, sem Barða hefur verið fullkunnugt um og því óþarfar. Þórdís er sögð búa að Bakka og sé hann fyrir utan Húnavatn eða Meðalheimur sé á Kólgumýrum og Búrfell „á Hálsum út“. Fleiri dæmi af svipuðum toga eru á víð og dreif um söguna.

Þessi framsetning, sem er óneitanlega framandleg í Íslendingasögum, felur í sér, „að vitneskja, sem einungis á erindi til áheyrenda, sé til hægðarauka lögð sögupersónum í munn“. Frásagnaraðferðin er ekki einstök í Heiðarvígasögu, því að til hennar er gripið bæði í Eddukvæðum og Íslendingasögum, þótt hliðstæðurnar séu við fyrstu sýn vissulega ekki margar.[3]

1 *Hvs.*, 264–265.
2 *Um Íslendingasögur*, 209.
3 Í Hamðismálum segir: „Systir var ykkur/Svanhildur um heitin“ (3. er.). Guðrún Gjúkadóttir mælir þessi orð við sonu sína, eins og þeim sé ókunnugt um nafn systur sinnar. Sjá Jón Helgason: *Kviður af Gotum og Húnum*, 101. Skemmtileg dæmi um þetta eru líka í Gunnlaugs sögu ormstungu, þar sem Þorsteinn Egilsson greinir Jófríði, konu sinni, frá því, að hún sé með barni og í Bjarnar sögu Hítdælakappa, þegar Þórhildur, föðursystir Bjarnar, býður honum til fylgdar son sinn með þessum orðum: „Ek á einn son hér, er Þorfinnr heitir“, rétt eins og Birni hefði verið ókunnugt um það.

Þörf er rannsókna á eðli og útbreiðslu þessarar frásagnaraðferðar.

Einræður í sögum bera ósjaldan vitni um klerklega fyrirmynd eða lærdóm, sem getur að sjálfsögðu birst í fleiri myndum. Einar Ólafur hefur t.d. bent á ákveðið orðatiltæki, sem algengt sé í klerkaritum 12. aldar, hafi það komist inn í Íslendingasögur, en smám saman horfið þaðan á braut. Hann á við, að títt hafi verið í latneskum ritum að nefna staði til sögu með orðunum „in loco qui dicitur eða öðru því líku", sem þýtt hafi verið á norrænu „staðr heitir", „í þeim stað er heitir" o.s.frv.[1] Í Heiðarvígasögu eru skýlaus dæmi um þessa lærðu ritvenju, sbr. „þar sem heitir Þingeyrar" í ræðu Þórarins á Lækjamóti hér að framan.

Einar Ólafur hefur kannað tíðni og þróun þessa orðasambands í nokkrum Íslendingasögum og komist að svofelldri niðurstöðu: „Auðséð er, að minna hefur kveðið að því á 13. öldinni, en þó kemur það fyrir á strjálingi allt fram á 14. öld (Finnbogasaga)." Einar Ólafur tekur fram, að hann hafi ekki gert tæmandi athugun á þessu orðfæri í sögunum, en eigi að síður hugsar hann sér þá þróun, að í elstu sögum fari mikið fyrir „in loco qui dicitur", en fyrirbrigðið þverri stórum, eftir því sem tímar líða, og þannig verði ritvenjan að gildu aldursmerki.[2] En skyldi ekki Heiðarvígasaga vera snar þáttur í þessu kenningakerfi? Lítum sem snöggvast á Fóstbræðrasögu. Þar er þessi lærða ritvenja ekki vandfundin:

> Hann bjó á bœ þeim, er heitir at Jǫkulskeldu.
> Jǫðurr hét maðr, er bjó á bœ þeim, er heitir á Skeljabrekku.
> Kona hét Gríma, er bjó á bœ þeim, er í Ǫgri heitir.
> Hon bjó í Einarsfirði, á þeim bœ, sem heitir á Langanesi.
> Sigríðr hét kona, er bjó á þeim bœ, er at Hamri heitir.
> En er konungr kom í Þrándheim í dal þann, er Veradalr heitir.[3]

Einar Ólafur hugði eins og flestir fræðimenn Heiðarvígasögu og Fóstbræðrasögu vera nánast jafnaldra, en sú staðreynd, að

[1] *Ritunartími Íslendingasagna*, 129.
[2] *Um Njálu*, 69–70.
[3] *Fóstbr.s.*, 123, 126, 161, 225 (tvö dæmi), 260.

Fóstbræðrasaga skuli nú vera ætluð rituð um 1300 eða litlu fyrr, gerbreytir auðvitað eðli málsins.[1] Sakir þessa verður téð orðalag ekki mikils virði í sjálfu sér sem aldursmerki, en verður þess í stað ábending um lærðan stíl, sem lætur, eins og menn vita, mikið að sér kveða í Fóstbræðrasögu. Ritvenjan segir með öðrum orðum fátt um aldur Heiðarvígasögu, einungis að hún sé undir áhrifum klerkastíls.[2]

Stíll er margháttað hugtak. Gera verður til að mynda greinarmun á tímastíl, tegundarstíl og persónulegum stíl. Virða má hjal Þórarins, sem að ofan getur, sem persónubundna frásögn, blöndu gamallar sagnalistar og predikunarkennds stíls, þegar menn eru ósparir á að segja í ræðu sinni það, sem áheyrendur vita fyrir. Hugsanlega er framsetningin með tíðum endurtekningum og áherslum virkur þáttur í boðskap sögunnar.

Áhrif riddarasagna á Íslendingasögur hafa stundum komið að góðum notum við aldursgreiningu þeirra. Ætla má, að bóklegra áhrifa riddarasagna á fornsögurnar taki ekki að gæta verulega fyrr en á fjórða eða fimmta áratug 13. aldar. Í því efni má hafa nokkra hliðsjón af því, að Egla virðist næsta ósnortin af hugsjón riddaramennskunnar — þar kemur ekki einu sinni fyrir orðið kurteis — á meðan Laxdæla er gegnsýrð riddararómantík. Tímasetning sagnanna er í samræmi við þetta, önnur er talin frá fyrra hluta 13. aldar, hin frá miðri öldinni. Þessi regla er þó síður en svo einhlít, eins og Eyrbyggja ber með sér, því að hún er vafalítið frá síðara hluta aldarinnar En hvernig er þessu farið um Heiðarvígasögu? Það er skemmst af að segja, að hún er að frásagnarhætti miklu skyldari Eyrbyggju en Laxdælu, og liggur það í augum uppi, því að það er ekki snefill af stórmennskusýn Laxdælu í Heiðarvígasögu, enda þótt örli á tískuyrðum Laxdælu í henni. En þar með er ekki sagt, að ekki kunni að bregða fyrir í Heiðarvígasögu stöku orðum eða setningalagi, sem dragi dám af riddarasögum, en það er í litlum tengslum við riddararómantík. Þrátt

[1] Sbr. Jónas Kristjánsson: *Um Fóstbræðrasögu*, 292–293 og víðar.
[2] Þetta orðafar er títt í jarteinum Þorláks sögu.

fyrir þetta er ómaksins vert að íhuga nánar afstöðu Heiðarvígasögu til riddarasagnastílsins, og koma þá einkum til greina bardagalýsingar Heiðarvíga.

Þegar Björn M. Ólsen aldursgreindi Gunnlaugssögu, tók hann m.a. dæmi af þessum lýsingum:

> Ok þótti hann (þ.e. Gunnlaugur) þá mikit afbragð annarra manna fyrir margs sakar, bæði afls ok vænleiks ok vaxtar.
>
> Ok reyndisk Gunnlaugr inn hraustasti ok inn vaskasti drengr ok inn harðasti karlmaðr.
>
> Ok þá bǫrðusk þeir tveir með stórum hǫggum ok øruggum atgangi, er hvárr veitti ǫðrum, ok sóttusk einart í ákafa.[1]

Þar með efaðist Björn ekki um, að Gunnlaugssaga væri snortin af riddarasögum, og taldi hann þá staðreynd vera nægilega haldgóð rök fyrir aldri sögunnar, sem hann áleit þess vegna tæpast eldri en frá síðara hluta 13. aldar.[2] Sé tekinn upp þráðurinn frá Birni M. Ólsen, þá er unnt að rekast á setningu líkt og þessa í Heiðarvígasögu:

> Þeir váru inir mestu ágætismenn at vænleik ok at afli ok at íðróttum.[3]

Hér markar fyrir lýsingu, sem er fullkosta riddarasagnastílnum með þremur hliðstæðum nafnorðum, hrynjandi og stuðlasetningu líkt og í Gunnlaugssögu. En eitt dæmi segir ekki mikið. Samfellt mál gefur án efa betri hugmynd um stílbraginn. Ekki er erfitt að koma auga á fleiri hliðstæður í mannlýsingum:

> Nú segir Barði: „Þit eruð vaskir menn ok mikils verðir, ok mikit tjón, ef þit látizk; nú skulu vér enn við leita, at yðvarr vili gangi

[1] *Gunnlaugs s.* 89, 99, 102.

[2] *Om Gunnlaugs saga ormstungu*, 10–11. Björn lætur svo um mælt: „De paapegede Overensstemmelser med Riddersagaen i Tendens og Fremstilling taler for, at Gunnl. ikke kan være meget gammel. Riddersagaen trænger *ikke* igennem paa Island *før* end henimod Midten af det 13. Aarh. Gunnl. kan da næppe være ældre end fra den sidste Halvdel af dette Aarhundrede.“

[3] *Hvs.*, 276.

> fram, en biðja vil ek, at þit gangið eigi ór fylkingu." Þeir fá eigi stillt sik ok hlaupa í mót honum í móinn á braut ok berjask. Eyjólfr var inn mesti kappi ok frágørðamaðr sem faðir hans, fullgǫrr at afli, reynt sik mjǫk í framgǫngu, ok er atgangr þeira langr ok harðr ok lýksk með því, at hvárirtveggju eru svá þráir ok kappsamir ok miklir fyrir sér, at þar liggja þeir allir dauðir at skilnaði. Synir Eiðs berjask ok fast ok ganga vel fram ok hermannliga.[1]

Þarna má sjá þríliðaðar hliðstæður atviksorða og lýsingarorða: *þráir ok kappsamir ok miklir fyrir sér* eða *berjask ok fast ok ganga vel fram ok hermannliga*. Merkilegt má heita, hversu mikið fer í Heiðarvígasögu fyrir stuðlun, sem talin er meðal einkenna riddarasagnastílsins. Tilviljun kann að ráða því stundum — endurtekningar leiða að sjálfsögðu til þess — en varla alltaf, sbr. *v*askir *m*enn ok *m*ikils *v*erðir, ok *m*ikit tjón" eða „*h*laupa í *m*ót *h*onum í *m*óinn á *b*raut ok *b*erjask". Ekki er ósennilegt, að eftirfarandi setning sverji sig í ætt riddarasagna: *„Eyjólfr var inn mesti kappi ok frágørðamaðr sem faðir hans, fullgǫrr at afli, reynt sik mjǫk í framgǫngu."*

Mannlýsingin sýnir vissulega tilhald í framsetningu, en rannsókna er þörf til að ganga úr skugga um, hvers virði slík setningagerð er í raun og veru við tímasetningu. En ekki virðist fara mikið fyrir henni í elstu Íslendingasögum.[2] Þess má geta, að líkra orðasambanda verður ekki vart hvorki í orrustunni á Vínheiði og í bardögum Egils í skógum Vermalands né í bardaganum á Sælingsdalsheiði í Sturlusögu milli þeirra Einars Þorgilssonar og Hvamms-Sturlu. Þar er frásögninni í hóf stillt.[3] Frásögnin af Heiðarvígum er einkar íhugunarverð:

> Nú er at segja frá Þorbirni ok Þoroddi; þeir gangask at í ǫðrum stað, ok skortir þar eigi hǫgg stór, er hvárrgi sparði við annan, ok váru flest œrit stór; ok eitt hǫgg hǫggr Þóroddr til Þorbjarnar

[1] *Hvs.*, 305.

[2] Í Eglu vottar fyrir svipuðum lýsingum: „Þeir váru menn miklir ok sterkir, kappsmenn miklir ok framgjarnir." Enn fremur: „Þeir váru menn miklir ok allsterkir ok kappsmenn miklir." *Egils s.*, 122–123.

[3] *Sturlunga saga* I, 91–94.

> ok af fótinn í ristarliðnum, ok eigi bersk hann at síðr ok leggr fram sverðinu í kvið Þóroddi, ok fellr hann, ok liggja úti iðrin. Þorbjǫrn sér nú frændr sína; hirðir nú eigi um líf með ørkumlum þessum. Nú snúa þeir fram, synir Guðbrands, í móti Þorbirni. Hann mælti: „Leitið ykkr annars fœris; ekki hafði þat ungmennis verit fyrr meir at keppask við oss.“ Hleypr hann síðan at Barða ok bersk við hann. Þá mælti Barði: „Þú þykki mér troll, er þú bersk svá, at af þér er fótrinn; er þetta sannara en þat, er þú mæltir við mik.“ Þá segir Þorbjǫrn: „Eigi er þat trollskapr, at maðr þoli sár ok sé eigi svá blautr, at eigi verisk hann, meðan hann má; má þat virða til drengskapar, ok væri þat svá at virða, en trylla menn eigi, alls þú ert góðr drengr kallaðr, ok þat skulu þér til eiga at segja, áðr en ek hníga í gras, at ek nennta at vísu at neyta vápna.“ Þar fell hann fyrir Barða ok fekk gott orð. Nú skortir eigi sókn . . .[1]

Setningagerðin „eigi skortir“, sbr. „skortir þar eigi hǫgg stór“, „nú skortir eigi sókn“, og enn fremur „þar skortir eigi hǫgg stór ok áeggjun“ og „ok eigi skortir harðfengi“[2] er augljóslega töm Heiðarvígasögu. Vert væri að athuga þetta orðasamband betur, en það er úrdráttur, sem auðkennir sögustílinn og fellur lítt að riddarsagnastílnum.[3] Barði ber af öðrum sem vígamaður, en í ofangreindri lýsingu er sögusamúðin með Þorbirni. Hann er hetja og drengskaparmaður, sem fær „gott orð“ fyrir vasklega framgöngu. Hrottafengin lýsing á hátterni Barða vekur til umhugsunar. Hann skekur sverð að Katli. Fyrir því vopni hneig Gísli bróðir hans á Gullteig:

> „er enn eigi heilinn þorrnaðr á,“ ok skekr at honum sverðit, — „þykkisk þú, Ketill, einskis eiga at hefna, ok sé hérna, at eigi er heilinn þorrnaðr á,“ ok skekr þá enn at honum sverðit.[4]

[1] *Hvs.*, 303.
[2] *Hvs.*, 303, 306. Að mér læðist grunur um villur skrifara: „ok skortir þar eigi hǫgg stór, er hvárrgi sparði við annan, ok váru flest œrit stór.“ Sömuleiðis: „má þat virða til drengskapar, ok væri þat svá at virða.“
[3] Um tíð orð og orðasambönd, sem einkenna riddarasagnastíl, sjá t.d. umfjöllun G. Cederschiöld í *Fornsögur Suðrlanda*.
[4] *Hvs.*, 302.

Þetta atvik er rifjað upp síðar í sögunni, þegar Barði hristir sama sverð á þingi eftir Heiðarvígin. Einkum eru það berserkir, hleypistrákar og óheflaðir vígamenn, sem skaka vopn sín, og mér er ekki grunlaust um, að með vopnaskakinu sé tekin afstaða til manna. Þegar aðalsöguhetjan bregður brandi á þennan hátt, vottar ekki fyrir riddarahugsjón.

Grófar lýsingar áverka eru í frásögninni: Þorrnaður heili, fótur af í ristarlið, iðrin liggja úti, sár á kinn og hvofti. Útmálun meiðsla ellegar örkumla í sögum virðast koma fyrir einkum í tvenns konar tilgangi, annars vegar til afþreyingar líkt og í fornaldarsögum og riddarasögum og hins vegar til þess að vekja andúð á manndrápum líkt og í Íslendingasögu Sturlu Þórðarsonar.[1] Ég skipa Heiðarvígasögu í flokk með riti Sturlu, hvað þetta snertir. Frásögn Heiðarvígasögu af aftöku Þórodds ætla ég vera eitt með öðru til marks um það:

> Nú kemr Tindr þar, sem Þóroddr lá, ok sér, at hann var lífs, ok høggr hann þegar af honum hǫfuðit. Ok er Illugi veit þetta, þá mælti hann, at hann hefir haft illt ørendi, drepit þann mann, er einn var vænstr augnváttr um þetta eina í váru máli, ef þeir hefði hlaupit frá manninum, en þeir mætti grið gefa honum; biðr hann hafa mikla óþǫkk fyrir.[2]

[1] Sjá grein Guðrúnar Ásu Grímsdóttur: „Um sárafar í Íslendingasögu Sturlu Þórðarsonar", 184–203. Þar eru ákvæði lögbóka tekin til samanburðar. Um þetta efni hefur Ármann Jakobsson nýlega skrifað ágæta B.A.-ritgerð í íslensku (jan. 1993) við Heimspekideild Háskóla Íslands, sem nefnist: *Sannyrði sverða. Vígaferli í Íslendinga sögu og hugmyndafræði sögunnar.*

[2] Hvs., 309 (eyður fylltar). Um þetta atriði segir Jón Helgason: „Úr framgöngu Tinds Hallkelssonar á heiðinni gerir sagan ekki mikið. Hann kemur til bardagans með þremur mönnum öðrum, og er vandlega lýst vopnaviðskiptum þessara þriggja við norðanmenn, en Tinds að engu getið, nema hvað hann yrkir vísur og heggur höfuð af helsárum manni sem enga björg gat sér veitt. Þessi frásögn er undirbúningur að frýjuorðum Barða á þinginu." Sjá „Blað Landsbókasafns úr Heiðarvíga sögu", 135. Um Heiðarvígin sjálf segir Jón Helgason í bókmenntasögu sinni: „Skildringen af togtet og af selve kampen er saa nøjagtig og har saa mange virkelighedstro træk, at man kun faa steder i sagalitteraturen har en lignende følelse af at staa over for en stærk og velbevaret tradition." *Norrøn litteraturhistorie*, 171.

Frásagnarháttur Heiðarvígasögu er talinn benda til þess, að sögustíllinn hafi verið í deiglunni um 1200, en hann talinn aftur á móti færa sönnur á, að Heiðarvígasaga sé skrifuð um 1200. Fyrir utan þessa óvísindalegu ályktunaraðferð, er nærtækt að spyrja: Er nokkur fótur fyrir þeirri bjargföstu trú, að sögustíllinn sé í bernsku um 1200?

Fullþröngt er það sjónarmið að skorða sögustílinn við Íslendingasögur einar, jafnvel þótt mörg ritverk annarra bókmenntagreina hafi flest auðkenni hans. Með slíkri afmörkun er hætt við, að menn verði glámskyggnir á sögulegar rætur, þróun og hlutverk sögustílsins.[1] Ef Snorri Sturluson væri höfundur fyrstu Íslendingasögunnar, eins og giskað hefur verið á,[2] þá væri alls ekki þar með sagt, að hann væri skapari sögustílsins. Ávant er frekari skilgreiningar á „sögustíl.“ Er hann einungis bundinn við Íslendingasögur?

Á 3. áratug 12. aldar skrifar Ari fróði Íslendingabók sína í þurrum og gagnorðum fræðistíl, eins og við var að búast eftir tilgangi verksins, en bók Ara segir ekki mikið um, hvernig þroska hinnar munnlegu frásagnarlistar var þá komið. Ekki verða bornar brigður á, að hún hefur öldum saman verið í stanslausri sköpun og þjálfun jafnt við hirðir erlendra konunga sem innanlands á mannamótum, þar sem menn fluttu kvæði og sögðu sögur bæði til fróðleiks og skemmtunar. Þorgils saga og Hafliða hermir frá hinu kunna brúðkaupi á Reykjahólum, sem átti sér stað 1119 eða skömmu áður en Ari skrifaði bók sína. Í þeirri veislu höfðu menn um hönd „sagnaskemmtan“, og nafngreindir menn hermdu sögur af víðfrægum fornaldarköppum og ortu vísur með til bragðbætis.[3] Óskráðum sögum berst brátt liðsauki af ritvenjum erlendra bóka, og árangurinn lætur ekki á sér standa, eins og raun ber vitni. Strax um 1150 skrifar Eiríkur Oddsson bók sína Hryggj-

[1] Um stíl og sagnalist sjá Sigurður Nordal: *Snorri Sturluson*, 133 o.áfr. Hermann Pálsson: *Sagnaskemmtun Íslendinga*.

[2] Sbr. Jónas Kristjánsson: „Var Snorri Sturluson upphafsmaður Íslendingasagna?“, 85–105.

[3] *Sturlunga saga* I, 27. Sjá athugasemdir P. Footes: „Sagnaskemtan: Reykjahólar 1119“, 65–83.

arstykki, sem er fyrsta frumsamda saga íslenskra bókmennta.[1] Hún er að vísu konungasaga, en þar birtist í fyrsta skipti þroskaður munntaminn bókstíll.

Þegar Bjarni Aðalbjarnarson gerði grein fyrir vinnubrögðum Snorra Sturlusonar í Heimskringlu, varð honum að orði:

> Og ekkert getur betur kennt mönnum að meta sagnakönnun og sögulist Snorra en að gera sér grein fyrir, hversu hann hefir bætt um frásagnir svo ágætra heimilda, einkum þar til er Hryggjarstykki verður uppistaðan.[2]

Við blasir sú merkilega staðreynd, að Snorri hefur ekki séð ástæðu til að fara að ráði höndum um texta Hryggjarstykkis til að betrumbæta hann, því að Snorri mun hafa verið sáttur við hann, svo sem sjá má af Morkinskinnu og Fagurskinnu, sem geyma leifar Hryggjarstykkis líkt og Heimskringla.[3]

Í Hryggjarstykki koma fram flest merki sögustílsins í orðfæri og setningaskipan og stílbrögðum. Þar situr hlutlægni í fyrirrúmi, og enginn hörgull er á markvissum samtölum, sem eru lífrænn hluti frásagnarinnar. Heimildir Hryggjarstykkis eru án efa munnlegar. En mest stingur í augu, að þar er kafað undir yfirborðið. Sigurður Nordal hefur auðkennt stíl Eiríks með nokkrum orðum:

1 Sjá Bjarni Guðnason: *Fyrsta sagan*, 125 o.áfr.

2 *Hkr.* III, viii.

3 Ekki gefst kostur á að tefja lengi við stíl Hryggjarstykkis, en fyrir fróðleiksfúsa lesendur læt ég fylgja tvö örstutt sýnishorn úr því. Þau eru bæði að heita má eins í Morkinskinnu og Heimskringlu:

> En hann bjósk við þeim, ok var við sjálft, at þar mundi alþýða berjask. En þat varð at sætt með þeim Jóani, at hann leysti undan Ívar ok Arnbjǫrn ok festi fé fyr þá. En þat fé var honum gefit síðan. Ívarr dynta var leiddr á land upp ok hǫggvinn, því at þeir Sigurðr ok Gyrðr Kolbeinssynir vildu eigi fé taka fyrir hann, því at þeir kenndu honum, at hann hefði verit at drápi bróður þeira. (*Msk.*, 434. *Hkr.*III, 317).

Enn fremur:

> Eptir þat gengu þeir Sigurðr í brott, ok lætr hann kalla at sér þá menn, er heitizk hǫfðu til fǫruneytis við hann, ef Haraldr konungr fengi bana. Taka þeir Sigurðr skútu eina ok skipa mǫnnum við árar ok róa út á vágfinn fyr konungs garð. Tók þá at lýsa af degi. Þá stóð Sigurðr upp og talaði. (*Msk.*, 413. *Hkr.* III, 301).

Eiríkur lýsir t.d. orrustunni við Hólm hinn gráa rækilega í smáatriðum, í fremur þunglamalegum en áhrifamiklum stíl með undirstraumi tilkenningar og einstaka athugasemdum frá eigin brjósti.[1]

Lýsingin af orrustunni við Hólminn gráa er fyrst og fremst píslarsaga Sigurðar slembis, þar sem hann þolir í nafni guðs óheyrilegar pyndingar. Innlend frásagnarhefð og erlent bókmenntaform fallast í faðma og geta af sér fjölskrúðuga sagnaritun, eins og konungasögur draga fram. Þótt sögustíllinn sé mjög íhaldssamur í eðli sínu, var hann auðvitað breytingum háður, eins og greina má af yngstu Íslendingasögum. Það ætti engum að koma á óvart, að í Hryggjarstykki sjást ekki mannlýsingar, sem svipar til þeirra lýsinga Heiðarvígasögu, sem þóttu hugsanlega rekja kyn sitt til riddarasagna. Af þessum orðum má ráða, að Snorri skapar ekki sögustílinn heldur fullkomnar hann á bókum sínum.[2]

Sverrissaga með meitluðum frásögnum, orðaskiptum og ræðum ber auðvitað glöggt vitni þroska sagnalistarinnar í lok 12. aldar á Þingeyrum. Horfur eru á, að Hryggjarstykki, Sverrissaga og Heiðarvígasaga séu allar til orðnar í Þingeyraklaustri eða í námunda við það. Loks má nefna, að elstu Íslendingaþættirnir eins og Hreiðars þáttur og Auðunar þáttur vestfirska, sem að málfari og frásagnarhætti eru sambærilegir við bestu Íslendingasögur, eru ef að líkum lætur ekki miklu yngri en frá fyrstu árum 13. aldar. Loks sakar ekki að geta þess, að í biskupasögum, sem gerast í Skálholti og ritaðar eru um eða laust eftir 1200, er víða hinn prýðilegasti sögustíll. Hef ég í huga elstu jarteinir heilags Þorláks, Hungurvöku og Páls sögu biskups.

Höfundur Heiðarvígasögu gat þess vegna með hægu móti lært stíltök af þessum sögum og þáttum, ef því var til að

[1] *Um íslenzkar fornsögur*, 44; sbr. *Sagalitteraturen* (Nordisk Kultur VIII:B),197.

[2] Þróun sögustílsins frá Hryggjarstykki til Snorra mætti í hnotskurn sýna með fróðlegu dæmi: „Sá maðr er nefndr, er Sigurðr hét.“ (Hryggjarstykki, þ.e. Morkinskinna) : „Sigurðr er maðr nefndr.“ (Snorri). Sögustíllinn er fergður.

dreifa. Sá grunur læðist að mér, að hinn ójafni stíll Heiðarvígasögu hafi orðið uppspretta að ranghugmyndum um aldur og þróun sögustílsins og leitt meðal annars til of þröngrar skýrgreiningar á honum. Við tímasetningu Heiðarvígasögu er skynsamlegt að halda þróun „sögustílsins“ frá aldri sögunnar. Þótt frásagnarhátturinn orki annarlega og klaufalega á þá, sem drukkið hafa í sig hefðbundinn sögustíl með móðurmjólkinni, má hafa fyrir satt, að frávik frá staðli stíltegundar eru í sjálfu sér ekki aldursmerki.

Hugum nú almennt að list Heiðarvígasögu sem aldursmerki. Eins og kunnugt er, hefur tímasetning Íslendingasagna löngum stuðst við þá frumhugsun, að þróunarstig og aldur fari nokkurn veginn saman. Hefur Sigurður Nordal haldið þessu fram víða í bókum sínum. Skal skoðun hans rifjuð upp, þótt ég hafi þegar tæpt á ýmsum atriðum hennar. Að ætlun Sigurðar varða einkum þrjár Íslendingasögur þroskabraut sagnalistarinnar: Heiðarvígasaga, Njála og Víglundarsaga. Með Njálu nái listin hámarki, þar gæti fyllsta samræmis milli skemmtunar og sögulegrar dómgreindar, en smátt og smátt rofni jafnvægi þessara þátta í sögunum og þá leysist þær upp í frumparta sína, annála og ýkjusögur, eins og Víglundarsaga sýni. Heiðarvígasaga sé aftur á móti frumstæðust allra fornsagnanna að samsetningu og stíl, hún verði til, þegar sagnfræðin situr í öndvegi og geti ekki kallast skáldsaga. Grunnhugsun Sigurðar er þess vegna sú, að sagnaritunin þokist smám saman frá vísindum til skáldskapar, frá Ara fróða til Víglundarsögu. Sagnalistin blómstri, þar sem frjálst sé farið með söguefnið, án þess að horfið sé frá „raunsæi“ hinna eldri sagna. Skylt er að taka fram, að Sigurður lætur þess jafnan getið, að þessi þróun fari af ýmsum ástæðum ekki hlykkjalausa braut. Þróunarhugmyndin gerir sem sé ráð fyrir því, að Heiðarvígasaga sé viðvaningslegt brautryðjandaverk við upphaf sagnagerðar, þar sem höfundur hafi fest á bókfell munnmælasögur, sem ráði að mestu leyti stíl, framsetningu og byggingu sögunnar. Skrásetjarinn er kallaður höfundur í anda bókfestunnar.

Engin kenning hefur orðið jafnáhrifarík í íslenskri bókmenntasögu og þessi hugmynd Sigurðar Nordals um upphaf og þróun sagnaritunarinnar. Kennisetningin varð að undirstöðu fræðanna og var þeim lengi mikill fjörgjafi, en óneitanlega hefur hún í áranna rás sakir kenningarlegs ægivalds skapara síns orðið nokkur hemill á frekari rannsóknir.[1]

Einar Ólafur Sveinsson fer í stórum dráttum sömu leiðir í rannsóknum sínum og Sigurður,[2] og ekki er mikill munur á afstöðu þeirra til Íslendingasagna, þegar á heildina er litið, hvorki til sköpunar þeirra og aldurs né hugmyndarinnar um togstreitu vísinda og skemmtunar sem kveikju listar. Líklega má þó segja, að Einar Ólafur sé yfirleitt hallari undir sagnfræðilegar rætur en Sigurður.

Ekki verður um það efast, að sögurnar eigi sér upphaf, ris og endi sem bókmenntagrein, en þróunarferillinn er sjálfsagt margslungnari en menn gera sér yfirleitt í hugarlund. Sögulegur fróðleikur og skemmtun, sem einnig eru nefnd vísindi og list, eru ekki í reynd andstæður, og því er hæpið að gera baráttu þeirra að meginskýringu á þroskasögu sagnagerðarinnar. Hef ég þegar drepið á þetta í forspjallinu.

Að því er ég best veit, var það Björn M. Ólsen, sem fyrstur manna vakti máls á því, að sagnaíþróttin í Heiðarvígasögu hefði verið á bernskuskeiði, þegar hún var saman sett. Vakti hann athygli á misgengi listarinnar í sögunni. Hann getur þess til að mynda, að höfundur eða ritari beiti fyrirboðum vitandi vits til að hafa áhrif á lesendur og auka þannig spennu og eftirvæntingu, en höfundi farist það stundum óhönduglega og endurtaki sjálfan sig. Bendir Björn á, að reið Snorra suður til Borgarfjarðar sé lýst með svipuðum atvikum og för Barða suður á Hvítársíðu. Manndráp Víga-Styrs séu sögð af lítilli fjölbreytni og verði fyrir bragðið ívið þreytandi, ólíkt t.d.

1 Sigurður Nordal víkur víða að hugmyndum sínum, svo sem í bók sinni *Snorri Sturluson*, 128–160; *Egils saga*, lxi– lxx; *Um íslenzkar fornsögur*, 136.

2 *Ritunartími Íslendingasagna*, 143–160; „Íslendingasögur", *KLNM* VII, 496–513.

húskarlavígunum í Njálu, þar sem einu vígi svipi lítt til annars.

Að sönnu þola fáar sögur listrænan samanburð við Njálu, en drepa vil ég á eitt atriði til umhugsunar. Vilji menn segja frá tilbrigðaríkum viðburðum, eru einhæfar endurtekningar sjálfsagt ekki til mikilla bóta, en stefni menn að því að koma ákveðnum boðskap til skila, þá eru blæbrigðalitlar en markvissar ítrekanir við hæfi. Höfundur Heiðarvígasögu hefur ef til vill lagt meiri þunga á að draga fram blóðsúthellingar Víga-Styrs og inntak þeirra en skreyta frásögn sína með fjölbreytni í aftökum. Tilgangurinn tekur stefnuna, og merkingin, sem er aðalatriðið, er dyggilega studd af forminu.

Björn M. Ólsen vék einnig að eggjun Þuríðar og matarboði hennar:

> Enginn getur neitað, að í þessu er fólgin list, því að höfundur hefur bersínilega búið til matreiðslusöguna af eigin brjósti utan um orðstefin, sem hann hefur hugsað sjer first, óhugsandi að hún hafi filgt munnmælunum frá upphafi. Það er meira enn list, sem hjer kemur fram, það er það sem við köllum á íslensku vanalega *tilgerð*, enn gætum líka ef til vill kallað *oflist*. Matreiðslusagan er fjarstæð öllum sennileika, óeðlileg og smekklaus.[1]

[1] *Um Íslendingasögur*, 207–208. Svipað mætti segja um blóðið, sem Hildigunnur í Njálu geymir í skikkju Höskulds, bónda síns, dögum ef ekki vikum saman. Væri sú frásögn ekki „fjarstæð öllum sennileika, óeðlileg og smekklaus“? En spurningin er ekki um sennileika heldur áhrif. — Joaquín Martínez-Pizarro hefur skrifað grein, sem nefnist „The three Meals in Heiðarvíga saga: Repetitional and Functional Diversity“, þar sem hann gerir grein fyrir þremur máltíðum í Heiðarvígasögu, sem allar skipta miklu máli fyrir framvindu hennar. Þær eru matarboð að Þórhalla, sem leiddi til þess, að Víga-Styrr vó hann; veisla Þuríðar fyrir suðurför Barða; döguröur Þorbjarnar Brúnasonar fyrir dráp Gísla á Gullteig og Heiðarvígin. Martínez-Pizarro telur Heiðarvígasögu vera deilusögu, „an old-fashioned ideal of heroic narrative“, en snið þessara þriggja máltíða og endurtekning skyldra atriða valdi því, að sagan sé bókmenntir. Hann kemst svo að orði: „Heiðarvíga saga, however, is literature; it can not be interpreted as a pure product of tradition. The repeated pattern of the meals can be best explained by formal considerations of unity, design and thematic balance.“ Niðurstaðan er athyglisverð.

Björn tæpir á merkilegum atriðum, þeim sem hann kallar *tilgerð* og *oflist* í Heiðarvígasögu. Eins og geta má nærri, stóð Björn í þeirri trú, að höfundur Laxdælu hefði væntanlega haft þessa lýsingu Heiðarvígasögu í huga, þegar hann lýsti eggjun Þorgerðar Egilsdóttur, því að ekki kæmi til mála, að Heiðarvígasaga hefði þegið brýninguna frá Laxdælu, þar sem í henni væri allt „eðlilegt og smekklegt". Sigurður Nordal hefur, eins og aðrir fræðimenn, þegið ýmsar athugasemdir sínar um list og aldur Heiðarvígasögu frá Birni.

Þegar Sigurður greindi Íslendingasögurnar í fimm flokka eftir aldri, lét hann þess getið, að þótt nokkrar sagnanna í öðrum flokki væru allfrumstæðar, þá „hefur samt engin þeirra í frammi eins sérvizkulega tilburði og tvær elztu sögurnar í fyrsta flokki", og hafði Sigurður þar í huga Heiðarvígasögu og Fóstbræðrasögu.[1] Þessar sögur hafa löngum verið spyrtar saman, og hefur Fóstbræðrasaga verið talin „á sinn hátt með svipuðum viðvaningsbrag og Heiðarvíga saga".[2] Leifar elstu rita séu sýnilegar í þessum sögum og bregði þannig skæru ljósi á aldur þeirra:

> Þannig sjást í Heiðarvíga sögu greinilegar menjar eftir stíl lagamáls, í Fóstbræðra sögu eftir hin lærðu rit þess tíma um guðfræði og læknisfræði.[3]

Með því að Fóstbræðrasaga er skrifuð litlu fyrir 1300, þarf ekki að fara í grafgötur um glámskyggni fyrri fræðimanna á aldursrök þeirrar sögu, og ég er sannfærður um, að hið sama gildi um Heiðarvígasögu. Lagamál hennar eru hin svokölluðu griðamál, sem eru hvorki menjar frumstæðra þátta í söguritun né vísbending um aldur, heldur lykill að merkingu sögunnar og skilaboðum höfundar. Svipuðu máli gegnir bæði um guðfræði og læknisfræði Fóstbræðrasögu, þau segja ekki mikið um ritunartíma hennar á 13. öld.

1 *Um íslenzkar fornsögur*, 137.
2 *Hvs.*, cxxxix.
3 *Um íslenzkar fornsögur*, 139.

Af þessu má marka, að hugmyndum ritskýrenda um þróun og stílhreinsun fornsagnanna er augljóslega áfátt.[1] Lærdómsríkt er að tilfæra orð Sigurðar Nordals um viðvaningslegan stíl og handbrögð höfundar Heiðarvígasögu til þess að skilmerkilega komi fram, hvaða ályktanir hann dregur af þeim um aldur sögunnar:

> Nú mætti að vísu halda því fram, að þetta kæmi af sérvizku og klaufaskap höfundar sjálfs og ætti ekkert skylt við aldur sögunnar. Er sjálfsagt að hafa það jafnan í huga, að ritarar Ísl. sagna voru misjafnlega gefnir og gerðir, ekki síður en aðrir rithöfundar, þó að sagnaritunin í heild sinni beri vott um vaxandi tækni, sem sýnir, að menn voru fúsir að læra hver af öðrum. En hins vegar er þess að gæta, að höfundur Heiðarv. s. er allt annað en bjáni eða baglari, þó að honum fatist með köflum. Hann er í aðra röndina snillingur. Það er ástæðulaust að halda, að hann hefði ekki bæði viljað og kunnað að læra af betur samsettum ritum, ef hann hefði átt kost á að lesa þau. Er skynsamlegast að líta svo á, að gallar sögunnar stafi af því, að verið var að skapa nýja tegund bókmennta, þar sem engin bein fyrirmynd var til. Hér var brautryðjandi að verki.[2]

Úr vöndu er að ráða. Hvert stefnir listræn þróun bókmenntagreinar? Frá tilgerð, hinu grófa og smekklausa, til listar? Eða frá hinu hóflega og smekkvísa til oflistar? Flestir munu hallast að síðara kostinum. Sigurður telur höfund Heiðarvígasögu vera í senn klaufa og snilling. En erum við nokkru nær um ritunartímann? Hvort á klaufaskapurinn eða snilldin að ákveða aldur sögunnar?

Theodore M. Andersson hefur bent á, að hugtökin tilgerð og oflist væru yfirleitt höfð um hnignun en ekki bernskuskeið bókmennta, og þess vegna væri greinilega um þversögn að ræða. Andersson hefur ekki beinlínis dregið í efa tímasetningu Heiðarvígasögu, en hann hefur ótvírætt sýnt fram á, að sagan beri vitni um list á háu stigi, og á hann þar einkum við

1 Einar Ólafur Sveinsson: *Ritunartími Íslendingasagna*, 132, 135.
2 *Hvs.*, cxxxvii.

samsetningu sögunnar eða formið sjálft, sem ég tel líkindi til, að þjóni andlegri merkingu sögunnar.[1]

Aðdragandinn að hefnd Barða á Gullteig á sér naumast samsvörun í öðrum Íslendingasögum fyrir sakir lengdar og ótal smáatriða, sem tvinnast rökvíslega saman í eina órofa heild og stefna öll ótrauð að einu og sama marki.[2] Samsetning sögunnar er nægileg sönnun fyrir snilld höfundar og magnaðri frásagnarlist. Þar má koma auga á flest stílbrögð, sem þekkjast í fornum sögum: Fyrirburði, drauma, forspár, sviðskipti, sviðsetningar, fléttur, stigmögnun og frásagnartafir fyrir utan sjálfsagða áhrifavalda frásagnarinnar eins og endurtekningar, hliðstæður og andstæður.[3] Samtöl eru ekki með neinum byr-

[1] Sjá Andersson: *The Problem of Icelandic Saga Origins*, 118–119; *The Icelandic Family Saga*, 142–152; „Heiðarvíga Saga", *Dictionary of the Middle Ages*. Vol. 6, 145–146: „If early, it is by no means primitive in composition. On the contrary, it is one of the most difficult sagas to follow, partly because of Jón Ólafsson's imperfect retelling, and partly because of the particularly intricate narrative leading up to Barði's revenge. A series of preparatory maneuvers is described in considerable detail, and the point of these maneuvers becomes apparent only in retrospect. The effectiveness of the story lies not in character or meaning, but in a high degree of narrative ingenuity and dramatic tension."

[2] *Hvs.*, 255–296.

[3] Hér er vert að vitna til tveggja fræðimanna um list Heiðarvígasögu, sem eiga það sammerkt, að eiga erfitt með að koma því heim og saman, að í þeirri sögu, sem elst er talin, skuli bygging og frásagnarbrögð í sumum greinum standa jafnfætis hinum klassísku sögum. Andersson farast svo orð: „It is not only the more obvious devices of portent, prediction, dream, and taunt that quicken the pulse of the story, but all the indifferent details about legal maneuvering, alliances, logistics, espionage, and strategy are arranged so as to tantalize the reader's curiosity and make it taut." *The Icelandic Family Saga*, 152. — Heinrichs hefur rannsakað „vefnaðinn" eða tilvísanir milli atriða í sögutextum, þ. á m. í Heiðarvígasögu. Telur Heinrichs þá frásagnaraðferð fullmótaða í Heiðarvígasögu, þótt hún teljist til elstu sagna. Heinrichs víkur einnig að því formi, sem hún kallar „advice and action", og á þar við t.d. samskipti Þórarins og Barða. Um það atriði segir Heinrichs: „A full analysis of the advice-and-action scheme in Heið.s. which could show how masterfully it is handled is not possible here, but the fact that Njála imitated it and that Grettla touches upon it with humour and admiration shows that here, at the very beginning of saga literature, a

jandabrag, og orðatiltæki vekja athygli. Um þau segir Björn M. Ólsen:

> Annars er höfundur stundum heppinn í þeim orðstefjum, sem hann leggur persónum sögunnar í munn. Sum af þeim eru kjarnirt og smellin og eiga vel við efnið.[1]

Orðræðan er ekki utan gátta í sögunni, heldur lífrænn hluti hennar og knýr hana áfram. Prýðisgott dæmi um það eru orðaskipti kappanna í Heiðarvígum, sem fyrr segir. Þar eru engin viðvaningstök, bæði orð og sverð bíta.

Bardaginn á Tvídægru í Heiðarvígasögu er í þróttmiklum dramatískum hetjustíl, þar sem hver harmleikurinn rekur annan. Kapparnir ganga ótrauðir fram úr fylkingum, kastast á diguryrðum, berjast til þrautar og hirða minna um líf en hel. Þegar list ristir ekki djúpt, er hermt frá bardögum bardagans vegna, en svo er ekki í Heiðarvígum. Þar eigast við vopn og sálarlíf.[2] Orð og athafnir birta á minnisstæðan hátt skaplyndi og tilfinningar þátttakenda í miðjum hildarleiknum. Bardagamönnum er lýst í bak og fyrir og orðahnippingar skerpa myndina. Máttur hatrammra orðaskipta er ekki síðri að áhrifum en bit vopnanna. Átakanlegt dæmi um þetta eru orðaskipti Barða og Þorbjarnar. „Troll, er þik bíta eigi járn," segir Þorbjörn, og er þá vísað til fyrri frásagnar sögunnar af steinasörvi kerlingar, fóstru Barða. Lát verður um hríð á atgangi þeirra, en síðar gangast þeir að aftur, og tekur þá Barði upp þráðinn að nýju og segir við Þorbjörn: „Þú þykki mér troll, er þú bersk svá, at af þér er fótrinn." Bardagalýsingin er fléttuð inn í háðsyrðin, hnútuköstin eru ígildi vopnaviðskipta.

Fróðlegt er að fara hér nokkrum orðum um hlutverk Gefnar-Odds til að sýna vinnubrögð höfundar.

Þórarinn á Lækjamóti gaf Barða það ráð að biðja Gefnar-

---

standard was set that could hardly be surpassed." „Intertexture" and its Functions in Early written Sagas", 127–145.

1 *Um Íslendingasögur*, 208. Notkun Björns á orðinu „heppinn" sýnir afstöðu hans til höfundar og sköpunarmáttar hans.

2 Sjá athuganir Ólafs Briem um bardagalýsingar: *Íslendinga sögur og nútíminn*, 16–23.

Odd fylgdar, og kynnir Þórarinn hann með þessum orðum:

> „Bœr heitir á Bakka; hann er fyrir útan Húnavatn, þar bjó kona sú, er Þórdís hét ok var kǫlluð gefn ok var ekkja. At ráðum var með henni maðr sá, er Oddr hét; hann var gildr maðr fyrir sér. Ekki var hann eins kostar fégǫfugr eða ættstórr; þó var hann frægr maðr; hann skaltu biðja fylgðar með þér; hann ræðr svǫrum."[1]

Þegar Barði kemur síðar að máli við Gefnar-Odd, stendur ekki á svari: „ok þótt þú hefðir kvatt vetri fyrr eða tveimr, þá mynda ek þó búinn þeirar ferðar."[2] Eftir langan og kostgæfilegan undirbúning að suðurförinni safnar Barði saman þeim mönnum, sem ráðnir eru til ferðarinnar, og ríður „laugarmorgininn" til Gefnar-Odds, sem væntir Barða:

> Nú ríðr Barði þaðan ok kemr á Bakka, þar sem Þórdís bjó, ok stóð þar hestr sǫðlaðr, ok skjǫldr stóð þar hjá, ok riðu þeir heim mikinn dyn í túnit eptir hǫrðum velli. Þar var úti karlmaðr ok kona, ok þó hon hǫfuð hans, ok váru þau Þórdís þar ok Oddr, ok var at vanlykðum nǫkkut, er hon þó hǫfuð hans, ok hafði hon eigi þvegit lauðr ór hǫfði honum. Ok þegar er hann sá Barða, þá sprettr hann upp ok fagnar honum hlæjandi. Barði tók vel kveðju hans ok biðr konu lúka verki sínu ok vaska honum betr. Hann lét svá gera; ok nú býsk hann ok ferr með Barða.[3]

Af líkum má ráða, að Oddur sé talinn með þeim mönnum Barða, sem haldnir eru „stríðastir ok torsveigstir", og sé því ekki látinn taka þátt í aðförinni að Gísla á Gullteig.[4] Af framgöngu Odds í Heiðarvígum er þetta sagt:

> Eyjólfr gengr í móti Oddi, ok berjask þeir, ok er þar hvárrtveggi inn bezti drengr; ok nú høggr Eyjólfr til Odds, ok kemr á kinnina ok í hváptinn, ok verðr þat mikit sár. Þá mælti Eyjólfr: „Vera kann, at ekkjunni þykki versna at kyssa þik." Hann (þ.e. Oddur) segir: „Lengi hefir eigi gott verit, en þó mun nú

1 *Hvs.*, 264.
2 *Hvs.*, 269.
3 *Hvs.*, 273.
4 *Hvs.*, 285.

> mikit um hafa spillzk, ok þó kann vera, at eigi segir þú þetta þinni vinkonu," ok høggr til hans, svá at hann fekk mikit sár.[1]

Atburðirnir tala sjálfir sínu máli: Gefnar-Oddur er kappi mikill, sem býr á Bakka með ekkjunni Þórdísi gefn. Hann fylgir Barða til Heiðarvíga, særist og snýr aftur. Hugum nánar að merkingu og framsetningu þessarar einföldu frásagnar.

Nokkra undrun vekur, að sagan skuli staldra við jafnlítilsvert atvik og höfuðþvott Odds. Hugsanlega nægir að skýra frásagnartöfina við þvottinn sem eins konar hvíld eða mótvægi við þeysireið Barða að Bakka til að skapa spennu. Með öðrum orðum væri um hreint listbragð að ræða. En dvölin í hraðanum hefur ef til vill hulda merkingu, sem síðari tíma mönnum hefur skotist yfir.

Eigi er mér kunnugt um hliðstætt dæmi í fornum sögum um höfuðþvott kappa fyrir bardaga, en athyglisverð laugun er í Guðmundarsögu dýra. Þar segir frá því, að Arnþrúðarsynir í Laufási séu ætlaðir til dráps eftir Önundarbrennu:

> Þeir brœðr, Þorsteinn ok Snorri, bjuggust við lífláti, þógu hendr sínar ok kembðu sér, sem til fagnaðar væri at fara.[2]

Arnþrúðarsynir vilja létta af sér syndabyrði og ganga hreinir á fund drottins. Þótt aðstæður Gefnar-Odds séu aðrar en Arnþrúðarsona, þá er eigi fjarstæða að ætla, að höfuðþvotturinn stafi af því, að Oddur sé að halda af stað í mannhættulega för

1 *Hvs.*, 306. Meiðsl í orrustu eru til þess fallin að sýna hetjuhug kappanna: „Ok í því hjó Hjarrandi til Helga, en hann brá við skildinum, ok hljóp af sverðit í andlit honum ok kom á tanngarðinn, ok af vǫrrina neðri. Þá mælti Helgi: „Aldri var ek fagrleitr, en lítit hefir þú um bœtt." Tók hann þá til hendi sinni ok sletti í munn sér skegginu ok beit á." *Droplaugarsona saga*, 164. Síðasta málsgreinin minnir mjög á atferli Starkaðar í Brávallabardaga: „Ok eitt hǫgg høggr hon (þ.e. Vébjörg skjaldmær) á kinnina ok sneið sundr kjálkann ok af hǫkuna. Hann drap í munn sér skegginu ok beit á ok helt svá upp at sér hǫkunni." *Skjǫ*ldunga saga, 67. Örkuml og ummæli Helga Droplaugarsonar minna nokkuð á Gefnar-Odd, en þess ber að gæta, að frásögnin af Helga er með öllu óundirbúin og hefur ekki dramatíska stígandi. Hún er öll, þar sem hún er séð. Lýsingin á Helga sýnir aðeins stórkarlalegan hetjuskap.

2 *Sturlunga saga* I, 198.

og óvíst sé, að hann eigi afturkvæmt. Þvottur hans sé ekki aðeins snyrting fyrir suðurför heldur hvorttveggja hreinsun og skírn.

Þórdís á Bakka er kölluð *gefn*, og er það Freyjuheiti.[1] Auknefnið kemur hvergi annars staðar fyrir í fornum sögum, og er heitið bundið skáldamáli. Freyja snýr hugum manna til ásta. Ekki fer fram hjá athugulum lesanda, að Gefnar-Oddur hlýtur í Heiðarvígum áverka á hvofti. Í Íslendingasögum bregður orðinu einungis fyrir í Heiðarvígasögu, og er hér haft um „munn og varir eða umgerð þeirra". Í öðrum fornum sögum merkir orðið „kjaftur", og virðist yfirleitt neikvæðrar merkingar. Vera má, að frásagan af Gefnar-Oddi sé einungis hugsuð sem undirbúningur að dramatískum tilsvörum í miðjum bardaga. Sagan greinir nákvæmlega frá því, hvar Oddur særist, en þegir með öllu um sár Eyjólfs, enda gildir einu, hvar hann hlýtur áverka. Bókstaflegur skilningur er vissulega nærtækastur, en sé gaumur gefinn að söguþræðinum: Gefnar-Oddur — höfuðþvottur — meiðsl á hvofti, þá er ekki loku fyrir það skotið, að þessi atriði kallist á og höfundur sé að leika sér að þeirri hugmynd, að Oddur sé að taka út refsingu fyrir að vera í tygjum við Gefn, enda beinist hirtingin að líkamshluta, sem hefur brotið af sér. Ég er helst á því, að áheyrendum hafi verið ljós þessi tvíræðni sögunnar.[2]

Gefn slær brú yfir til annars merkingarsviðs eða goðsagna og kveikir grun um, að þær séu víðar í sögugrunni. Þegar

[1] Líklegt er, að hið goðkynjaða viðurnefni Þórdísar á Bakka gefi í skyn, að hún hafi eigi verið við eina fjölina felld í ástamálum. Í þessu sambandi er vert að gefa því gaum, að hin heiðnu goð voru 13. aldar mönnum ekki lifandi trú, eins og nærri má geta, heldur táknmyndir öfugsnúinna hluta. Í Heiðarvígasögu er Þór ígildi forneskju og mannvíga, en í Íslendingasögu Sturlu Þórðarsonar er nafn Freys tengt hugleysi og skorti á karlmennsku, eins og Guðrún Nordal hefur sýnt fram á. Sjá „Freyr fífldur", 271–294. Skáldin beita hinum heiðnu goðum fyrir sig til að *hæða* og *gagnrýna* menn og málefni samtíðar sinnar.

[2] Ég nefni þetta einkum til íhugunar. Þess má geta, að bæði í heilagra manna sögum (*Heilagra manna sögur* I, 246) og *Sólarljóðum* (50. er.) er á það drepið, að laugarvatn sé nýtilegt við kynlífssyndum.

Barði og föruneyti hans koma að Bakka, þá segir sagan: „ok riðu þeir heim mikinn dyn í túnit eptir hǫrðum velli." Þessa setningu má skilja á þrjá vegu. Hana má taka eftir orðanna hljóðan sem lýsingu á heimreiðinni. Í öðru lagi gæti hún verið lýsing á sálarástandi reiðmanna, Barða svelli móður og ríði einbeittur til víga. Sams konar lýsingar eru víða fyrir hendi, m.a. í Eddukvæðum. Alkunna er, að látbrögð Þórs og Freyju í Þrymskviðu sýna innri geðshræringar þeirra: „skegg nam at hrista" (skelfing Þórs við brotthvarf Mjöllnis), „allr ása salr/ undir bifðisk" (reiði Freyju, er hún skal bindast brúðarlíni og aka í Jötunheima).

Í kvæðinu Haustlöng yrkir Þjóðólfur úr Hvini um Þór, er hann ók í reið sinni „at ísarnleiki" við Hrungni jötun, og kemst skáldið svo að orði: „mána vegr dunði und hánum."[1] Dynur er tengdur ferðum Þórs, og má láta sér til hugar koma, að lýsing Barða, þegar hann ríður „mikinn dyn í túnit" og heldur í langferð til að „berja á tröllum" minni á sjálfan Ása-Þór.[2]

Atburðaflléttan um Gefnar-Odd, samtölin og tvíræðnin votta, að frásögn Heiðarvígasögu sé eigi sýnishorn um frumstæða og einþátta munnmælasögu, heldur vitnisburður um list, sem á langa þjálfun að baki.

Heiðarvígin sjálf eru sviðsett að hætti hetjusagna, en samt verður ekki bent á neina einstaka frásögn, sem talist geti skilyrðislaust bein fyrirmynd þeirra. Þau minna einna helst á Brávallabardaga í Sögubroti, þar sem ofurhugar ganga fram úr fylkingum, ræðast við og veita hver öðrum þung högg og stór. Sögubrot ber þess merki að efni og orðalagi að vera ungur texti og endursaminn á síðara hluta 13. aldar og sæta auðsæjum áhrifum riddarasagna með tilheyrandi lýsingum, orðakasti, örkumlum og ýkjum.[3]

[1] Sjá *Skjaldevers*, 39. — Sbr. Finnur Jónsson: *Den norsk-islandske Skjaldedigtning* AI,19.

[2] Áhrif *Hvs.* á Grettissögu skína víða í gegn, eins og síðar verður gerð grein fyrir. Þegar Grettir glímir við Auðun Ásgeirsson á Auðunarstöðum og hefur hann undir, þá ríður Barði í garð: „ok þá kemr dynr mikill undir bœinn." *Grettiss.*, 96.

[3] *Danakonunga s.*, xxxvi–xlii, 65–68.

Það segir ef til vill sína sögu um aldur og efnisafstöðu Heiðarvígasögu, að örla skuli á meiri skyldleika hennar við nafnfræga bardagalýsingu fornkonunga á erlendri grund, þar sem litlar hömlur eru lagðar á hugarflugið, en við frásagnir eins og Hrísateigsbardaga í Glúmu eða jafnvel orrustuna við Knafahóla í Njálu, þrátt fyrir það að frásögninni af vaskleik Gunnars á Hlíðarenda sé eigi í hóf stillt og kunni að sverja sig í ætt við erlendar ýkjusögur.

Niðurstaðan af þessum athugunum er ekki ýkja burðug. Markmið Heiðarvígasögu hefur ekki veitt hugsjónum riddaramennskunnar aðgang að sögunni. En þrátt fyrir það kann áhrifa þeirrar bókmenntatísku að gæta lítillega á málfar sögunnar.

Hvernig ber að meta þessa þróuðu frásagnarlist, sem hér hefur verið gerð að umtalsefni? Mér þykir ekki góður kostur að líta svo á, að Heiðarvígasaga sé safn tveggja alda hvikulla munnmælasagna, sem viðvaningur hafi fest á bókfell í árdaga sagnaritunarinnar. Miklu girnilegra er það úrræði að telja söguna þaulhugsað höfundarverk og þar með skáldsögu, sem hafi í senn langa sagnahefð og rithefð að styðjast við, enda þótt stíllinn sé á köflum annarlegur og „óklassískur".

Frásagnarstig sögunnar ber merki þróunar frá list til oflistar, ef slík orð eru brúkleg, og skal að lokum tekið enn eitt sýnishorn um vinnubrögð höfundar.

Þorgautur á Þorgautsstöðum og Þorbjörn á Veggjum bíða árla morguns í smiðju eftir því, að húskarl færi þeim smíðarefni. Á meðan ber svo við, að Barði og félagar hans ráðast til atlögu gegn Þorgautssonum, Gísla, Katli og Þormóði, á Gullteig, og heggur Barði Gísla, svo að tók „mjǫk svá af andlitit". Sagan heldur áfram:

> Ketill kippir honum Gísla inn af garðinum ok kastar honum á bak sér; ekki sjá þeir (þ.e. Barði og félagar), at honum yrði mikill þungi at honum; hann hleypr heim til bœjarins. Þeir Þorgautr váru í smiðju ok Þorbjǫrn, ok bíðr, ef húskarl hans kœmi með smíðarefni. Hann mælti Þorgautr: „Þó er hark mikit; er eigi Barði kominn?" Ketill kom inn í smiðjuna í því bili ok segir:

> „Þat fann Gísli, sonr þinn, at hann er kominn,“ kastaði honum dauðum fyrir fœtr honum.[1]

Smíðarefni Þorgauts reynist vera lík Gísla, sonar hans, sem Barði banaði með sverði Þorgauts og Barði hafði kvöldið áður brýnt með harðsteini, þ.e. Halla, bróður sínum, í Gnúpsdal. Það er aðdáunarvert, hversu höfundur heldur í marga þræði og spinnur af mikilli leikni. Reiðarslag hefndarinnar í smiðju Þorgauts sýnir kynngikraft listarinnar í Heiðarvígasögu. Ein sviðsetning rekur aðra frá ýmsum sjónarhornum í stígandi dramatískri frásögn hetjulegra viðbragða, sem hefur enga lausn nema dauðann. Fall Gísla á Gullteig er vafalítið hámarkið í sögu Barða, þegar hann jafnar sakir sínar, en höfundurinn hnykkir á greypilegri hefnd fyrst með því að láta kasta Gísla dauðum fyrir fætur föður síns í smiðjunni og að endingu með sjálfum Heiðarvígum. Hryðjuverkið birtir fáránleikann í manndrápum og vekur andóf gegn þeim. Gagnrýnin er klædd í búning hetjuskaparins, en öllu er snúið við, líkt og þegar Víga-Styrr tekur liðmargur af lífi Þórhalla, hinn aldurhnigna bónda.

Björn M. Ólsen segir á einum stað um Íslendingasögur:

> Eflaust er allmikill munur á einstökum sögum, að því er snertir áreiðanleik þeirra. Þar virðist mega gefa þessa almennu reglu: því meira sem ber á íþrótt sagnaritarans í sögunni, því meira hefur hann lagt til frá sjálfum sjer og því óáreiðanlegri er sagan.[2]

Þessi regla á tvímælalaust rétt á sér. Atburðurinn í smiðjunni er forkunnargott dæmi um eðli sögunnar og íþrótt höfundarins.

2. *Rittengsl*

Nú er komið að rittengslum. Með þeim er átt við, að söguhöfundur hafi þekkt eldri sögu og notað hana víslega á einhvern hátt. „Af öllum ráðum til að ákveða aldur sagna, er rannsókn

[1] *Hvs.*, 296.
[2] *Um Íslendingasögur*, 43.

rittengsla það, sem veitir mesta fræðslu,"[1] segir Einar Ólafur, og eru það orð að sönnu. Hann bendir á, að aðferðin hafi sína augljósu annmarka og hún veiti aðeins vísbendingar um afstæða, en ekki sjálfstæða tímasetningu og þessu til viðbótar sé oft miklum vandkvæðum bundið að kveða á um, hvort rit sé veitandi eða þiggjandi, jafnvel þótt rittengslin séu ótvíræð. Loks er þess að geta, að menn eru ekki ævinlega samdóma um rittengsl sagna í milli. Stafar það ýmist af ólíkum viðhorfum fræðimanna til sagnanna eða mismunandi kröfum, sem menn gera til rittengsla. Menn geta auðvitað gert of litlar kröfur til rittengsla, en einnig of strangar. Stundum gefa ritskýrendur vinnubrögðum miðaldahöfunda ekki nægilegar gætur og láta sér úr minni líða, að sögurnar eru bókmenntir en ekki sagnfræði. Allur þessi ærni vandi kemur upp, þegar hugað er að tengslum Heiðarvígasögu við aðrar sögur, og sýnist þá sitt hverjum.[2]

Heiðarvígasaga vitnar ekki til neinnar sögu, og hefur sú staðreynd frá fyrstu tíð þótt ásamt öðru styrkja mjög þá skoðun, að sagan væri býsna gömul. Smám saman hefur runnið upp fyrir gagnrýnendum, að höfundar Íslendingasagna beinlínis forðast að endursegja óbreytt söguefni eldri rita. Þeir kjósa fremur að bæta við eða fylla í skörðin. Þeir hika ekki við að fara með ritaðar heimildir eftir eigin geðþótta, hrófla við þeim á ýmsar lundir og laga yrkisefnið að þörfum þess verks, sem þeir eru að setja saman. Þeir sækja föng í allar áttir, eftir því sem hugurinn girnist. Þeir s k á l d a. Rittengslin geta fyrir þær sakir verið einungis fólgin í smáatriðum eða hugmyndum, sem erfitt er að festa hendur á. Aðalregla Íslendingasagna er að láta vera að geta um heimildir sínar, þó að frá því séu margar undantekningar. Þess vegna eru tilvitnanir til eldri rita tiltölulega fátíðar í Íslendingasögum. Enginn efast t.d. um, að Njála sækir mikið yrkisefni bæði til Laxdælu og Heiðarvígasögu, en Njáluhöfundur ber ekki við að vitna beinum orðum til þeirra, eins og raunar fjölmargra annarra ritheimilda, sem

1 *Ritunartími Íslendingasagna*, 92.

2 Almennt um rittengsl sjá m.a. Einar Ólafur Sveinsson: *Ritunartími Íslendingasagna*, 92–112.

hann hefur tekið traustataki. Vitnisleysi Heiðarvígasögu segir þess vegna ekki vitundarögn um aldur hennar.

Eins og þegar hefur verið um fjallað, hefur uppruni Heiðarvígasögu jafnan þótt litlum vafa undir orpinn og aðföng sögunnar talin arfsagnir í bundnu og óbundnu máli. Ummæli Kr. Kålunds sýna hugmyndir fræðimanna í einföldustu mynd sinni:

> I det hele har vistnok Heið.s beretter uden nöjere kritik genfortalt og udformet den mundtlige tradition, som den mødte ham. Derom vidner også sagaens kronologi.[1]

Þar með var engri eldri Íslendingasögu til að dreifa sem heimild. Í þessum efnum er lítill munur á afstöðu hinna svokölluðu bókfestumanna og sagnfestumanna. Björn M. Ólsen ræddi í fyrirlestrum sínum um vensl Heiðarvígasögu við aðrar sögur og komst að þessari niðurstöðu:

> Afstaða Heiðarvíga sögu við aðrar sögur er þá sú, að hún virðist sjálf ekki hafa notað eða þekt neina af þeim sögum, sem vjer nú höfum, enn hins vegar hefur Eyrbyggja og Grettis saga og ef til vill Laxdæla og Kormáks saga notað Heiðarvíga sögu.[2]

Hér er margt að athuga. Fræðimenn hafa að sjálfsögðu bætt Njálu við lista Björns sem þiggjanda Heiðarvígasögu, en að öðru leyti hafa skoðanir manna á afstöðu hennar til annarra fornsagna lítið breyst. Hér á eftir verður sá háttur á hafður að ræða hvorar í sínu lagi sögur, sem styðjast við Heiðarvígasögu, og sögur, sem hún hefur farið í efnisleit til.

A. Sögur sem styðjast við Heiðarvígasögu

Þær sögur, sem notað hafa Heiðarvígasögu, eru þessar:

A. Eyrbyggja
Njála
Bjarnarsaga Hítdælakappa
Grettissaga

1 *Heiðarvíga saga*, xviii.
2 *Um Íslendingasögur*, 204.

Hávarðarsaga Ísfirðings
Króka-Refssaga
B. Droplaugarsonasaga
Fóstbræðrasaga
Kormákssaga
Vatnsdæla

Sögum í A-flokki er raðað eftir líklegum aldri, en í B-flokki eftir stafrófsröð, þar sem innbyrðis aldur þeirra er háður meiri óvissu. Eyrbyggja er eina sagan, sem vitnar til Heiðarvígasögu:

> Hann (þ.e. Snorri goði) kemr við Laxdœla sǫgu, sem mǫrgum er kunnigt; hann var inn mesti vinr Guðrúnar Ósvífrsdóttur ok sona hennar. Hann kemr ok við Heiðarvíga sǫgu ok veitti mest manna Barða eptir Heiðarvíg, annarr en Guðmundr inn ríki.[1]

Deilt hefur verið um heimildargildi þessarar tilvitnunar. Björn M. Ólsen hélt því fram, að skírskotun Eyrbyggju til Laxdælu væri „síðari íauki". Bar hann einkum fyrir sig stíl sagnanna og missagnir.[2] Einar Ólafur hefur verið sömu skoðunar og rökstutt hana af kappi.[3] Hyggur hann Eyrbyggju samda um eða fyrir 1220, en Laxdælu um miðja öldina. Röksemdir Einars Ólafs eru einkum ferns konar: Eyrbyggja sé að efni og frásagnarhætti miklu fornlegri en Laxdæla. Í öðru lagi sé Eyrbyggja notuð í Styrmisbók Landnámu, sem bendi til sköpunartíma á fyrra hluta aldarinnar. Í þriðja lagi séu orðalagslíkingar með vísum í Eyrbyggju og vísum í Sturlungu, sem sýni, að menn hafi stælt kveðskap sögunnar. Loks megi ætla, að Eyrbyggja hafi upphaflega endað á 64. kap., og síðari höfundur hafi bætt við 65. kap., þar sem tilvitnunin er til Laxdælu.

Ástæðulaust er að fjölyrða um þessar röksemdir, enda get ég vísað m.a. til athugasemda Jakobs Benediktssonar um þetta efni.[4] Ýmis atriði í röksemdafærslu Einars Ólafs má

[1] *Eyrbyggja*, 180.
[2] Úr ópr. háskólafyrirlestrum um Eyrbyggju.
[3] Sjá *Eyrbyggju*, xlvii–lii; *Ritunartími Íslendingasagna*,105–111.
[4] *Íslendingabók. Landnámabók*, lxiii–lxv; sbr. og tilvísanir nmáls til annarra fræðimanna (Jóns Jóhannessonar, Sigurðar Nordals, G. Turville-Petre og P. Hallbergs).

virða á annan veg en hann gerir. Vísurnar í Eyrbyggju gætu verið stældar eftir vísum Sturlungu en ekki öfugt.[1] Tímasetning Einars Ólafs hefur ekki hlotið mikinn hljómgrunn með fræðimönnum, enda þarf þungvæg rök til að hnekkja vitnisburði texta, sem er í öllum heilum handritum sögu. Að öllu athuguðu sýnast veigamikil rök hníga til þess, að Eyrbyggja sé yngri en Laxdæla og samin eftir miðja öldina, þar sem Laxdæla er talin vera frá því um 1250 eða jafnvel enn yngri.[2] Ekki get ég stillt mig um að vekja sérstaka athygli á því, að sú saga, sem talin er til muna „fornlegri" að anda og frásagnarhætti, skuli reynast vera yngri en sú saga, sem birtir íslenska frásagnarlist í sinni fullkomnun. Sú staðreynd leiðir hugann að gildi þeirrar rannsóknaraðferðar, sem einna nýtilegust hefur þótt við aldursákvörðun Heiðarvígasögu: Að láta smekk segja fyrir um, hvað sé „fornlegt" eða „unglegt" og tímasetja síðan sögu eftir því. En af tengslunum við Eyrbyggju leiðir, *að síðari tímamörk Heiðarvígasögu eru ekki um 1220, heldur sennilega sjötti eða jafnvel sjöundi áratugur 13. aldar*. Bæði aldur skinnbókarbrots Heiðarvígasögu og síðari ritunarmörk sögunnar hafa þá færst fram um hálfa öld að kalla.

Með öllu er óþarft að vera margorður um líkingar með Eyrbyggju og Heiðarvígasögu enda efast enginn um, að þær séu fyrir hendi, eins og tilvitnunin gefur raunar til kynna. Góð dæmi um líkindi í efni og orðavali eru berserkjaþátturinn, kirkjugerð Víga-Styrs, stærð kirkna, dráp Styrs og hefnd.[3]

[1] Frá 1238 er vísa Sighvats Sturlusonar í Íslendingasögu Sturlu Þórðarsonar, sem hefst svo: „Létat mér inn mæti /móteflandi spjóta" (*Sturlunga saga* I, 419), og eru þessi vísuorð einkennilega lík upphafsorðum á vísu Víga-Styrs í *Eyrbyggju* (75): „Sýndisk mér sem myndi/móteflandar spjóta." Orðmyndin *móteflandar* er ung (í stað „mót-eflendr"), en enn merkilegra þykir mér, að Víga-Styrr skuli yrkja vísuna yfir greftri berserkjanna að sögn Eyrbyggju, en berserkjasögnin er þegin frá Heiðarvígasögu. Þótt undarlegt megi þykja, er ekki sagt í sögunni frá greftri berserkjanna, svo sem ætla mætti, og hefur sú frásögn trúlega fallið JÓ úr minni eins og fleiri vísur Víga-Styrs í Heiðarvígasögu. Það er engin firra að ætla gang mála þennan: Vísa Sighvats > Heiðarvígasaga > Eyrbyggja. En þetta er auðvitað hrein getgáta.

[2] Sjá *Laxdæla*, xxxiv. — Sigurður Nordal: *Um íslenzkar fornsögur*, 133.

[3] Sjá m.a. formálsorð Einars Ólafs í *Eyrbyggju*, xx–xxi. — *Um Njálu*,124–126.

Skyldleikinn er einvörðungu á þeim kafla, þar sem greinir frá Víga-Styr, en fyrrgreind tilvísun vottar, að höfundi Eyrbyggju hafi líka verið kunnur síðari hluti Heiðarvígasögu, þar sem greint er frá Barða Guðmundarsyni.

Engar brigður verða heldur bornar á, að *Njála* noti Heiðarvígasögu, og hafa margir fræðimenn fjallað um það í ritum sínum.[1] Hef ég áður í sambandi við hugmyndaheim Heiðarvígasögu fjölyrt um tengsl sagnanna. Höfundur Njálu stendur í mikilli þakkarskuld við hana fyrir sundurleit aðföng, atvik, ráðagerðir, orðaskipti, drauma og fyrirburði. Einsætt er, að mannlýsing Njáls sækir til Þórarins á Lækjamóti. Að venju fellir höfundur Njálu heimildir sínar svo snilldarlega að mannlýsingum, viðburðum og hugmyndum sögu sinnar, að erfitt er að standa hann að verki. Hann sníður frumefnið eftir hinni listrænu alin. Áhrif Heiðarvígasögu á Njálu stafa nær öll frá sögu Barða.

Gömul er sú skoðun, að höfundur *Bjarnarsögu Hítdælakappa* hafi hvorki þekkt né notað neina eldri Íslendingasögu.[2] Nær sanni hygg ég vera, að hann hafi þegið efni frá mörgum sögum, og sagan sé því mun yngri en talið hefur verið.[3] Bjarni Einarsson tók eftir náinni frændsemi með Bjarnarsögu og Heiðarvígasögu, einkum þar sem segir frá hinsta degi þeirra Bjarnar Hítdælakappa og Þorbjarnar Brúnasonar. Bjarni rekur þessa frændsemi og verður að orði:

> Þetta skal ekki borið hér saman við frásögn Bjarnar sögu lið fyrir lið, því að það er auðsætt hverjum þeim sem kunnugur er þeirri sögu, að hér eru furðu margir svipaðir hlutir á einum stað þótt ýmsir þeirra séu í ólíkum samböndum og hafi mismunandi tilgang.[4]

Að sönnu er ekki um að ræða orðalíkingar, en skyldleikinn

[1] Sjá m.a. Kersbergen: *Litteraire motieven in de Njála*, 177. Einar Ólafur Sveinsson: *Um Njálu*, 120–124; *Njála*, lxxii. — *Hvs.*, cxxix og víðar.

[2] Sjá Björn M. Ólsen: *Um Íslendingasögur*, 109–113. Sigurður Nordal í formála *Bjarnar sögu Hítdælakappa*, lxxxix –xci.

[3] Sjá Gering: *Altn. Saga-Bibliothek* 6, xxiii–xlviii.

[4] *Skáldasögur*, 255.

skín í gegn, og sýnir hann glöggt vinnubrögð höfundar Bjarnarsögu. Ég geri þessu ekki greinarbetri skil að svo stöddu, en draga má fram lítið en skemmtilegt dæmi til að leiða í ljós, hvernig málin eru vaxin.[1]

Björn Hítdælakappi er sagður vera á efsta degi lífs síns *brún-vǫlr*, sem er afar fágætt orð og merkir „þung-brýnn". Lýsingarorðið ætla ég sprottið af hugrenningatengslum til Þorbjarnar Brúna-sonar í Heiðarvígasögu. Hin andlega starfssemi er þannig: Þor-*björn Brúna*-son og *Björn brún*-völur. Þetta er ekki hending, eins og ráða má af mörgum öðrum dæmum, þar sem leiftri slær á milli sagnanna. Rittengslin lúta ekki reglum sagnfræði heldur skáldskapar.

Auðsætt er, að *Grettissaga* hefur leitað fanga til Heiðarvígasögu.[2] Þótt frændsemi sagnanna hafi áður borið á góma, þykir mér hlýða að gera henni frekari skil. Í Grettissögu ber fundum þeirra Grettis og Barða saman, og býðst Grettir til að fara með honum suður um heiði til hefnda. Barði ber þessa ósk Grettis undir fóstra sinn, Þórarin á Lækjamóti, sem gefur engan kost á þátttöku Grettis. Til þess að jafna sakir sínar við Barða situr Grettir fyrir honum og félögum hans, þegar þeir ríða sunnan af Tvídægru eftir Heiðarvígin, en Grettir verður frá að hverfa sökum ofurefli liðs. Er næsta fróðlegt að sjá, hvernig höfundur Grettissögu vinnur, því að ég hygg handbrögð hans vera einkennandi fyrir Íslendingasögur. Höfundur spinnur og vefur. Grettir er alls ekki nefndur í Heiðarvígasögu, en höfundur Grettissögu hefur ekki staðist þá freistingu að leiða saman þessa landskunnu ofureflismenn úr sveitum Húnaþings. Í Heiðarvígasögu er nefndur Þorvaldur í Slétta-dal, sem var „sterkastr maðr at afli fyrir norðan land". Um hann segir Þórarinn á Lækjamóti við Barða:

> ekki skaltu hann kveðja til þessar ferðar, ok kemr til þess skapferði hans.[3]

1 Um frekari aldursrök vísa ég til greinar minnar: „Aldur og einkenni Bjarnar sögu Hítdælakappa", sem mun birtast í afmælisriti Jónasar Kristjánssonar (1994). Ég hygg Bjarnarsögu yngri en Njálu.

2 *Grettis s.*, xxvii–xxviii.

3 *Hvs.*, 265.

Það má ganga að því vísu, að þessi ummæli hafi orðið tilefni til frásögunnar í Grettissögu, eins og Guðni Jónsson hefur bent á. Víða er gneistaflug milli sagnanna.

Nærtækt er að gera ráð fyrir, að griðamál Heiðarvígasögu gangi aftur í Grettissögu, og mér kæmi hreint ekki á óvart, að hugmyndin að sögulokum Grettissögu út í Miklagarði væri frá Heiðarvígasögu runnin, þó að rætur Spesarþáttar liggi auðsæilega í ævintýrum miðalda. Grettis „var hefnt út í Miklagarði, sem einskis annars íslenzks manns“.[1] Þessi orð má virða sem óbeina tilvísun til frásagnar Heiðarvígasögu af Þorsteini Víga-Styrssyni og Gesti, en með þeim tókust hins vegar sættir í Miklagarði, eins og fyrr segir.[2]

Nafngiftir eru oftsinnis góður leiðarvísir um tengsl sagna. Ekki er það einskis virði, að Þorsteinn, bróðir Grettis, skuli fara allar götur til Miklagarðs til hefnda líkt og Þorsteinn Víga-Styrsson, og að Spes „hin göfuga garðshúsfreyja“ skuli heitin nafni, sem er náskylt nafni Auðar, konu Barða. Spes (þ.e. von) höfundar tengist gæfunni, svo sem sjá má af orðum sögunnar:

> Hafa þat flestir menn sagt, at Þorsteinn drómundr ok hans kona Spes þykkja verit hafa inir mestu gæfumenn, ór því sem ráða var.[3]

Vafalaust mun mörgum þykja hér of langt gengið, en þetta er engin firra, þegar menn hafa kynnst náið vinnubrögðum miðaldahöfunda. Mig fýsir að nefna örsmátt dæmi, sem segir mikið um rittengsl, nafngiftir og skáldskap.

1 *Grettis s.*, 290.

2 Frásögn Grettissögu minnir á Heiðarvígasögu (og Laxdælu): „Í þenna tíma fór mart Norðmanna út í Miklagarð ok gengu þar á mála. Af því þótti Þorbirni fýsiligt at fara þangat ok afla sér svá fjár ok frægðar, en hafa sik eigi í Norðrlǫndum fyrir frændum Grettis. Bjó hann nú ferð sína ór Nóregi ok fór út í lǫnd ok létti eigi, fyrr en hann kom út í Miklagarð ok gekk þar á mála; dvalðisk hann þar um hríð.“ *Grettis s.*, 271.

3 *Grettis s.*, 289. Spes er óhugsandi sem rétt nafn á grískri konu. Þess skal þó getið, að kvennanöfnin Fides, Spes og Karitas, sem sprottin eru upp af orðum Páls postula um dyggðirnar þrjár: Trú, von og kærleikur (1. Kor. 13, 13), tíðkast í sumum þjóðkirkjum. Karitas er kunnugt íslenskt nafn. Til er sérstök saga um Spes, Fides og Caritas. Sjá *Heilagra manna sögur* (Unger) I, 369 o.áfr. Sjá Sigfús Blöndal: *Væringjasaga*, 323.

Í Grettissögu er greint frá því, að berserkur nokkur að nafni Snækollur skorar á Einar bónda að leggja upp við hann dóttur sína eða verja hana ella, en „bóndi var þá af œskuskeiði ok engi styrjaldarmaðr“.[1] Í Heiðarvígasögu er aftur á móti sagt frá því, að heimamaður Barða að nafni Koll-Grís, hafi gætt hrossa norðanmanna við Heiðarvígin, því að „hann var ekki styrjaldarmaðr ok af œskuskeiði var hann“.[2] Ekki er um að villast, að hugur höfundar Grettissögu hvarflar frá *Koll*-Grísi til Snæ-*Kolls*, en einkunnir Koll-Gríss eru færðar á Einar bónda. Af þessu má draga þann mikla lærdóm, að þeir sem búa til þröngskorðaðar og þurrvísindalegar reglur um rittengsl Íslendingasagna að hætti nútíma sagnfræðinga og fylgja þeim strangt eftir, fara villir vegar, því að þeir snerta ekki kviku sagnanna.

Höfundur Grettissögu hefur sótt smíðarefni til beggja hluta Heiðarvígasögu, en þó einkum, að því er virðist, til sögu Barða. Það væri vissulega ómaksins vert að fara betur í saumana á skyldleika sagnanna, en um hann má segja: Saga kviknar af sögu sem brandur af brandi. Þessi orð eiga við fleiri sögur og ekki síst þá, sem á eftir fylgir.

Efnisatriði og orðalag taka af öll tvímæli um, að *Hávarðarsaga Ísfirðings* er snortin af Heiðarvígasögu. Hávarðarsaga er ævintýri með góðum endi, sem leitar fanga í mörgum Íslendingasögum og gerir góðlátlegt gys að hetjubókmenntum með því að láta hlutina standa á höfði eða setja þá í nýtt samhengi. Sagan glymur af kunnum atvikum eldri Íslendingasagna, og margir víðfrægir kappar ganga þar ljósum logum. Augljósustu tengslin við Heiðarvígasögu eru þau, að Þorbjörn á Laugabóli býður Hávarði halta í sonarbætur hest, sem Döttur heitir. „Hann er grár at lit, afgamall ok baksárr, ok hefir jafnan legit afvelta hingat til.“[3] Fyrirmyndin er án efa sá viðburður í Heiðarvígasögu, þegar Víga-Styrr læst vilja gjalda Gesti í föðurgjöld „hrútlamb eitt, grátt at lit, ullarrýjat, er eigi vildi

1 *Grettis s.*, 135.
2 *Hvs.*, 300.
3 *Hávarðar saga*, 309; sbr. vísun nmáls til *Hvs*.

þrífask".[1] Þessi sáttaboð vegenda ýfa sárin og knýja fram hefndir.

Styrkja mætti þessa niðurstöðu með fleiri dæmum, en ég tel ekki velta á miklu að bera sig eftir þeim, því að þau segja eðli málsins samkvæmt meira um Hávarðarsögu en Heiðarvígasögu.

Króka-Refssaga á það sammerkt með Hávarðarsögu Ísfirðings að vera öðrum þræði ævintýri og gamansaga, en þær eru í raun réttri afar ólíkar, af því að Hávarðarsaga gerist öll að heita má innanlands og hendir gaman að alvöruþrunginni bókmenntahefðinni, en Króka-Refssaga gerist drjúgum á erlendri grund og innviðir hennar eru farandsagnir um refinn, sem vinsælar voru á miðöldum. Króka-Refssaga hefur þannig tvö veruleikasvið, annars vegar mannsins og hins vegar refsins, sem falla saman sí og æ á snilldarlegan hátt. Refurinn (Króka-Refur) gerir sér haglegt greni í óbyggðum Grænlands og veiðir sér til matar. Báðar þessar sögur, Hávarðarsaga Ísfirðings og Króka-Refssaga, bera hvor með sínum hætti vitni um þróun og endurnýjun sagnaritunarinnar á 14. öld.

Af því sem nú hefur verið sagt, má ráða, að Króka-Refssaga sé skáldlegur tilbúningur og föng hennar komi víða að. Af nöfnum og viðburðum er ekki um að villast, að áhrifa Heiðarvígasögu gæti á Króka-Refssögu, t.d. í 2. og 3. kap. hennar:

> Þess er við getit, at sá maðr var þar í heruðum, er Barði hét, manna minnstr; hann var kallaðr Barði inn litli. Allra manna var hann frástr, ok eigi hljóp hann minna en inn bezti hestr. Hann var skyggn ok glǫggþekkinn. Hann hafði fjárgeymslu á sumrum. Hann var tryggr ok trúr um alla hluti.[2]

Tilvitnunin lýsir anda Króka-Refssögu með ágætum. Barði Guðmundarson er orðinn Barði hinn litli eða „manna minnstr ok vesalligastr", líkt og segir á öðrum stað í sögunni. Að auki gegnir hann hlutverki fjárhirðis, og er „skyggn ok glǫggþekkinn", en þvílík orð hafði Þórarinn um Barða í Heiðar-

[1] *Hvs.*, 231.
[2] *Króka-Refs saga*, 121.

vígasögu. Höfundur hefur endaskipti á hlutunum og laðar þannig fram eins og í Hávarðarsögu kímni og spott með því að ganga að því vísu, að áheyrendum hafi verið vel kunnar frásagnir af Heiðarvígakappanum.

Þess skal einnig getið, að Barði í Króka-Refssögu er sömuleiðis eftirmynd Atla í Otradal, einnar minnistæðustu söguhetju Hávarðarsögu, sem „var manna minnstr ok vesalligastr“.[1] Vafalítið er Króka-Refssaga yngri en Hávarðarsaga.

Fleiri atriði í Króka-Refssögu vísa til Heiðarvígasögu, og eru þau af svipuðum toga og ofan greinir. Þorbjörn vegur Barða í Króka-Refssögu, en í Heiðarvígasögu drepur Barði Þorbjörn (Brúnason). Refur hefnir Barða og af þeim verknaði er keimur af drápi Þorbjarnar í Kjálkafirði og vígi Víga-Styrs (Davíð-Golíat minnið).

Í formála að *Droplaugarsonasögu* dregur Jón Jóhannesson fram, að bardaganum í Eyvindardal svipi í nokkrum atriðum til Heiðarvíga. Honum farast svo orð um þau tengsl:

> Auðvitað eru þessi líkingaratriði of smávægileg til að sanna, að önnur sagan hafi orðið fyrir áhrifum frá hinni, en þau benda heldur í þá átt, og er þá naumast efamál, að Heiðarvíga saga sé veitandinn.[2]

Jón Jóhannesson er hinn gætni sagnfræðingur, sem vill vitanlega hafa vaðið fyrir neðan sig. Frá mínum bæjardyrum séð leikur ekki á tveim tungum, að Droplaugarsonasaga seilist eftir yrkisefni til Heiðarvígasögu. Til frekari samanburðar bendi ég á athuganir Jóns, sem greinir fjögur greinileg líkingaratriði með sögunum í efni og tilsvörum, og læt það gott heita.

Að framan hefur verið ýjað að hugmyndatengslum með Heiðarvígasögu og *Fóstbræðrasögu*, þegar talað er um hefndina sem gneista heiðninnar og að Barði og Þormóður Kolbrúnarskáld ofgeri í hefndinni að dómi Ólafs helga. Sögurnar skarast. Höfðingjarnir Þorgils Arason og Vermundur hinn

1 *Hávarðar s.*, 341–342. — Sjá *Króka-Refs s.*, 123.
2 *Droplaugarsona s.*, lxxv.

mjóvi koma fyrir í báðum sögum, og Víga-Styrs er getið í Fóstbræðrasögu. Þorgeir Hávarsson og Víga-Styrr eru af sama bergi brotnir, andfélagslegir ofstopamenn, sem slá menn af líkt og búfé. En munur þeirra liggur í því, að Fóstbræðrasaga hefur ekki hiklaust reist merki sitt gegn manndrápum líkt og Heiðarvígasaga. Fyrir því er afstaða sagnanna til vígamanna ólík.

Líkindi í orðalagi og efnisatriðum með Heiðarvígasögu og Fóstbræðrasögu eru ekki mörg, og veldur því ugglaust meðferð Fóstbræðrasögu á heimildum sínum. Skýlaust vitni um tækni höfundar er dráp Þorgeirs á Butralda, sem er meistaraleg eftirlíking á vígi Þráins í Njálu með öllum þeim frávikum, sem höfundur Fóstbræðrasögu leggur til málanna í því skyni að skapa sjálfstæða listræna heild.

Í Fóstbræðrasögu þreifar Gríma um þrælinn Kolbak líkt og Álöf kerling um Barða, svo að garpana sakaði ekki, er þeir færu til vígs. Er rætt um þetta með líku málfari: „bíta engi járn", „troll", „trollskapr".[1] Hugsanlega mætti skýra þetta svo, að einungis væri um þjóðsagnaminni að ræða án beinna rittengsla. En bæði orðafar og málavextir mæla ekki með slíkri lausn.

Þorgeir Hávarsson tekur ungur að aldri af lífi ójafnaðarmanninn Jöður til að hefna föður síns. Það atvik og þau ummæli, sem við eru höfð í því sambandi, minna á Gest og Víga-Styr. Þar er ekki aðeins lögð áhersla á makleg málagjöld, eins og segir í Fóstbræðrasögu: „en þat mun hann hverjum gjalda, sem til vinnr",[2] heldur er farið líkum orðum um vígið. Menn beri saman:

> Sýndisk ǫllum mǫnnum, þeim er heyrðu þessa tíðenda sǫgn, sjá atburðr undarligr orðinn, at einn ungr maðr skyldi orðit hafa at bana svá harðfengum heraðshǫfðingja ok svá miklum kappa sem Jǫðurr var.[3]

[1] *Fóstbr.s.*, 162–165. — Sbr. *Hvs.*, 281–182, 302–303.
[2] *Fóstbr.s.*, 133. Menn taki eftir, að *hann* er Kristur, og kemur það heim við *Hvs.*
[3] *Fóstbr.s.*, 133.

> Nú fréttisk víða víg Styrs, ok þykkir mǫrgum mikils um vert, at Gestr, svá ungr maðr, er aldri hafði fyrr víg vegit, skyldi hafa vágat soddan stórræði við slíkan ofsamann, er Styrr var í lífinu, ok mǫrgum stóð ógn af, ok þótti þetta mjǫk hafa farit at málavǫxtum.[1]

Ekki skyldu menn ógilda frásögn Heiðarvígasögu, þó að hún sé í búningi Jóns Grunnvíkings, enda vakir ekki fyrir mér að þessu sinni að seilast eftir líkingum í máli, heldur benda á samkynja og samfelldar hugmyndir í sögunum. Þær eru fyrir hendi, og ætla ég fyrrnefndar tilvitnanir vera stæling á Davíð-Golíat minninu og sé Heiðarvígasaga fyrirmynd Fóstbræðrasögu.

Helgu-Steinar fer til Grænlands til að hefna Þorgeirs og er samskipa Þormóði skáldi, sem heldur þangað sömu erinda. Nefnist Helgu-Steinar Gestur, og er mér ekki grunlaust um, að þar sé kominn Gestur Heiðarvígasögu, þar sem Gestur í Fóstbræðrasögu bjargar Þormóði af skeri líkt og Gestur Þorsteini Styrssyni í Heiðarvígasögu. Fóstbræðrasaga hefur mikinn áhuga á nafngiftum og tákngildi þeirra: Gestur, Gríma, Torráður, Ósvífur o.s.frv., enda kemst höfundur, svo sem fyrr segir, á einum stað svo að orði: „Svá er hverr sem heitir.“[2]

Jónas Kristjánsson hefur bent á, að orðið *andvaragestur* komi tvisvar fyrir í Fóstbræðrasögu og hvergi annars staðar:[3]

> ok var hann mǫrgum mǫnnum nǫkkurr andvaragestr, þar sem hann kom, þó at hann væri á ungum aldri.[4]

> en Þorgeirr hafðisk við á Strǫndum um sumarit ok var mǫrgum manni andvaragestr.[5]

Í báðum tilvikum er orðið *andvaragestr* haft um Þorgeir Hávarsson í merkingunni „gestur, sem veldur áhyggju sökum

[1] *Hvs.*, 235.
[2] *Fóstbr.s.*, 249; sbr. orð Gríms við Gest: „Man ek þat víst, hvat þú nefndisk, en at því spyr ek, hvárt þú heitir svá sem þú nefndisk.“ (256).
[3] *Um Fóstbræðrasögu*, 286.
[4] *Fóstbr.s.*, 126.
[5] *Fóstbr.s.*, 151.

þess, að menn hafa ekki andvara á sér, hættulegur gestur".[1] Ég get mér þess til, að orðið sé í raun og veru nýyrði höfundar: *Andvara-Gestur*, og eigi rætur að rekja til Heiðarvígasögu. Smásveinninn Gestur Þórhallason var hættulegur, þótt ekki væri nema fyrir þá sök eina, að Víga-Styrr galt ekki varhuga við honum. Á þetta leggur Heiðarvígasaga mikla áherslu. Þegar á allt er litið, efast ég ekki um, að höfundur Fóstbræðrasögu hafi á sína vísu sótt nokkurt bætiefni til Heiðarvígasögu.

Eins og að framan greinir, tæpti Björn M. Ólsen á því, að *Kormákssaga* hefði ef til vill leitað fanga til Heiðarvígasögu og vísaði til líkinga í orðalagi á einum stað:

> Fóstra Helgu var því vǫn, *at þreifa um menn*, áðr en til vígs fœri; hon gerir svá við Ǫgmund, áðr hann fór heiman; *hon kvað hvergi stórum við hníta.*[2]

> Hon (þ.e. fóstra Barða) tekr til í hvirflinum uppi ok *þreifar um hann* ǫllum megin, allt á tær niðr. Barði mælti: „Hvé kennisk þér til, ok hvé ætlar þú vera, þó þreifar þú nú svá vandliga?" Hon svarar: „Vel þykki mér," sagði hon, „*hvergi þykki mér við hníta, svá at ek finna stórum.*"[3]

Enda þótt þetta minni komi víðar fyrir, svo sem í Fóstbræðrasögu, ríða skáletruðu orðin baggamuninn, svo að mér þykir sanni næst, að Heiðarvígasaga sé veitandi. Lýsing hennar virðist vera bæði upprunalegri og listrænni með orðaskiptum í sjálfri frásögunni, en sögn Kormákssögu gæti verið útdráttur. Fóstra Helgu, sem þreifar um Ögmund, sýnist leggja þessa fjölkynngi í vana sinn, en í Heiðarvígasögu er hún bundin við Barða. Orðið *stórum* er í samræmi við atburðarásina í Heiðarvígasögu, en er að öllum líkindum viðhengi ritheimildarinnar í Kormákssögu, þar sem Ögmundur kemst skeinulaus úr bardaganum ólíkt Barða.

Að endingu sakar ekki að geta þess, að Bjarni Einarsson

[1] Sjá skýr. nmáls *Fóstbr.s.*, 126.
[2] *Kormáks s.*, 204.
[3] *Hvs.*, 281.

hefur vakið athygli á því, að Gnúpsdalur er dvalarstaður Steingerðar og gististaður Kormáks, en Gnúpsdalur var sömuleiðis gististaður Barða og þeirra félaga, þegar þeir fóru til Heiðarvíga. Hefur þennan bæ áður borið á góma, því að hann hefur sennilega aldrei verið til. Ástæða þykir mér að geta orða Bjarna Einarssonar í þessu samhengi:

> Þótt undarlegt kunni að virðast hermdu fornir rithöfundar oft þvílík aukaatriði hver eftir öðrum auk þeirra hluta, sem meira máli skiptu.[1]

Þessi athugasemd fær oft stoð af tengslum Heiðarvígasögu við aðrar sögur, eins og imprað hefur verið á, en auðvitað er skylt að láta ekki hugarflugið hlaupa með sig í gönur.

Að lokum skal minnst á *Vatnsdælasögu*. Um hana segir Einar Ólafur Sveinsson:

> Ekki er ólíklegt, að höfundi Vatnsdælu, eins og mörgum öðrum Húnvetningum, hafi verið kunn Heiðarvíga saga.[2]

Máli sínu til styrktar bendir hann á líkingar í orðavali.[3] Þorsteinn Ingimundarson segir við bræður sína eftir víg föður þeirra:

> „Þat sýnisk mér ráð, at vér setimsk eigi í sæti fǫður várs, hvárki heima né í mannboðum, meðan hans er óhefnt," — ok svá gerðu þeir ok sóttu lítt til leika eða mannfundi.[4]

Frásagan minnir á Heiðarvígasögu, þegar Barði settist í sæti Halls, bróður síns. Sömuleiðis greinir sagan frá því, að mannamót féllu niður í Vatnsdal og Víðidal, og er það vafalítið í sambandi við hefndir eftir Hall.[5] Sennilega er ritsamband með Heiðarvígasögu og Vatnsdælu, eins og Einar Ólafur gat sér til um.

1 *Skáldasögur*, 64; um frekari samsvaranir með Kormákssögu og Hvs. sjá sama rit, 96, 101–102, 104–105 o.fl. Bjarni Einarsson telur líklegt, að Hvs. hafi verið nokkrum sinnum ofarlega í huga höfundar Kormákssögu.

2 *Vatnsdæla s.*, xlii.

3 *Vatnsdæla s.*, 104. *Hvs.*, 291.

4 *Vatnsdæla s.*, 63.

5 *Hvs.*, 254, 262, 264.

Það er viðbúið, að fleiri sögur styðjist við Heiðarvígasögu en hér hafa verið nefndar.[1] Talinn hefur verið upp einn tugur sagna, sem vitnar um, að sagan hefur notið mikilla vinsælda og breiðst út til allra landshluta. Hvorki vegalengdir né torfærur hafa teppt útbreiðslu sagnaritunarinnar. Leiðin var greið milli bóka. Gengi Heiðarvígasögu hefur verið sýnu meira á sagnaritunaröld en það varð síðar, og kann orsökin að vera sú, að samtíðarmenn höfundar hafi skilið söguna öðruvísi en síðari tíma menn og því haft meiri mætur á henni.

Þessar athuganir ættu að færa mönnum heim sanninn um, að Heiðarvígasaga hefur óspart miðlað öðrum sögum af auðlegð sinni, viðburðum, mannlýsingum og hugmyndum. Merkilegra er þó fyrir almennan skilning á sögunum og tilurð þeirra, að rittengslin sýna glöggt handtök þeirra, sem skópu sögurnar, og þau draga öll fram, að saga vex af sögu og skáld tekur við af skáldi. Félagsleg og persónuleg sannindi eru í taumi skáldskaparins. Þessar athugasemdir hafa einnig leitt í ljós, að tímasetning Íslendingasagna standi til bóta.

B. Sögur sem Heiðarvígasaga hefur þekkt og notað

Þær sögur sem Heiðarvígasaga hefur sótt efni og hugmyndir til, eru að öllum líkindum þessar:

Þorvalds þáttur víðförla
Guðmundar saga dýra
Ólafs saga helga Snorra Sturlusonar
Laxdæla

Nú hefur Heiðarvígasaga verið skorðuð á annan veginn, þ.e. síðari tímamörk greind (*terminus ante quem*), en eftir er að afmarka hana á hinn veginn (*terminus post quem*), og er þá

[1] Mér segir svo hugur um, að *Finnboga saga ramma* sé ein þeirra, sbr. 3. kap. Finnbogi heitir framan af ævi *Urðar*-Köttur, og minnir þar með á Króka-*Ref*. Á 14. öld leita dýrasögur sér hælis í Íslendingasögum. Áhrifin á nefndar sögur koma fram m.a. í veiðiskap, umhverfi, búferlaflutningum og eiginleikum söguhetja. Einnig kemur til greina, að Hallfreðarsaga hafi þekkt Hvs., eins og Bjarni Einarsson hefur bent á; sbr. *Skáldasögur*, 203–204.

þrautin þyngri. Hjálpargögn Heiðarvígasögu hafa að sönnu verið hvorttveggja munnlegar og skriflegar heimildir, sem býsna erfitt er að henda reiður á, enda tala gagnrýnendur nær eingöngu um munnmælasögur sem meginstoð höfundar við sögusmíð sína. Menn hafa í raun og veru komist létt frá þessu og vísað vandanum frá sér. Þar sem Heiðarvígasaga er skáldsaga andlegrar merkingar og höfundur þiggur ekkert yrkisefni án þess að laga það eftir eigin höfði, þá verða bönd sögunnar við eldri ritverk ekki síst fólgin í fyrirmyndum og hugmyndum, sem eru miklu lausari í hendi en tengsl einstakra orða og orðasambanda. Þessi athugasemd varðar eigi síst þær sögubækur og helgu rit, sem hafa verið höfundi uppspretta lærdóms og lífsviðhorfa. Af þessum sökum má segja, að rannsókn á heimildum Heiðarvígasögu sé að verulegu leyti fólgin í því að leggja í einelti hugarflug höfundar og greina, hvernig það virkar. Hugmyndakerfi sögunnar kemur þá að góðum notum. Að þessu sögðu liggur í hlutarins eðli, að hin margreynda rittengslafræði hrekkur skammt, einkum sé henni beitt eftir ströngustu reglum.

Skálmöld Sturlungaaldar hefur lagt höfundi til yrkisefni. Það birtist í almennum atriðum, svo sem þeim að brjóta lög á alþýðu, sitja á svikráðum, sölsa undir sig eignir manna, herja í önnur héruð og vega menn fyrir tyllisakir. Slík þjóðfélagslýsing gefur vitaskuld lítið hald til tímasetningar, því að siðleysi gráðugrar valdastéttar er engin nýlunda. Eigi að síður þykir mér Víga-Styrr vera hin dökka mynd Sturlungaaldar. Það er ekki alveg út í bláinn að ætla, að Sturla Sighvatsson eigi nokkurn skerf í Styr, báðir eru þeir merktir nafni ófriðar, Víga-Styrr og Víg-Sterkur, þeir vinna óhæfuverk og deyja voveiflega, þótt með ólíkum hætti sé. Gerðir þeirra eru víti til varnaðar. En hinu ber ekki að neita, að torvelt er að benda á ákveðna einstaka samtíðarviðburði, sem ótvírætt mega teljast beinar heimildir Heiðarvígasögu.[1]

1 Á það hefur verið giskað, að vísa Víga-Styrs stældi vísu Sighvats Sturlusonar. Ekki er óhugsandi, að frásögn Heiðarvígasögu af ólíkindalátum Halldórs bónda á Mel eigi rót að rekja til Sighvats Sturlusonar. Eftir víg Víga-

Sagan hefur leitað til forns kveðskapar um efni, en óvíst er, hvort hann hafi staðið á bók eða gengið í munni. Hitt er víst, að um miðja 12. öld var enginn hörgull á skrásettum kvæðum af margs konar tagi. Heiðarvígasaga hefur sótt föng til eddukvæða, og má helst gera ráð fyrir, að höfundur hafi þekkt Atlamál, Atlakviðu, Hamðismál og Guðrúnarhvöt, ekki endilega öll, en einhver þeirra.[1] Mér segir svo hugur um, að höfundur hafi haft Völuspá og Hávamál að vegarnesti, þótt þeim verði ekki fundinn staður í sögunni með óyggjandi líkingum í orðalagi. Goðsagnir og lífsspeki eru í vefnaði sögunnar. Heiðarvígasaga hefur auðvitað einnig haft not af dróttkvæðum kveðskap, hvort sem höfundur sækir hann til fyrri nafngreindra skálda eða yrkir vísur sjálfur í sögu sína. En þessar vangaveltur duga skammt til að ákveða ritunartíma Heiðarvígasögu.

Ekki eru margar sýnilegar ritheimildir, sem unnt er að nefna og liggur skýringin að hluta í eðli sögunnar. Heiðar-

---

Styrs kom Gestur að Mel, sagði Halldóri allt af létta og bað hann liðsinnis. Halldór brást stórlega reiður við og bað Gest að dragast brott frá sínum augum hið skjótasta, þar sem hann hefði drepið slíkan höfðingja sem Styr var. Gestur verður fár við og heldur, að hann „muni þenkja sem hann talar, en þat var þó reyndar eigi“. Er Gesti fenginn hestur á laun og kemst hann við það undan til Borgarfjarðar. *Hvs.*, 235–236. Í Íslendingasögu greinir frá því, að Sturla Sighvatsson hafi slegið Þorvarð bónda í Miklagarði með öxi, svo að Þorvarður féll „í óvit ok lá lengi sem dauðr“. Fyrir þetta hrakyrti Sighvatur son sinn og hét honum brottför af Grund. Morguninn eftir segir Sighvatur við Sturlu: „Ekki þykkir mér þetta svá illa sem ek læt, ok mun ek um klappa eftir. En þú lát sem þú vitir eigi.“ *Sturlunga saga* I, 261–262. Þessi frásaga af Sighvati hefur ef til vill borist höfundi Heiðarvígasögu í munnmælum, því að ætla má Íslendingasögu Sturlu yngri en Heiðarvígasögu. Fyrirmynd að óvenjulegum samskiptum bræðranna Vermundar og Víga-Styrs er helst að sækja til Sturlunga, sona Hvamm-Sturlu og Guðnýjar Böðvarsdóttur.

1 Sjá hér að framan um frýjuorð Þuríðar Ólafsdóttur. Furðusýnir Þorbjarnar Brúnasonar fyrir Heiðarvígin virðast runnin frá Atlamálum. *Hvs.*, 290 nmáls; sbr. Einar Ólafur Sveinsson: *Um Njálu*, 120. Sjá einkum A. Heinrichs: „Beziehungen zwischen Edda und Saga. Zur interpretation zweier Szenen aus der Heiðarvíga saga“, 17–26.

vígasaga og Landnáma virðast t.d. hvor annarri óháðar. Þess væri að vænta, að Heiðarvígasaga skildi eftir sig einhver ummerki í Landnámabók Sturlu Þórðarsonar, en sú er ekki raunin á.[1]

Sigurður Nordal lét sér til hugar koma, að höfundur Heiðarvígasögu hefði haft einhver fróðleiksbrot, sem ýtt hefði undir ritun sögunnar, og til tók Sigurður „skrá um liðsmenn Barða og mannfall í Heiðarvígum“.[2] En erfitt er að færa sönnur á það, eins og Sigurður benti sjálfur á, enda kæmi slíkt kappatal að öðru jöfnu að litlum notum við aldursákvörðun sögunnar.

Þótt lítt stoði við tímasetninguna, þykja mér efni standa til að geta hér um *Þorvalds þátt víðförla*, sem sennilegt hjálpargagn, þar sem þátturinn og Heiðarvígasaga segja frá líkum atvikum og hvíla á sama hugsjónagrundvelli. Þorvaldur víðförli og Barði Guðmundarson eru náskyldir, frásögurnar gerast um skeið í sama héraði, örlög þeirra eru ekki ósvipuð, og síðast en ekki síst eru sögurnar að líkindum samdar á Þingeyrum eða í námunda við klaustrið. Hef ég áður dregið þetta fram.

Fastara land er undir fótum, þegar *Guðmundarsaga dýra* á í hlut. Hún er ein þeirra sagna, sem líklegt er, að eigi kyn sitt að rekja til Þingeyra. Guðmundur gekk í klaustrið eftir Önundarbrennu 1197 og lést 1212. Guðmundarsaga hefur komið nokkrum sinnum til tals í þessari rannsókn, sem bendir til skyldleika við Heiðarvígasögu. Einkanlega beinist athyglin að frýju Guðrúnar Önundardóttur með sviðin að uppistöðu, sem ég ætla beina fyrirmynd að hvöt Þuríðar. Þessar brýningar eiga mikla samleið, enda þótt engin líkindi séu í orðalagi. Guðmundarsaga er, ef að líkum lætur, skrifuð ekki löngu eftir lát Guðmundar. Að vísu segir það ekki mikið um aldur Heiðarvígasögu, en samt er það eigi með öllu gagnslaust. Frekari

[1] Þórður Jónsson í Hítardal jók Landnámugerð sína á 17. öld með skírskotun til sögu Víga-Barða. Sjá Björn M. Ólsen: *Um Íslendingasögur*, 199–201.

[2] *Hvs.*, cxv.

vísbendingar um skyldleika sagnanna eru á víð og dreif í bókinni.[1]

Þótt fátt eitt sé sagt frá Ólafi helga í Heiðarvígasögu, má gera sér í hugarlund, að höfundur hennar hafi þekkt einhverja *Ólafs sögu helga*. Sigurður Nordal hefur vakið athygli á því, að orðatiltækinu „sem í skóg sæi" bregði fyrir í fjórum fornum sögum, sem gefi í skyn samband þeirra á milli. Er orðasambandið lýsing á óvinafjöld. Þessar sögur eru Helgisaga Ólafs, Sverrissaga, Fóstbræðrasaga og loks Heiðarvígasaga.[2] Örðugt er að segja til um, hvað af þessu má ráða. Fóstbræðrasaga er ekki lengur talin til elstu sagna og orðasambandið fer án efa verst í Heiðarvígasögu, þar eð um tiltölulega fáa menn er að ræða, þá sem að sækja. Vekur það grunsemdir um, að samlíkingin eigi heima í öðru og eðlilegra umhverfi, og kemur þá upp í hugann, að ýkjur hafa átt innangengt í bardagalýsingar Heiðarvíga. Meira máli skiptir, að allar þessar sögur benda til Þingeyraklausturs, og virðist kveðskapur í Heiðarvígasögu staðfesta þetta með því að sýna líkingar við vísur, sem skrásettar hafi verið á Þingeyrum.[3]

Snorri Sturluson leggur mikla áherslu á í mannlýsingu Ólafs helga að sýna þau miklu umskipti, sem verða á breytni hans, þegar víkingurinn Ólafur Haraldsson segir skilið við hefndir og mannvíg og gerist hinn bænrækni og siðavandi konungur. Ekki vottar fyrir svo skýrum sinnaskiptum í eldri sögum af Ólafi helga. Það er auðsætt, að Ólafur helgi setur ofan í við Barða af myndugleika nýfengins siðamats. Ólafur helgi hefur sagt skilið við þá forneskju að vega saklausa menn. Hin harkalegu viðbrögð Ólafs helga, þegar hann gerir Barða brottrækan frá hirð sinni, verða best skýrð í ljósi skilnings Snorra á þroskaferli Ólafs helga. Á þetta atriði legg ég höf-

[1] Sjá einkum bls. 55–58.

[2] *Hvs.*, cxl.

[3] *Hvs.*, cxlii–cxliii. Víga-Styrr yrkir vísu, þar sem segir: „Eigi verðr þat allt at regni, er røkkr í lopti", og minnir þetta orðtæki á upphaf vísu Þorfinns munns, skálds Ólafs helga: „Røkkr at regni miklu." Sjá *Hvs.*, cxli; *Hkr.* II, 359.

uðáherslu. Heiðarvígasaga sækir hugmynd, en ekki atburð til Ólafs sögu helga.

Í annan stað er gaumur gefandi að myndhvörfunum hrútur>Hrútur (sbr. hallur>Hallur) ásamt slátursögu, sem koma fyrir í Ólafs sögu Snorra, en ekki annars staðar og gætu að hluta til verið kveikja eða fyrirmynd að frýju Þuríðar. Ég tel miklar líkur á, að Ólafs saga Snorra sé heimild Heiðarvígasögu.[1] Að sönnu er fangið ekki stórt, en það er þeim mun mikilvægara, sem það felur í sér bæði hugarheim og framtíðarsýn höfundar.

Nú er komið að sögu, sem vegur þungt við tímasetningu Heiðarvígasögu, en það er *Laxdæla*. Þegar rýnt er í hlutina, kemur í ljós náinn skyldleiki með sögunum, þótt hann sé síður en svo auðsær við fyrstu sýn. Vissulega eru margar sömu persónurnar leiddar fram á sjónarsviðið og tæpt er á nákomnum atvikum, en sögurnar reynast jafnan eiga furðu litla samleið, hvort sem um er að ræða meðferð yrkisefnis, anda eða stíl. Fyrir vikið hefur fræðimönnum missýnst. Þræðir liggja á milli sagnanna, sem torvelt er að rekja, þótt gildir séu.

Björn M. Ólsen kvað ekki fastara að orði um tengsl sagnanna en svo, að Laxdæla hefði ef til vill notað Heiðarvígasögu.[2] Einar Ólafur var einnig varfærinn í þessum sökum og hugði ýmis smáatriði kynnu að benda til þess, að höfundur Laxdælu hefði þekkt Heiðarvígasögu.[3] Flestir fræðimenn telja þó einsætt, að Laxdæla hafi notað hana og skírskota einkanlega til frýjuorða mæðgnanna Þuríðar og Þorgerðar.[4]

1 Ég vek athygli á tveimur skemmtilegum og skyldum frásögnum í Hkr. og Heiðarvígasögu, þótt lítið verði lagt upp úr þeim, hvað varðar rittengsl. Skyldleikinn liggur í hugsuninni. Þórir hundur hefur gerðir Ásbjarnar, frænda síns, í flimtingum og kveður svo að orði: „Veit ek eigi, hvárt hann hyggr, at Sel-Þórir myni í hverjum hólma fyrir vera.“ (*Hkr.* II, 198). Í Heiðarvígasögu tekur Gísli svo til orða: „Svá láti þér,“ segir hann, „sem Barði muni koma undan hverri hríslu í allt sumar, ok hefir hann enn eigi komit.“ (*Hvs.*, 295).

2 *Um Íslendingasögur*, 202–04.

3 *Laxdæla*, xxvii, xli.

4 Sbr. Heller: *Die Laxdæla saga*, 107–108. — A.C. Bouman: „Patterns in old English and old Icelandic Literature“, 117–119.

Aftur á móti hefur aldrei hvarflað að nokkrum bókmenntafræðingi, að Laxdæla gæti verið eldri en Heiðarvígasaga og þar fyrir veitandi hennar. Það þarf því ekki að ganga að því gruflandi, við hvílíkan vanda er að etja, þegar færa skal haldgóð rök fyrir slíkri afstöðu sagnanna.

Aðalpersónur eru hinar sömu í báðum sögum, og er þá saga Barða Guðmundarsonar höfð í huga, en ekki saga Víga-Styrs. Laxdæla segir frá Ólafi páa og Þorgerði Egilsdóttur Skallagrímssonar, sonum þeirra, einkum Kjartani, og Þuríði, dóttur þeirra, þar að auki sonum hennar, Barða og Halli Guðmundarsonum. Sögurnar eiga fleiri söguhetjur sameiginlegar, t.d. Snorra goða, Eið Skeggjason og Ólaf helga. Það væri með ólíkindum, ef ekki kæmu til einhver áhrifatengsl með öllum þessum frásögnum.

Þar sem fræðimenn hafa slegið úr og í með rittengsl Heiðarvígasögu og Laxdælu, er rétt að taka strax af skarið um það efni. Í því skyni má nota frásögn af Snorra goða. Hann tekur fyrir ættvíg í Laxdælu, og hann stöðvar líka hefndarvíg í Heiðarvígasögu. Snorri mælir svo í Laxdælu:

> „œrit hefir komit fyrir víg Bolla, er Helgi var Harðbeinsson fyrir goldinn; *eru hølzti mikil vandræði manna áðr orðin, þó at staðar nemi um síðir.*“[1]

Snorra verður þessi orð á munni í Heiðarvígasögu:

> „Eigi er þat, góði vinr, *œrin eru nú orðin vandræði með mǫnnum, þótt hér nemi staðar.*“[2]

Snorri goði mælir sömu orð annars vegar við Bolla Bollason í Laxdælu og hins vegar við Þorgils Arason í Heiðarvígasögu til þess að lægja vandræði með mönnum fyrir ófriðar sakir. Þessi ummæli Snorra eru samkvæmt ýtrustu fræðakröfum órækur vitnisburður um bein rittengsl, en þau upplýsa ekki, hvor sagan muni vera veitandi og hvor þiggjandi. Um það snýst málið.

Kunnasta sýnishornið um frændsemi sagnanna hefur ævin-

[1] *Laxdœla*, 209.
[2] *Hvs.*, 314.

lega verið eggjun mæðgnanna Þorgerðar og Þuríðar, þótt hún hafi ekki nægt öllum til sannindamerkis um rittengsl. Svo segir Laxdæla:

> „ok furðu ólíkir urðu þér yðrum frændum gǫfgum, er þér vilið eigi hefna þvílíks bróður, sem Kjartan var, ok eigi myndi svá gera Egill, móðurfaðir yðvarr, ok er illt at eiga dáðlausa sonu.“[1]

> „því at ek veit gørst um yðr sonu mína, at þurfi þér brýningina.“[2]

En Heiðarvígasaga segir:

> „er þér hafið eigi þorat at hefna Halls, bróður yðvars, þvílíks manns, sem hann var, ok eru þér orðnir langt frá yðrum ættmǫnnum, er mikils eru verðir, ok eigi mundu þeir þvílíka skǫmm eða neisu setit hafa, sem þér hafið þolat um hríð ok margra ámæli fyrir haft.“[3]

> „fyrir því at eigi skal skorta til áeggjun, fyrir því at þess þarf við.“[4]

Þessar líkingar í efni og orðfæri taki af öll tvímæli um rittengsl, enda bætast við svipaðar aðstæður, umhverfi og náskyldir mælendur. Ég hef áður vikið að þessum frýjuorðum, en ætla samt sem áður að vekja athygli á enn einu atriði til skýringarauka.

Þorgerður talar um, að hún eigi dáðlausa sonu, sem þurfi brýningar við, þess vegna taki hún þátt í hefndarförinni. Þetta má til sanns vegar færa. Ólafur pái hafði staðið gegn því, að Bolli Þorleiksson yrði af lífi tekinn fyrir dráp Kjartans, og í annan stað var Bolli náfrændi og fóstbróðir þeirra Ólafssona. Allt öðru máli gegnir um áeggjun Þuríðar. Hefndarförin var þegar ráðin, og til stóð að vega óvandabundinn mann, Gísla Þorgautsson. Að auki hafði Þuríður þegar frýjað Barða hefnda með kinnhesti, þegar hann settist í sæti Halls, bróður síns. Brýning Þorgerðar er því röklegur listrænn hluti heildarinnar, en hvöt Þuríðar svífur öll í lausu lofti. Þessi staðreynd mælir með þeim skilningi, að Heiðarvígasaga hermi eftir Laxdælu, sem sé hvorttveggja fyrirmynd og heimild Heiðarvígasögu.

1 *Laxdæla*, 162.
2 *Laxdæla*, 164.
3 *Hvs.*, 277.
4 *Hvs.*, 279.

Ekki er ég frá því, að sjálft málfarið styrki þá niðurstöðu. Út frá almennum hugmyndum fræðimanna um aldur og list Íslendingasagna — eða af „raunsæi“ elstu sagna — hefði fastlega mátt búast við því, að atferli Þuríðar væri undir meiri aga (sbr. t.d. orðaflaum hennar: skömm — neisa — ámæli) og snauðari að tilfinningaofsa en hin siðaða hegðun Þorgerðar. En þessu er þveröfugt farið. Í stað þess að gera ráð fyrir öfugstreyminu oflist>list ætla ég líklegri þróun list>oflist.

Í þessu samhengi fýsir mig að hreyfa einni hugmynd. Við dögurðinn í Ásbjarnarnesi brytjar Þuríður margnefndan yxinsbóg í þrennt og leggur ásamt steinum á borð fyrir þrjá sonu sína sem tákn Halls, hins vegna sonar, sem var „fulltíði at aldri“. Uxinn er með öðrum orðum sonartákn. Ólafur pái Höskuldsson lét höggva uxann Harra, þegar hann var átján vetra. Næstu nótt eftir dreymdi Ólaf, að kona kæmi að honum, mikil og reiðuleg, og mælti m.a.:

> „Son minn hefir þú drepa látit ok látit koma ógørviligan mér til handa, ok fyrir þá sǫk skaltu eiga at sjá þinn son alblóðgan af mínu tilstilli; skal ek ok þann til velja, er ek veit, at þér er ófalastr.“[1]

Í draumnum er sagt fyrir um dauða Kjartans. Það er engin fjarstæða að halda, að hér sé komin fyrirmyndin að því tiltæki Þuríðar að láta nýslátraðan uxa vera ígildi Halls. Uxi og steinn á diski Þuríðar húsfreyju merkja: S o n u r m i n n, H a l l u r. Enginn viðvaningsbragur er á þvílíkum skáldskap.[2]

Fátt er sagt af Barða og bræðrum hans í Laxdælu. Hallur hefur bersýnilega verið fyrir þeim bræðrum enda þeirra elstur. Hans er getið við leika í Ásbjarnarnesi með Kjartani Ólafssyni og við brúðkaup hans í Hjarðarholti. Eftir víg Kjartans eggjar Hallur manna mest ásamt Kálfi Ásgeirssyni, að gengið skyldi milli bols og höfuðs á Bolla, en Ólafur pái

[1] *Laxdæla*, 84–85.

[2] Hér má af hugmyndasögulegum rökum (uxi=sonur) nefna Gefjunarsögnina. Gefjun fór til Gylfa konungs í Svíþjóð, sem gaf henni eitt plógsland. „Þá fór hon í Jǫtunheima ok gat þar fjóra sonu við jǫtni nǫkkurum. Hon brá þeim í yxnalíki ok fœrði þá fyrir plóginn ok dró landit út á hafit ok vestr gegnt Óðinsey, ok er þat kǫlluð Selund.“ *Hkr.* I, 14–15; sbr. og 1. kap. Gylfaginningar.

hélt aftur af þeim og taldi son sinn ekki að bættari. Loks er greint frá því, að Hallur hafi ekki verið hér á landi, þegar ráðin var aðför að Bolla.[1]

Ritskýrendur hafa dregið þá ályktun, að höfundur vísi í þessu dæmi til Heiðarvígasögu. Ekki þarf svo að vera. Úr því að Hallur var að sögn Laxdælu manna eindregnastur í hefndunum, hlaut sagan sjálf að gera grein fyrir því, hvers vegna Hallur var fjarstaddur, þegar um síðir varð af hefndarferð Ólafssona. Í Heiðarvígasögu er dregin upp nokkuð önnur mynd af Halli. Hann er ekki riðinn við neina atburði hérlendis, einungis er þess lauslega getið, að hann hafi fallið fyrir hendi morðingja í kaupferð í Noregi. Honum er lýst sem göfugum friðsemdarmanni. Hér er skylt að hafa í huga, að endursögn Jóns Ólafssonar er ein til hliðsjónar. Frásagnirnar af Halli í Laxdælu og Heiðarvígasögu eru með sama sniði og lýsingarnar á Barða í Heiðarvígasögu og Grettissögu. Höfundur yngri sögunnar prjónar við, en varast missagnir eftir föngum. Frásagan fyllir í eyðu eldri sögunnar. Höfundur Laxdælu hefur mikið dálæti á Halli. Sagan segir frá því, að leikar hafi verið lagðir í Ásbjarnarnesi:

> Hallr, sonr Guðmundar, var þá á tvítugs aldri; hann var mjǫk í kyn þeira Laxdœla. Þat er alsagt, at eigi hafi verit alvaskligri maðr í ǫllum Norðlendingafjórðungi. Hallr tók við Kjartani, frænda sínum, með mikilli blíðu.[2]

Ef frásögn Heiðarvígasögu hefði verið Laxdælu tiltæk, verður það að teljast undarlegt, að Laxdæla skuli að engu geta hörmulegra endaloka Halls í Noregi. Hins vegar er skylt að láta sér eigi úr minni líða, að ályktanir, sem dregnar eru af þögninni einni saman, eru varasamar, eins og vinnulagi höfunda er háttað.

Í Laxdælu er Barði kynntur til sögunnar sem einn sona Þuríðar og Guðmundar Sölmundarsonar. Þar næst er hann nefndur, þegar Halldór Ólafsson, frændi hans, vill jafna sakir við Bolla fyrir víg Kjartans, og er Barði þá sagður átján

[1] *Laxdæla*, 162.
[2] *Laxdæla*, 136.

vetra og „mikill ok sterkr". Halldóri verður að orði við frænda sinn:

> „er ekki því at leyna, Barði frændi, at mjǫk var undir heimboði við þik, at vér vildim hér til hafa þitt liðsinni ok brautargengi."[1]

Ekki fer hjá því, að ummæli Halldórs líkist orðum Þórarins spaka við Barða:

> „Vættir mik, at þar komi Halldórr, fóstbróðir þinn; bið hann fǫruneytis ok brautargengis . . ."[2]

Eftirtektarvert er, að Halldór Ólafsson í Laxdælu leitar fyrst liðsinnis Barða, sem fyrir Heiðarvígin bar sig fyrst eftir föruneyti Halldórs, fóstbróður síns. Ætla má, að þessar samsvaranir í nöfnum, atvikum og orðafari stafi naumast af einskærri tilviljun. Þær eru dæmigerðar fyrir, hversu höfundur yngri sögu leikur þá eldri.

Nokkurri furðu gegnir, hversu Barða í Laxdælu svipar lítt til hins vaska vígamanns með sama nafni í Heiðarvígasögu. Laxdæla getur að litlu eða engu framgöngu Barða í hinni frásagnarverðu atlögu að Bolla Þorleikssyni í selinu, og sagan ýjar hvergi að Heiðarvígum Barða. Þrátt fyrir allt er vitanlega íhugunarefni, frá hverju Laxdæla segir e k k i. Líkt gildir um Heiðarvígasögu. Þar bryddir ekki á Barða við hefnd Kjartans, samskipti Barða við náfrændur sína Hjarðhyltinga eru engin, hjónabands Þuríðar og Geirmundar gnýs er hvergi getið. Fleira mætti nefna af þessu tagi. Þetta segir í sjálfu sér lítið um afstöðu sagnanna þeirra á milli, en ber fyrst og fremst vitni um almenn vinnubrögð þeirra, sem skrifuðu fornsögurnar.

Fræg er sú frásögn Laxdælu, þegar smalamaður Helga Harðbeinssonar lýsir nákvæmlega Þorgilsi Höllusyni og fylgdarmönnum hans af klæðaburði og yfirlitum, svo að Helgi ber kennsl á þá. Þykir honum að vonum mikið til sveinsins koma og verður að orði: „ok ertu skýrr maðr ok gløggþekkinn".[3]

1 *Laxdæla*, 163.
2 *Hvs.*, 264.
3 *Laxdæla*, 188.

Þessar einkunnir eru í rökréttu samhengi við atburðarásina í Laxdælu. Öðru vísi hagar til í Heiðarvígasögu. Þeir fóstrar, Þórarinn og Barði, ræðast við:

> „Þó hefir þú þar, fóstri," segir Barði, „sverð mikit um kné þér." „Hefir þú eigi sét mik hafa þetta vápn fyrr, hygginn ok gløggþekkinn?" segir Þórarinn. „Svá er ok; eigi hefi ek fyrr haft."[1]

Ef til vill eru lýsingarorðin, sem Þórarinn velur Barða, frá Laxdælu komin, því að þau virðast vera í Heiðarvígasögu eins og tíndir hagalagðar. Þessi athugasemd er leidd af því viðhorfi að ætla frásögn, sem er kirfilega studd öðrum atvikum í framvindu sögu, upprunalegri en þá, sem er rótlítil í samhengi sínu eða jafnvel laus endi.

Fleiri líkingar í orðalagi má nefna. Þegar Bolli Þorleiksson hefur verið særður til ólífis, kveðst Þorgerður Egilsdóttir, „eigi spara þurfa at vinna ógrunsamliga at við Bolla".[2] Líkt mælir Barði, þegar honum eru sögð tíðindin af vígi Gísla, sem hann hafði sjálfur unnið: „Ekki lǫstu vér þat, ok eigi þóttumk ek allgrunsamliga unnit hafa."[3] Þetta sjaldgæfa orðasamband er enn eitt merkið um frændsemi sagnanna.[4]

Mér dettur í hug, að frásaga Laxdælu af aðförinni að Helga Harðbeinssyni hafi orðið höfundi Heiðarvígasögu harla minnisstæð, einkum af því að Þorgerður húsfreyja lætur þar að sér kveða á eftirminnilegan hátt, en einsdæmi mun það vera í Íslendingasögum, að konur gegni hlutverki hins ódeiga foringja í hefndarför. Nefna má fleiri líkindi í orðavali. Haraldur konungur Gunnhildarson segir við Ólaf páa í Laxdælu:

1 *Hvs.*, 280.
2 *Laxdæla*, 168; *ógrunsamliga: øruggliga* (Möðruvallabók).
3 *Hvs.*, 302.
4 Þorgils skarði var veginn 1258 að Hrafnagili í Eyjafirði, og stóð Þorvarður Þórarinsson fyrir vígi hans. Þorvarður flutti ræðu fyrir sveit sinni, áður en hann reið að Þorgilsi og mælti m.a.: „Vil ek, at menn geymi, ef færi gefr á, at bera þegar vápn á hann ok vinna at því *ógrunsamliga*, svá at hann kunni eigi frá tíðindum at segja, því at þá er allt unnit, ef hann er af ráðinn." Sjá *Sturlunga saga* II, 219.

> „Þetta skip skaltu eignask, Óláfr; vil ek eigi, at þú siglir af Nóregi þetta sumar svá at þú sér annarra farþegi.“ Óláfr þakkaði konungi með fǫgrum orðum sína *stórmennsku*.“[1]

Síðar er Ólafur pái í hlutverki gefandans:

> En at skilnaði þeira Geirmundar gaf Óláfr honum kaupskipit *með ǫllum reiða*; Geirmundr þakkar honum vel ok sagði gefit *allstórmannliga*.[2]

Í Heiðarvígasögu þiggur Barði skip af hendi Halldórs, fóstbróður síns:

> „Skip þetta vil ek gefa þér *með rá ok reiði*.“ Barði þakkar honum, þykkir hann *stórmannliga* gǫrt hafa.[3]

Stórmannlega er eitt af eftirlætisorðum Laxdælu, enda er mikillæti hugsjón, sem er snar þáttur í lífsskilningi höfundar.[4] En orðið er líka hugstætt höfundi Heiðarvígasögu: *Brytjat stórmannliga, stórmannliga gǫrt hafa, veitir þeim stórmannliga ok vel,*[5] og væri tæplega við því að búast í „fornlegum og frumstæðum stíl“ Heiðarvígasögu. Eftirfarandi málsgrein sýnist ekki vera með öllu ósnortin af frásagnarhætti Laxdælu:

> „ok var vel virðr, ok þóttusk menn sjá á honum *stórmennsku*, ok virði hann þau bæði mikils.“[6]

Barði segir við heimamenn sína, er hann sér, að móðir hans hyggst slást í för með honum suður yfir heiði — líkt og Þorgerður í Laxdælu — að þeir skuli ríða á móti henni „ok mælið við hana *sœmilega ok fagrt*“. Þetta eru einkennisorð Laxdælu og jafnan ort til lofs, en andi þeirra er allur annar í Heiðar-

1 *Laxdæla*, 60–61.
2 *Laxdæla*, 81.
3 *Hvs.*, 318.
4 Um stórmennskuhugsjónir Laxdæluhöfundar sjá m.a. Einar Ólafur Sveinsson: *Laxdæla*, xvii o.áfr. — Um eftirlætisorð Laxdælu má vísa til athugana P. Hallbergs: *Ólafr Þórðarson Hvítaskáld, Knýtlinga saga och Laxdæla saga*.
5 *Hvs.*, 277, 318, 319.
6 *Hvs.*, 325.

vígasögu, þar er þeim ætlað það hlutverk að blekkja „kerlingu“. Vettvangur þessara orða í Heiðarvígasögu er fyrir bragðið með framandlegum hætti, og ummæli Barða birta ólíka stefnu sagnanna.

Anne Heinrichs hefur tekið eftir því, að hið hetjulega og hið fáránlega eru samofin í frásögn Heiðarvígasögu af reið Þuríðar og ofanför hennar. Heinrichs breiðir ekki yfir undrun sína, þegar hún kemur auga á, að saman skuli fara annars vegar frumstæð og forn saga og hins vegar höfundarafstaða og frásagnarháttur, sem spotta hetjuskapinn. Þetta þykir henni skjóta skökku við almenna bókmenntareynslu, svo að hún lýkur grein sinni á óvenjulegan hátt með því að varpa fram grundvallarspurningu: Getur þetta verið?[1] Athugasemdir Anne Heinrichs þykja mér að sama skapi óvæntar og þær eru merkar, því að þær taka undir grunnhugsun þessarar rannsóknar, að Heiðarvígasaga sé til muna yngri en talið hefur verið, þróunin sé frá list til oflistar og höfundur eigi ákveðið erindi við lesendur. Þetta þrennt fari saman.

Í Laxdælu og Heiðarvígasögu fara menn landshluta á milli til hefnda, og er margt líkt með för Þorgils Höllusonar suður í Skorradal til að ráða af dögum Helga Harðbeinsson og suðurferð Snorra goða til Bæjar í Borgarfirði til að taka af lífi Þorstein Gíslason. Í báðum tilvikum kemur við sögu Þórður köttur Þórðarson, fóstri Snorra og sonur Guðrúnar Ósvífursdóttur, og á þann hátt, að eftir er tekið. Að föllnum Helga Harðbeinssyni hleypur Þórður að Harðbeini, syni Helga, tólf ára gömlum og vill ráða til hans, en Bolli Bollason stendur í vegi fyrir honum með svofelldum orðum: „Skal hér engi maðr vinna klækisverk, ok skal Harðbeini grið gefa.“[2]

Í Heiðarvígasögu er einkennilega lík lýsing. Þegar þeir

[1] A. Heinrichs lýkur athugunum sínum á tengslum Heiðarvígasögu og eddukvæða á þessa lund: „Eine archaische, naive, primitive Saga — so wird sie vielfach in der Forschung gekennzeichnet, die möglicherweise am Anfang der literarischen Entwicklung ihrer Gattung steht, verhält sich im Stil und damit in der geistigen Einstellung ironisch-distanziert zum Heldenlied — wäre das möglich?“ *Beziehungen zwischen Edda und Saga*, 26.

[2] *Laxdæla*, 193.

Snorri goði höfðu vegið Þorstein Gíslason og son hans Þorvarð,[1] gekk annar sonur Þorsteins, Sveinn að nafni, níu vetra gamall, út í dyrnar til að gæta að föður sínum. Var honum „svefn í augum". Og sagan heldur áfram:

> *Snorri mælti við son sinn, Þórð kausa: „Sér kǫttrinn músina? Ungr skal at ungum vega.*" Þórðr, fóstri hans, mælti: „Þat skal aldri ske, at svá ungr sveinn sé veginn, ok skulu vit undir eins falla báðir." Segir Snorri hann skuli ráða, þó sér sé grunr, at sá sveinn muni einhvers staðar hǫggva í ætt sína.[2]

Spásögn Snorra goða um, að sveinninn muni síðar koma fram hefndum, rætist ekki, og er það andstætt frásagnarvenju fornsagnanna. Þarf ekki annað en minna á þann fræga atburð, er Helgi Harðbeinsson þerrði blóðugt spjótið á blæjuenda Guðrúnar Ósvífursdóttur og hafði sér til afbötunar, „at undir þessu blæjuhorni búi minn hǫfuðsbani".[3] Sá spádómur gekk auðvitað fram. Í Heiðarvígasögu er á hinn bóginn um lausan enda að ræða. Til greina kæmi að bera Jón Ólafsson sökum, minnið hefði brostið, en annar kostur og mun líklegri er fyrir hendi. Af Laufæsingavígum segir svo í Guðmundarsögu dýra:

> Þá gekk út kona til kirkju ok hafði sveinbarn í faðmi sér, þat er Hildibrandr var faðir at. Sighvatr bað þá höggva sveininn. Þá hljóp Þorgrímr at ok mælti: „Hvárki skal hér vinna á börnum né konum, þótt sjá sveinn verði oss öllum at bana." Síðan fóru þeir Þorgrímr í brott. En Þórðr kom heim, þá er þeir váru í brottu, ok sá, hvat þar var at sýst, ok mælti: „Ný slátr er hér nú at höndla."[4]

[1] *Eyrbyggja* segir, að Snorri goði hafi tekið af lífi „Þorstein Gíslason ok Gunnar, son hans." (154).

[2] *Hvs.*, 249 (JÓ). Eyrbyggja og Ævi Snorri goða segja Snorra hafa átt tvo sonu og einn fósturson með sama nafni og sama viðurnefni að kalla (kausi =köttur), og gegnir það nokkurri furðu. Sjá *Eyrbyggja*, 150–151 nmáls. Það má láta sér til hugar koma, að dálæti Snorra á kettinum segi okkur eitthvað um hann sjálfan. Á þetta hefur Ármann Jakobsson bent mér.

[3] *Laxdæla*, 168.

[4] *Sturlunga saga* I, 199.

Snorrri goði hét upphaflega Þorgrímur. Þótt hlutverkaskipan sé önnur með Þorgrími og Þórði, hvarflar að mér, að um hugrenningatengsl sé að ræða eins og víðar milli Heiðarvígasögu og Guðmundarsögu dýra, og þar gæti verið fengin skýring á því, hvers vegna Heiðarvígasaga vanrækir að ganga frá þræði sínum. En þetta er vitanlega getgáta.

Furðu gegnir, að Barði og félagar skulu ríða um héruð í kvenbúningi til að dyljast. Þetta á sér stað, þegar þeir ríða frá Heiðarvígum og meira að segja einnig þegar Barði er kominn á heimaslóðir í Víðidal, þá „ætla menn, at konur ríði“. Barði heldur síðar uppteknum hætti og ríður „með sama búnaði“ um sveitir. Loks eru Barði og félagar í „búnaði“, er þeir ríða í flasið á Snorra goða og Þorgilsi Arasyni.[1] Við því hefði mátt búast, að þessa slóttuga herbragðs væri getið fyrr í sögunni, þegar Þórarinn lagði á ráðin um suðurförina og gætti þess vandlega að láta ekki smáatriðin reka á reiðanum. Þessi frásaga kemur því verulega “á óvænt“, eins og ritskýrandi Íslenskra fornrita orðar það.[2]

Kvenbúnaður kappanna sýnist óþarfur ekki síst innan héraðs, þegar lítil hætta steðjar að, og vera utangátta í sögunni. Í fljótu bragði fæ ég ekki komið auga á neina skynsamlega skýringu á þessu, nema hvað kvenfatnaðinum væri ætlað að lýsa garpskap norðanmanna frá ákveðnu sjónarhorni. Eigi man ég eftir neinu hliðstæðu dæmi í öðrum Íslendingasögum við klæðskipti þeirra Barða og félaga. Það er því líkast sem margar Þuríðar kerlingar ríði frá vígi. Það er sem ég sæi Gunnar á Hlíðarenda fara frá bardaganum við Knafahóla ríðandi um Fljótshlíðina dulbúinn sem kona. Um grófa kímni er að ræða í Njálu, þegar Gunnar fer dulklæddur sem Kaupa-Héðinn vestur í Dali til fjárheimtu, en hann er þó í karlmannsklæðum.[3] Það er segin saga, að hetjur klæðast ófúsar kvenfötum, og er aðeins eitt dæmi um það í Njálu, þegar Ástríður af Djúpárbakka, kona Helga Njálssonar, reynir að

[1] *Hvs.*, 309, 310, 311–312.
[2] *Hvs.*, 309 nmáls.
[3] Sjá Einar Ól. Sveinsson: *Um Njálu*, 124, 326–327.

forða lífi hans úr brennunni með því að kasta yfir hann kvenskikkju og falda honum við höfuðdúki. Þótt frásagnir af dulbúningi séu afar vinsælt söguefni í bókmenntum miðalda, dettur mér í hug, að Laxdæla gæti verið enn einu sinni óbein fyrirmynd að þessari tiltekju Heiðarvígasögu. Helgi Harðbeinsson lætur konur klæðast karlfötum og ríða á braut úr seli til að ginna Þorgils Hölluson til eftirreiðar. „Kann vera, at þeir, sem nær oss sitja, þekki eigi, hvárt þar ríða karlar eða konur," segir Helgi.[1] Ekki bar þetta samt árangur. Þess er og að geta, að Þorgils sjálfur dulklæðist í för sinni til Skorradals til njósna um hagi Helga, en hann klæðist þó ekki sem kona, heldur tók yfir sig gráan „váskufl". En hvernig sem þessu er háttað, verður ekki fyrir það synjað, að lítill hetjubragur er á köppum, sem ríða um sveitir í kvenbúningi og það á heimaslóðum, þar sem gera mætti ráð fyrir, að þeir væru óhultir. Fataskiptin virðast því gefa lesendum tilefni til kímni eða aðhláturs. Þess má geta, að óheimilt var körlum samkvæmt fornum lögum að klæðast kvenklæðum, og liggur þar óefað að baki hugsunin um ergi eða kynvillu.[2]

Höfundur tvinnar hér saman hið hetjulega og fáránlega, og sýnir það tvíræðni sögunnar, eins og Anne Heinrichs vakti athygli á í sambandi við Þuríði og ofanreið hennar. Kvenbúnaður Barða og förunauta hans bendir til þess, að Heiðarvígasaga sé að hæða þann hetjuskap, sem beinist að manndrápum, líkt og þegar Víga-Styrr vó Þórhalla bónda á Jörva.

Mikið kveður að Snorra goða bæði í Laxdælu og Heiðarvígasögu, og eru þar sviplíkar myndir af honum dregnar. Hann er slægvitur ráðagerðamaður, sem kemur sínu fram. Bolli Bollason í Laxdælu og Barði Guðmundarson í Heiðarvígasögu kvongast báðir dætrum Snorra, Þórdísi og Auði. Brúðkaup hvorratveggju er haldið að Snorra. Svo segir Laxdæla:

[1] *Laxdæla*, 190.

[2] Í Konungsbók *Grágásar* er þessi klausa: „Ef kona klæðist karlklæðum eða sker sér skör eða fer með vopn fyrir breytni sakir, það varðar fjörbaugsgarð. Það er stefnusök, og skal kveðja til búa fimm á þingi. Sá á sök er vill. Slíkt er mælt um karla ef þeir klæðast kvenna klæðnaði", 125.

> Ríða nú leið sína ok koma í Tungu; eru þar allgóðar viðtǫkur; var þar mikit fjǫlmenni ok veizla in virðuligsta.[1]

Og í Heiðarvígasögu:

> Nú býr Snorri veizluna um haustit, sem ætlat var, ok kemr þá fjǫlmenni mikit, ok ferr hon fram skǫruliga, sem ván var.[2]

Sagt er um Barða, eftir að Auður var föstnuð honum, að hann hafi „góða virðing af mönnum". Ekki myndi ég ætla skyldleika koma til álita með ofangreindum tilvitnunum nema fyrir þá sök, að Snorri, dætur hans og glæstustu kappar sagnanna eiga hlut að máli.

Stórmennskuhugsjón Laxdælu leggur áherslu á, að mannfagnaður sé tíður, fjölmennur og virðulegur og frá honum komist enginn mikils verður maður á brott gjaflaus, en Heiðarvígasaga lýsir fámennum og ruddafengnum matarboðum, sem lýsa ósætti og boða hermdarverk og mannvíg. Mismunandi afstaða sagnanna til samfélagsins skín í gegn. Í Laxdælu „sitja" menn í veislum og vaxa af þeim, í Heiðarvígasögu „kasta" menn gögnum og háðsyrðum sín í millum. Annars vegar er rólyndur höfundur, sem ber ytri siðfágun fyrir brjósti, hins vegar höfundur, sem heggur á báðar hendur í ákefð sinni að siðbæta samfélagið.

Eftir er að huga að þeim aldursrökum, sem ég legg einna mest upp úr. Mágarnir, Bolli og Barði, fara báðir til Miklagarðs, og farast Laxdælu svo orð um Bolla:

> ok léttir eigi fyrr ferðinni en hann kemr út í Miklagarð. Hann var litla hríð þar, áðr hann kom sér í Væringjasetu; hǫfu vér ekki heyrt frásagnir, at neinn Norðmaðr hafi fyrr gengit á mála með Garðskonungi en Bolli Bollason. Var hann í Miklagarði mjǫk marga vetr ok þótti inn hraustasti maðr í ǫllum mannraunum og gekk jafnan næst inum fremstum. Þótti Væringjum mikils vert um Bolla, meðan hann var í Miklagarði.[3]

Um utanför Barða segir Heiðarvígasaga:

[1] *Laxdæla*, 207.
[2] *Hvs.*, 324.
[3] *Laxdæla*, 214–215.

> ok lætr eigi af ferð sinni, fyrr en hann kom í Garðaríki, ok gekk þar á mála ok var þar með Væringjum, ok þótti ǫllum Norðmǫnnum mikils um hann vert, ok hǫfðu hann í kærleikum með sér. Ávallt er konungs ríki skal verja, er hann í leiðangri ok fær gott orð af hreysti sinni ok hefir um sik mikla sveit manna. Þar er Barði þrjá vetr í mikilli sœmð frá konungi ok ǫllum Væringjum.[1]

Frásagnirnar eru í stórum dráttum samferða bæði að efni og orðalagi. Óskipta athygli vekur, að Laxdæla segir: „hǫfu vér ekki heyrt frásagnir, at neinn Norðmaðr hafi fyrr gengit á mála með Garðskonungi en Bolli Bollason.“

Í Heiðarvígasögu er frá því sagt, að bæði Þorsteinn Styrsson og Gestur Þórhallason hafi verið í Miklagarði, og tímatal sagnanna vitnar um, að þeir hafi dvalist þar fyrr en Bolli. Gestur gekk þar á mála, og sama er að segja um Barða. Ætla má, að Barði hafi fallið í Miklagarði um 1025, en Bolli fari þangað að sögn Laxdælu 1028 eða 1029 miðað við kristnitökuna, en komi út 1030 miðað við lát Snorra goða. Tímatal Laxdælu er reikult, því að hún segir Bolla hafa verið „mjǫk marga vetr“ í Miklagarði.

Við ritskýringar er ekki annarra kosta völ en reiða sig á orð höfundar, svo framarlega sem ekki verður sýnt fram á, að hann fari með staðlausa stafi. Af ummælum Laxdælu verður því varla dregin önnur ályktun en sú, að höfundur hennar hafi ekki þekkt Heiðarvígasögu.

Fræðimenn hafa rekið augun í, að Heiðarvígasaga segir Barða hafa komið í *Garðaríki*, sem er af samhenginu augljós villa fyrir Miklagarð.[2] Hvernig hefur sú villa skotið upp kollinum? Í Laxdælu er Miklagarðskeisari nefndur *Garðskonungur*,[3] svo að til greina kemur, að höfundur Heiðarvígasögu hafi

[1] *Hvs.*, 325.
[2] Sjá t.d. Sigfús Blöndal. *Væringjasaga*, 319.
[3] Garður = Mikligarður; sbr. og *Hrafnkels sögu Freysgoða* (111): „Hefi ek (þ.e. Þorkell Þjóstarsson) verit útan sjau vetr ok farit út í Miklagarð, en em handgenginn Garðskonunginum.“

í ógáti skrifað Garðaríki og dregið það nafn af Garðskonungi. Þannig mætti skýra pennaglöpin.

Hér verður látið staðar numið. Rannsóknin hefur leitt í ljós, að ekki verður í efa dregið sökum líkinga í efni og máli, að bein rittengsl séu á milli Heiðarvígasögu og Laxdælu. En frávik eru líka ófá, og ræður þar mestu um misjafn tilgangur. Höfundur Heiðarvígasögu hefur mótað sögu sína frá hinu stærsta til hins smæsta, dvalið við þau atriði, sem hann vildi leggja áherslu á og blásið lífi í þær frásagnir, sem honum voru hugleiknastar. Þessi orð eiga vitaskuld einnig við Laxdælu.

Með því að gefa gaum að gagnstæðri breytni manna við svipaðar kringumstæður má nálgast kjarna málsins.[1] Hetjur Laxdælu glitra stundum fyrir það eitt að sýna sig á sjónarsviðinu og vera til, reisn og hetjulund leiftrar af annarri hverri málsgrein, en Heiðarvígasaga er samfelld saga um siðlausa bardagamenn, sem ýmist kála aflvana og vopnlausum bændum eða ríða um héruð í kvenfatnaði til að fara huldu höfði að óhæfuverkum loknum. Heiðarvígasaga mælir gegn hefndarvígum og siðamati Laxdælu, en báðar sögurnar leggja áherslu á það í niðurlagi sínu, að menn skuli hvíla í guðs friði. Ekki er einsdæmi, að saga skrifi á móti sögu, eins og Njála gegn Ljósvetningasögu.[2] Margháttaðar jöfnur og ójöfnur með Laxdælu og Heiðarvígasögu verða í senn auðsærri og skiljanlegri, þegar menn hafa lífsskilning sagnanna í huga. Sögurnar skorða hvor aðra í tíma.

Að svo búnu má draga eftirfarandi ályktanir: Laxdæla mun vera samin um miðja 13. öld eða litlu síðar. Ekki löngu seinna

[1] Hlutur Þórðar kattar, fóstra Snorra goða, er undarleg í sögunum. Í Laxdælu vill hann vega Harðbein Helgason tólf ára að aldri, en Bolli Bollason kemur í veg fyrir það. Sjá *Laxdæla*, 193. Í Heiðarvígasögu hins vegar hindrar Þórður, að Sveinn, sonur Þorsteins Gíslasonar, níu ára gamall, sé drepinn. Um þetta er sagt í skýringum Íslenskra fornrita: „Framkoma hans við sveininn Harðbein, son Helga, stingur mjög í stúf við eðallyndi hans hér.“ *Hvs.*, 249 nmáls.

[2] Sjá Einar Ólafur Sveinsson: *Njála*, xli. Andersson segir um Ljósvetningasögu, að líta megi á hana í vissum skilningi sem „a political saga“. Sjá Andersson & Miller: *Law and Literature in Medieval Iceland*, 96.

er Heiðarvígasaga skrifuð og þar á eftir Eyrbyggja. Eftir þessu að dæma er Laxdæla rituð 1255, Heiðarvígasaga 1260 og Eyrbyggja 1265. Tæpast þarf að taka fram, að slík ártöl gera ráð fyrir skekkjumörkum.

Að endingu skal athygli vakin á því, að Heiðarvígasaga gæti með góðu móti verið frá miðri 13. öld, þótt hún væri eldri en Laxdæla. Eftir sem áður væri Heiðarvígasaga sett saman af kennimanni til að lægja ófriðaröldur Sturlungaaldar í guðs nafni.

IV AÐ LEIÐARLOKUM

Heiðarvígasaga hefur yfirleitt verið talin ótúlkanleg ófriðarsaga, þar sem hin epíska frásögn væri óblandaður samtíningur fornra tíðinda, sem snerust að mestu leyti um tvo vígamenn og afrek þeirra á söguöld. Ég hef hins vegar leitast við að leiða rök að því, að sú skoðun væri reist á sandi. Sagan geymi þess í stað hulda dóma, sé túlkanleg og flytji boðskap, sem sóttur verði til hugsunarháttar og baráttu líðandi stundar. Höfundur mæli varnaðarorð til samferðamanna sinna þess efnis, að guðslög banni, að þeir taki menn af lífi að ósekju.

Margir munu óefað finna þessum athugunum ýmislegt til foráttu, svo sem agaleysi í vinnubrögðum og hófleysi í ályktunum. Ljós staður hafi verið gerður að myrkum. Efasemdir lesenda eiga vissulega rétt á sér, þar sem túlkun sögunnar gengur þvert á aldagamlar og rótfastar skoðanir bestu fræðimanna. Menn eru tregir að láta fyrir róða barnalærdóm sinn.

Ég hef vikið af alfaraleið. Trúlega hef ég sums staðar lent í hafvillum, en ég hef þó hverju sinni reynt eftir mætti að sjá til lands. Ugglaust stendur margt til bóta, en ég legg áherslu á, að skýringartilgáta mín veitir þáttakenndri sögunni skynsamlega heildarmerkingu, sem hefur það bolmagn að fanga og túlka hugmyndaheim sögunnar. Bókstafleg merking hefur vikið úr sæti fyrir andlegum skilningi, og söguhöfundur hefur á takteinum handa samtíð sinni skýringar og lausnir til úrbóta á ófriðarböli samfélagsins. Friður er æðsta gildi sögunnar.

Eins og ég drap á í forspjallinu, þá dregur ýmislegt til þess, að margt er á huldu um Íslendingasögur. Sú bók, sem setur niður allan ágreining um þær, verður aldrei skrifuð. Sem betur fer. Menn hafa þá að minnsta kosti eitthvað að sýsla. Meira er þó um vert, að hverjum og einum er auðvitað í sjálfsvald sett að lesa sögurnar eftir bestu vitund og skilja þær eftir eigin höfði, eins og þekking og reynsla leyfa. Mergurinn málsins er sá, að skiptar skoðanir um uppruna og erindi Íslendingasagna eru ekki af hinu illa, því að frjó umræða vitnar um, að þær séu einhvers virði og okkur standi alls ekki á sama um þær. Hvað sem öllum ágreiningi líður, þá liggja rætur Íslendingasagna svo víða eins og annarra góðra texta, að enginn einn skilningur er sjálfgefinn. Hvert sjónarhorn opnar nýjar víðáttur. Ein útlegging getur verið annarri sennilegri, en fyrir því þarf að færa nýtileg rök. Með því hugarfari hef ég rýnt í Heiðarvígasögu. En sögurnar eru ekki aðeins gjöfult lestrarefni, heldur eru þær skærasta tákn þjóðarvitundar Íslendinga um rétt sinn og skyldur til menningarlegs og stjórnarfarslegs sjálfstæðis. List fornsagnanna er að sama skapi mikil sem gildi þeirra er fyrir Íslendinga sem þjóð.

Oftsinnis hef ég farið fljótt yfir sögu og skammur aðdragandi verið að niðurstöðunum. Sökum þess finnst mér, að lesendur eigi nokkra heimtingu á, að ég skýri örfá meginatriði að leiðarlokum og svari stuttlega mikilvægri spurningu: Hvaða gildi hafa þessar niðurstöður um Heiðarvígasögu fyrir rannsóknir og almennan skilning á Íslendingasögum?

Fyrst skal vikið lítillega að rannsóknaraðferðinni. Fáum getur dulist, að ég hef farið öllu frjálslegar með hugtakið rittengsl en margur vandaður fræðimaðurinn mundi telja forsvaranlegt, jafnvel gengið svo langt að ætla gagnstaðlegar frásagnir án náinna samsvarana í málsgreinum og orðfæri styrkja frændsemi sögutexta. Þessa skoðun á rittengslum hef ég fengið af langri reynslu við könnun á miðaldabókmenntum, þar á meðal á Íslendingasögum. Þetta eru „rittengsl“ skáldskaparins, ekki sagnfræðinnar. Að minni hyggju fer ekki á milli mála, að Íslendingasögurnar eru fyrst og fremst bókmenntir, þar sem hugarflugið heldur um stjórnvölinn, þótt langur vegur sé frá, að sagnfræðinni hafi skilyrðislaust verið útlhýst. Njáll hét maður, hann var Þorgeirsson og bjó að Bergþórshvoli. Ætla má, að þetta séu sögulcg sannindi, en alnafni hans í Njálu er undanbragðalaus skáldskapur. Víga-Styrr, bóndi á Hrauni, hefur líklega riðið um Helgafellssveit um siðaskipti, en hann er annar en sá, sem gengur undir hans nafni í Heiðarvígasögu. Hversu djúpt sagnfræðin ristir að slepptum nöfnum og nöktum stórtíðindum er og verður óleystur vandi fræðanna. Afstaða ritskýrenda til sagnanna ræður því, hvernig og hvar markalínan er dregin. Veruleiki og tilbúningur eru, þegar öllu er á botninn hvolft, engar mótsagnir. Saga er ekki annaðhvort sannleikur eða skáldskapur, hún er hvorttveggja, því að vísindin eru jafnan sett fram í gervi skáldskapar, og við þekkjum í raun eigi annan frásagnarveruleika en þann, sem birtist í sögunum.

Þeir sem sömdu Íslendingasögurnar, voru að sjálfsögðu bundnir af fortíðinni eins og nútímahöfundar sögulegra skáldsagna. Lægi söguleg frásaga í botni, gerði miðaldahöfundur hana að bókmenntum af hugarflugi sínu, hjálpargögnum, frásagnartækni og veraldarsýn. Frjálsræði við öflun heimilda var ekki bundið af öðru en vegalengd milli staða, og notkun gagna var yfirleitt engum takmörkunum háð, hvorki um efni né tíma. Enginn átti löghelgan rétt á forðabúri heimildanna, rithöfundar gátu eftir vild sótt til þeirra, það sem þá lysti, ýmist fylli af krásum eða gómsætan bita. Þeir sem lesa ofan í kjölinn Laxdælu, Njálu eða Grettissögu geta gengið úr skugga um, að höfundar þeirra litu á eldri bækur sem almenning, sem allir gátu haft grasnytjar af.

Satt best að segja hef ég lengi talið, að ströngustu vísindakröfur nútímafræðimanna til rittengsla hafi staðið rannsóknum Íslendingasagna verulega fyrir þrifum. Sumir rýnendur hafa girt af hverja sögu líkt og grasi vaxið tún væri. Það er til dæmis eftirtektarvert, að sumir ritskýrendur hafa af fræðimannlegum vöndugleika verið að velkjast í vafa um rittengsl Laxdælu og Heiðarvígasögu, þótt það væri eigi auðvelt nema með því móti að slá bönd á skynsemina. En samband Laxdælu og Heiðarvígasögu er lykilatriði. Rannsóknirnar hafa um of staðnað í beinharðri vísindahyggju, þar sem skilyrði um rittengsl eru lögð á kvarða nútímasagnfræðinga, þeirra sem hafa ekki gefið nógsamlega gaum að starfsháttum sagnaritara á miðöldum. Með þessu er alls ekki sagt, að mönnum sé heimilt að varpa frá sér allri dómgreind og gefa sig hreinum heilaspuna á vald. Síður en svo. Það liggur í hlutarins eðli, að ritskýrendum er skylt að hafa jafnan vaðið fyrir neðan sig, áður en þeir leggja mat á heimildagildi einstakra líkinga í efni og máli. En þröngsýni fræðilegrar kreddufestu er ófrjó. Heiðarvígasaga er lýsandi dæmi um það.

Nokkuð hefur borið á því við athuganir á fornsögunum, að fræðimenn hafa litið svo á, að tengsl sagna væru fyrst og fremst árangursrík aðferð við að komast á snoðir um afstæða aldursákvörðun, en þeir hafa síður gefið því gætur, að samband sagna kynni að bregða birtu á áður ókunnan skyldleika og söguþróun og verið samtímis greið leið að kviku sagnanna. Sé rétt á málum tekið, eiga áhrifatengslin að vekja upp hugmyndaríkar spurningar um eðli og stefnu sagna, beina sjónum einkanlega að þeim vandamálum, sem sækja að höfundum og samtíð þeirra. Heiðarvígasaga og Bjarnarsaga Hítdælakappa eru dæmi um þetta. Vissulega er nytsamlegt að komast að raun um, að Heiðarvígasaga muni vera eldri en Bjarnarsaga, en ekki er síður fróðlegt að gera sér grein fyrir því, í hverju áhrifin séu fólgin. Sögurnar ræða hvor á sína vísu um mannhefndir og kristinn rétt, sem sýnir, að þetta umræðuefni er áleitið í samtíð höfunda. Svo sem skírskotanir eru milli atriða innan einnar sögu, eru efnislegar tilvísanir frá sögu til sögu, sem víkka sjónarhornið. Þegar rittengsl eru engin, þá hættir fræðimönnum til að gera ráð fyrir, að þræðir liggi ekki milli sagna, jafnvel þótt þær segi frá skyldu efni. Menn gleyma sjálfum hugmyndunum sem virkum áhrifavaldi. Skýrt dæmi um þetta eru hugmyndatengsl Ólafs sögu helga eftir Snorra við Heiðarvígasögu, þar sem þroski Ólafs helga frá vígamanni til friðsemdarmanns er mælistika á breytni Barða Guðmundarsonar. Hugmynd verður að sögu. Mikils er um vert að koma auga á slíkt við greiningu sagna. En það er vitanlega miklum mun erfiðara að reka hugsanir í kvíar en orð. Íslendingasögur eru hvorki andlausar fornleifar frá miðöldum né minnisblöð sögulegra staðreynda. Þær eru virkar bókmenntir.

Engum hefur til hugar komið, að atburðir og persónur í sögu Víga-Styrs drægju nokkur líkindi af frásögnum af Davíð, Golíat og Faraó úr helgum bókum fornum. Hin rótgróna söguskoðun á erfitt með að virða sögusviðið fyrir sér öðruvísi en svo, að um trúlega mynd af íslensku samfélagi söguaaldar sé að ræða, eins og lifandi nöfn íslenskra bæja og manna bera vissulega merki um. Eigi er þessu þannig farið. Með Víga-Styr og Gesti er höfundur að lýsa átökum heiðni og kristni, undirokun almennings, manndrápum, nýjum gildum. Höfundur minnir á svipaða viðburði úr sögu Ísraelslýðs og vill telja mönnum trú um, að sagan endurtaki sig. Með guðs forsjón verði Íslendingar einnig leystir úr ánauð. Á þann hátt gefur hann frásögn sinni almennt tákngildi þeirrar fortíðar, sem stóð kristnum mönnum einkar skýrt fyrir hugskotssjónum. Sú samfélagsmynd, sem upp er dregin í sögu Víga-Styrs, er skáldaður veruleiki, eins og höfundur skynjaði hann og skildi.

Eftir miklar vangaveltur og tregðu hef ég hyllst til þess að skilja nöfn helstu söguhetja í Heiðarvígasögu táknrænum skilningi, og hefur hann orðið mér drjúgur vegvísir að túlkun sögunnar. Enn skal minnst orða Fóstbræðrasögu: Svá er hverr er heitir.“[1] Fræðimenn hafa að sjálfsögðu íhugað merkingu og notkun einstakra nafna víða í sögum, en hafa alls ekki gengið svo langt sem hér er gert, enda mun hið sögulega viðhorf hafa aftrað þeim frá því. Menn ná ekki langt í túlkun Heiðarvígasögu án þess að skilja nöfnin táknrænum skilningi.

Heiðarvígasaga virðist í fljótu bragði vera að þessu leyti sérstæð meðal Íslendingasagna, en ekkert skal um það fullyrt. Hins vegar þarf ekki að fara í grafgötur um, að í þessum efnum verða menn að gæta þess að ana ekki að neinu, því að nafngreining af þessu tagi byggist ekki síður á persónulegu mati en rökum, sem allir gætu fallist á. Fáir munu tvístíga, þegar í hlut eiga Kolur eða Svartur, hvað þá heiti, sem sagan sjálf skýrir beinlínis sem táknmyndir, eins og t.d. dulnefni Þormóðar Bessasonar á Grænlandi. Málið er aftur á móti mun vandasamara, þegar sjálfum aðalpersónunum er til að dreifa, sem geta verið samsettir einstaklingar. Frumskilyrði fyrir slíkri útleggingu er, að nafnið taki að mestu leyti yfir hlutverk

[1] *Fóstbr.s.* 249. Þorgeir Hávarsson nefnist *Vígfúss*, þegar hann kemur að Skeljabrekku til að hefna föður síns. Þormóður Bessason nefnist ýmsum dulnöfnum á Grænlandi: *Ótryggr Tortryggsson*, *Torráðr*, *Ósvífr*, *Vígfúss*.

persónunnar og öðlist þannig tákngildi, sbr. (*Víga-*)*Styrr*: Styrjaldarmaður og *Barði*: Bardagamaður. En ritskýrandinn stingur við fótum sé merkingin of almenns eðlis. Þá verður hann að horfa til allra þeirra atriða í sögunni, sem tengjast þeim söguhetjum, sem um er fjallað. Þrátt fyrir þá óvissu, sem slíkri bókmenntalegri nafngreiningu hlýtur að fylgja, varð niðurstaða mín sú, að báðar söguhetjur Heiðarvígasögu bæru nöfn, sem ekki aðeins merktu styrjöld heldur væru nafnberarnir táknmyndir ófriðar.

Nefna má í þessu sambandi, að söguhetjur Hávarðarsögu Ísfirðings: Hávarður, Bjargey og Ólafur, sonur þeirra, sýnast hafa heiti táknrænnar merkingar.[1] Þess ber og að geta, að þótt einstaklingur sé sögulegur, svo sem ætla má um Víga-Styr, kann sjálft nafnið að draga að honum eiginleika og hlutverkaskipan, sem gerir hann að tákni. Lesendur færu mikils á mis, ef þeir gerðu sér ekki grein fyrir gildi nafna í Hávarðarsögu, og á það enn frekar við Heiðarvígasögu, þar sem nöfnin ljúka upp merkingu sögunnar.

Enn meiri vafi leikur á sennilegri skýringu, þegar reynt er að túlka *Þuríði* sem „Þór-ríður" og leggja þar með í nafnið eiginleika, sem höfundur tengir við forneskju og Ása-Þór. Ég þráaðist lengi við að taka slíka merkingu gilda, en eftir því sem rannsókninni þokaði fram og örla tók á heildarskilningi, lét ég að lokum til leiðast. Goðsagnir eru í baksviði sögunnar með því að forneskja og kristni heyja enn einvígi um hugi manna, og Þuríður „sannar" með framferði sínu nafn sitt.[2]

1 Hávarður er sá, sem reisir sér háa vörðu, þ.e. minnisvarða, með verkum sínum. Sjá nafna hans í *Gísla sögu Súrssonar*, 97–98. Bjargey er sú, sem bjargar málum og dregur björg í bú. Ólafur er ekki gagnsætt táknorð, en hann er blendingur af hetju og dýrlingi.

2 Þegar Sturla Sighvatsson sat fyrir Vatnsfirðingum í Dölum 1232, þá bregður fyrir tveimur málsgreinum í frásögn Sturlu Þórðarsonar, sem veita góða vitneskju um, hversu mannanöfnin voru lifandi þáttur í hugsun manna og breytni. Hin fyrri hljóðar svo: „Þat sá Snorri Þorvaldsson ok mælti: „Hví sækir hann Sturla eigi at? Ok ætla ek, at Dala-Freyr *sanni nú nafn sitt* ok standi eigi nær."" Í þessu sambandi skal þess getið, að Víga-Styrr lagði það í vana sinn að halda sig fjarri vígi, meðan á reyndi. Síðari klausan greinir frá því, að Þórir nokkur Ármóðsson hafi komið seint á vettvang. „Þá mælti

Um táknvísi nafnanna *Gestur* og *Auður* þarf vart að þrátta, en um þær merkingar, sem ég hef lagt í örnefnin *Saxalækur* og *Gullteigur*, má vissulega deila, og ekki síður um hestsheitið *Eykgjarður*. Auðsætt er, að frekari athuganir á mannanöfnum og örnefnum í fornum sögum eru aðkallandi. Það var háttur miðaldamanna að persónugera hugmyndir. *Eiður* er fulltrúi friðar, eins og dæmin „sanna". Nöfnin draga oft fram kjarnann í erindi höfundar og eru með því móti leið, sem skylt er að kanna, að skáldskap sögunnar.

Til eru þeir fræðimenn, sem gera lítið úr baráttu heiðni og kristni í sögunum og benda á, að þjóðin hafi verið kristin í tvö eða þrjú hundruð ár, þegar sögurnar voru samdar. Þær séu því alkristnar bókmenntir. Þetta er auðvitað hárrétt að því leyti, að höfundar eru kristnir menn, sem rengja ekki frumatriði kristinnar trúar, og Ásatrú var ekki lifandi trú á 13. öld, en það merkir ekki, að engra menja hinnar fornu lífsskoðunar verði vart í sögunum annarra en þeirra, sem kristnir menn una ágætlega við.[1] Heiðarvígasaga veitir þá dýrmætu vitneskju, að

Sturla: „Seinn vartu, Þórir svefn, *ok sannaðir nafn þitt*."" *Sturlunga saga* I, 353–355.

[1] Jón Sigurðsson hefur í athyglisverðri grein fjallað um heimssýn Njáluhöfundar og víkur þar að mörgum grundvallaratriðum um Íslendingasögur, sem sækja á fræðimenn, m.a. að spurningunni um heiðið og kristið í sögunum. Jón leggur áherslu á, að Njála sé alkristið verk, og telur hann alla forneskju í henni í raun hluta af þeirri kristni, sem kirkjan fetti ekki fingur út í (sbr. *lex naturae*). Jafnframt lætur Jón orð liggja að því, að sögurnar hafi naumast sýnileg auðkenni, sem greini þær verulega frá öðrum greinum skáldskapar á blómaskeiði kristinna hámiðalda í Evrópu. Jón er enginn málamiðlari í þessum efnum. Enginn efast um, að höfundur Njálu hafi verið kristinn maður. Á hinn bóginn vaknar sú spurning, hvort t.d. hefndarskyldan og þau mannvíg, sem henni fylgja, séu í hugarheimi höfundar menjar forneskjunnar, sem takast á við kristilega fyrirgefningu og frið. Í þeim skilningi má tala um baráttu heiðni og kristni í Njálu líkt og í Heiðarvígasögu, þar sem Ólafur helgi fordæmir forneskju og manndráp og rekur hetjuna Barða af höndum sér. Jón styður mál sitt að mestu með tilvísunum til erlendra lærdómsrita, sem fjalla ágætlega um kristilega hámenningu Evrópu, en þau þekkja flest lítið sem ekkert til sögu, stjórnarhátta og menningar Íslands. Jón gerir ekki mikið úr sérkennum íslensks samfélags

höfundur skýrir böl samtíðar sinnar sem leifar norrænna hugmynda um hefndarskyldu, sem enn ráði gerðum manna. Þannig verður samfélagið siðrænn vettvangur átaka kristni og heiðni, þótt allir séu kristnir að landslögum. Kristur og Þór ganga enn á hólm í huglægum skilningi eins og forðum við siðaskiptin, og friður kemst ekki á með mönnum, fyrr en Kristur, fulltrúi fyrirgefningar og friðar, hefur til fullnustu stigið yfir Þór, erindreka hefnarskyldu og ófriðar. Þessi lífsskoðun virðist móta hugsunarhátt og hugmyndaheim höfundar Heiðarvígasögu, og hann hefur sjálfsagt ekki verið einn um hana.[1] Ganga má að því vísu, að goðsagnir og hvers kyns forneskja hafi verið lifandi þáttur í menningararfleifð 13. aldar manna og hluti af umhverfi þeirra, þótt ekki hafi verið tekist á um heilagar setningar kirkjunnar. Þannig eru goðsagnir brunnur sagnagerðar í Heiðarvígasögu, eins og frásagan af Gesti og Þorsteini Styrssyni, ofanför Þuríðar og baksvið Heiðarvíga gefa tilefni til að ætla.

Heiðarvígasaga er friðarsaga, og kveikjan að henni er spennan milli hefndarskyldu og framtíðarsýnar, friðar og ófriðar. Hún er saga, sem fjallar um meginvanda samtíðar höfundar. Slík saga hlýtur að beina sjónum fram á við, þegar víg verða af tekin. Þá framtíð hef ég leyft mér að kenna við Vígdvalinn sem boðbera friðar. Engin virk saga er án framtíðarsýnar. Í Hauksbók lýkur Völuspá með þessum hætti:

Þá kemr hinn ríki
at regindómi
ǫflugr ofan,
sá er ǫllu ræðr.

---

og íslenskrar menningar við sköpun fornsagnanna. Þeir lærdómar, sem ég dreg af Heiðarvígasögu, taka ekki undir þessar röksemdir Jóns. Sjá „„Eru nú tveir kostir og er hvorgi góður"", 62–84.

[1] Hin forneskjulega hefndarskylda er rík í Njáli (og andstæð Síðu-Halli), þegar Flosi býður honum útgongu úr brennunni. Sagan segir: „Njáll mælti: „Eigi vil ek út ganga, því at ek em maðr gamall ok lítt til búinn at hefna sona minna, en ek vil eigi lifa við skǫmm."" Þessi orð skil ég sem virka söguleif heiðinna, norrænna viðhorfa. *Njála*, 330.

Skáldið sér í hillingum þann tíma, þegar „dyggvar dróttir" munu byggja jörð og „yndis njóta". Hið sama gerir skáld og hugsjónamaður Heiðarvígasögu. Á Þingeyrum biðu bræður komu hins ríka Vígdvalins.

Heiðarvígasaga tekur undir þá skoðun, að Íslendingasögur hafi orðið til við sérstakar samfélagslegar aðstæður, sem hafi sett mark sitt á þær. Hvers vegna spruttu þær ekki upp annars staðar? Íslendingar höfðu hvorki konung né lénsskipulag, þeir lifðu í íhaldssömu bændaþjóðfélagi, bjuggu við lög og stjórnskipun, sem áttu upptök sín í norrænni heiðni. Þessi atriði eru efalaust meðal skilyrða fyrir íslenskri sagnagerð. Hins vegar er ég ekki sannfærður um, að formgerðarkenningar, sem virða sögurnar fyrir sér fyrst og fremst sem afsprengi réttarfars og hagfræði, ráði gátuna um uppruna þeirra.[1] Ég tel, að við skýringar á tilurð sagnanna dugi ekkert minna en að gefa fullan gaum að norrænum menningararfi í víðasta skilningi: Goðsögum og hetjusögum og víkingasögum og fornum kveðskap og frásagnarlist. Einnig þarf að sjálfsögðu að hafa í huga bókleg áhrif kristinna miðalda, en án þess að virða lítils eigin menningararfleifð.[2] Við bókmenntalegar athuganir á Íslendingasögum er skylt að gaumgæfa jafnhliða þrjár meginforsendur þeirra: Samfélag, menningu og höfund. Hvert eitt atriði og öll.

Heiðarvígasaga færir okkur heim sanninn um, að rann-

[1] J. Byock skýrir uppruna og eðli Íslendingasagna með hliðsjón af deilumynstri þeirra, sem hann greinir í þrjá virka frásagnarþætti: Ósætti (*conflict*), málaferli (*advocacy*) og málalok (*resolution*). Hann leggur meiri áherslu á sögubyggingu en erindi höfundar og hyggur miklu meira máli skipta fyrir tilurð sagnanna aldagamlar félagslegar og efnahagslegar aðstæður með þjóðinni en tímabundin persónuleg og menningarleg skilyrði. Sjá *Feud in the Icelandic Saga*, 25 o.áfr., 205–208.

[2] K. Schier hefur orðað svipaða hugsun á þessa leið: „Man kann wohl die Behauptung wagen, dass es ohne die aus der lateinischen Literatur gewonnenen literarischen und rhetorischen Erfahrungen die Isländersagas nicht geben würde, ohne mündlich tradierte Überlieferungskerne und ohne eine entwickelte Erzählpraxis aber auch nicht." Sjá *Anfänge und erste Entwicklung der Literatur in Island und Schweden: Wie beginnt Literatur in einer schriftlosen Gesellschaft?*, 126–127.

sóknir Íslendingasagna séu skemmra á veg komnar en ætla mætti og hugmyndir manna um þær hvíli ekki ævinlega á traustum grunni. Viðhorf manna til sögustílsins, þróunar sagnaritunarinnar og tímasetningar sagnanna þarfnast rækilegrar endurskoðunar. Ég vona, að þessar athuganir mínar á Heiðarvígasögu hleypi nýju lífi í fræðilegar umræður um sögurnar.

Síðast en ekki síst legg ég áherslu á, að menn gefi miklu meiri gaum að erindi sagna við lesendur en hingað til og leggi sig í líma við að ganga úr skugga um merkingu ritverka. Enda þótt ég telji friðarboðskap grunnhugmynd Heiðarvígasögu, er ekki þar með sagt, að Íslendingasögur, sem eru margar og fjölbreytilegar, séu allar af sama toga. Tilgangur sagnanna er vafalaust margvíslegur. Ég tel þó víst, að friðarþrá hafi verið frumkvöðull að ritun fleiri sagna en Heiðarvígasögu einnar. Af túlkun hennar geta menn væntanlega öðlast nokkra vitneskju um eðli Íslendingasagna.[1]

[1] Við bókarlok er mér bæði ljúft og skylt að þakka þeim, sem hafa lagt mér lið við samningu þessarar ritsmíðar, sem hefur farið langa og torfarna leið frá hugmynd til bókar. Hugmyndir þarf að rökstyðja og skipa í rétt samhengi, að öðrum kosti eru þær ekki mikils virði. Við þann mikla vanda hefur þekking Davíðs Erlingssonar í miðaldafræðum og mannvísindum verið mér nærtæk. Mörg álitamál hefur borið á góma í tíðum viðræðum okkar um Heiðarvígasögu og Íslendingasögur yfirleitt og hafa athugasemdir hans og ábendingar jafnan komið mér að góðum notum. Þar að auki hefur hann lesið yfir kafla í handriti og bent mér á sitthvað, sem betur mætti fara.

Fleiri góðir menn hafa lagt hönd á plóginn. Ármann Jakobsson, Þórir Óskarsson og ritstjórinn Sveinn Skorri Höskuldsson lásu verkið í handriti eða prófórk og færðu ýmislegt til betri vegar. Fyrir það færi ég þeim bestu þakkir. Um þær misfellur í efni og orðum, sem eftir sitja, er auðvitað við mig einan að sakast.

V NIÐURSTAÐA

Rannsóknarstaða. Heiðarvígasaga er illa varðveitt. Fyrri hluti hennar eða saga Víga-Styrs, sem er án upphafs, er svo til einungis varðveittur í 18. aldar handriti Jóns Ólafssonar frá Grunnavík, sem hann skrifaði eftir minni eftir Kaupmannahafnarbrunann 1728. Allir fræðimenn, sem hugað hafa að endursögn Jóns, segja einum rómi, að hún gefi þrátt fyrir ýmsar auðsæjar misfellur furðu góða mynd af frumsögunni. Síðari helmingur Heiðarvígasögu eða nær öll saga Barða Guðmundarsonar er aftur á móti geymdur í gömlu skinnbókarbroti, Sth. 18,4to, sem endursögn Jóns á rætur að rekja til. Þótt varðveisla sögunnar sé ófull og bagaleg og hljóti að ala á efasemdum um gildi sögutextans, treysti ég honum samt að hætti fyrri fræðimanna og eftir eigin athugun.

Menn hafa talið sjálfsagt, að Heiðarvígasaga væri einna elst allra Íslendingasagna eða frá 1200. Sagan hefur því orðið grunnur að hugmyndum fræðimanna um uppruna, eðli, tímasetningu og þróun Íslendingasagna. Menn hyggja, að Heiðarvígasaga styðjist að mestu við arfsagnir, hún sé sagnfræðirit og sannur fulltrúi ómengaðrar lífsskoðunar norrænna hetjusagna. Hún sé ófriðarsaga, öll á yfirborðinu og ótúlkanleg. Mínar athuganir taka ekki undir þessar rótgrónu hugmyndir fræðimanna um aldur og einkenni Heiðarvígasögu.

Hugmyndaheimur. Heiðarvígasaga segir frá linnulausum ófriði, en boðar frið. Höfundurinn er að öllum líkindum 13. aldar kennimaður, sem blöskrar siðleysi og voðaverk Sturlungaaldar, þegar landið logar af ófriði, ofurkappsmenn fara í aðra landshluta með hernaði og er fátt heilagt. Höfundur leggur áherslu á, að menn beri ábyrgð fyrir guði.

Söguþráðurinn er rakinn í hefðbundnu epísku formi Íslendingasagna, en í sögunni eru nokkur lykilatriði, sem beina athygli lesandans að ætlun höfundar með verki sínu. Þar er helst að nefna ummæli Ólafs helga við Barða og brottvísun hans frá hirðinni; endalyktir Víga-Styrs og Barða; sneypa Þuríðar Ólafsdóttur; synjun Guðlaugs Snorrasonar, er síðar gekk í klaustur til að hefna móðurföður síns; dráp Gísla á Gullteig og að lokum griðamál. Af þessu og fjölmörgu öðru fer vart á milli mála, að lesanda er ætlað að skilja söguna fyrst og fremst andlegum skilningi. Höfundur kemur erindi sínu til skila með endurtekningum, hliðstæðum og andstæðum, en augljósasta merkjamálið er fólgið í nöfnum helstu söguhetjanna, sem gegna settu hlutverki sem fulltrúar öndverðra lífsgilda í heimi sögunnar. Víga-Styrr, Barði og Þuríður ganga þannig erinda forneskjunnar og þeirrar lífsafstöðu, sem henni fylgja, en Gestur, Guðlaugur og Eiður eru í fyrirsvari fyrir hinn nýja sið eða hugmyndir, sem honum eru geðfelldar. Nöfnin mynda táknrænt hugmyndakerfi.

Höfundur styðst ekki að neinu verulegu marki við gamlar, innlendar arfsagnir. Jafnvel má ætla, eins og Sigurður Nordal gat sér til, að margar vísur sögunnar séu eftir höfundinn sjálfan. Aðalpersónurnar hafa að líkindum verið til og stórtíðindi sögunnar hafa átt sér stað, en tilgangur höfundar hefur ekki verið að finna þeim sannsögulegan griðastað í verki sínu. Höfundur hefur einkum sótt föng til samtíðar sinnar og bóka, sem leiddu hann á vit goðsagna, hetjusagna og viðburða úr sögu Ísraelslýðs.

Sagan er þess vegna ekki sannsöguleg frásögn af fornum atburðum söguáldar, heldur myndasafn af ódæmum ritunartímans. Sagan er epísk skáldsaga andlegrar merkingar.

Heiðarvígasaga gerist á hvörfum tveggja siða. Höfundur skynjar ófrið og blóðsúthellingar samtíðar sinnar sem baráttu tveggja gagnstæðra hugmyndakerfa:

Heiðni — Kristni
Hefnd — Fyrirgefning
Ófriður — Friður

Þótt höfundur nefni guð ekki á nafn í sögu sinni nema í gömlum griðamálum, þá er guð í textanum. Guð umbunar og refsar. Í hugarheimi höfundar er samtíðin skilin sem hólmganga Þórs og Krists og um leið barátta mótstæðra lífsgilda. Að vísu hefur Kristur þegar borið sigurorð af Þór, en allt um það hlíta menn ekki guðlegum setningum í gerðum sínum og ekkert lát er á mannvígum. Friður kemst ekki á nema menn fari að guðs rétti. Slík eru siðaboð höfundar og hin andlega merking sögunnar (*sensus spiritualis*).

Sams konar hugmyndir má sannreyna í trúboðssögum Þingeyramunka um 1200, þegar heiðin goð eru gerð að virkum þátttakendum í frásögnum af siðaskiptum og birtast á sjónarsviðinu sem spellvirkjar. Þessari hugsun bregður einnig fyrir í Þorgils sögu og Hafliða frá miðri 13. öld, þar sem öndverð trúargildi birtast í Þóri dritloka og Guðmundi Grímssyni. Sá fyrri rekur erindi Þórs og elur á ófriði, sá síðari táknar „hina duldu hönd guðs" í atburðarásinni. Hugmyndakerfið skýrir, hvers vegna menn berast enn á banaspjót í kristnu samfélagi 13. aldar. Að ætlun Heiðarvígasögu stafar skálmöldin af því, að forneskjan á enn of mikil ítök í mönnum.

Víga-Styrr er „styrjaldarmaður", eins og nafn hans táknar. Hann undirokar bændur og tekur þá af lífi að ósekju, og leiðir framferði hans hugann að Faraó og breytni hans við Ísraelslýð. Aftaka Styrs, líkflutningur og greftrun sanna sálartap hans, svo að hann er fagnaðarlaus helvítismaður. Smásveinninn Gestur Þórhallason ræður með guðs hjálp Styr af dögum líkt og Davíð heljarmennið Golíat.

Gestur sýnir með fögru fordæmi í viðskiptum sínum við Þorstein Víga-Styrsson, þegar hann fyrirgefur honum þrisvar fjörráð við sig, að fyrirgefningin er máttugri mannhefndinni og að fyrirgefningin er vísasti vegur til sátta og friðar. Viðureign Gests og Þorsteins persónugerir einvígi siðanna og birtir kristilega lífsspeki sögunnar í hnotskurn.

Þrátt fyrir að hinn nýi siður sé fyrir löngu í lög tekinn, renna friðartímar ekki upp. Barði, sem merkir „bardagamaður" (eiginlega „sá sem ber"), drepur fyrir tyllisakir einar mann (menn) til hefnda eftir bróður sinn. Hann vegur Gísla Þorgautsson vopnlausan, þegar hann er að slætti á Gullteig, sem merkir ef til vill „friðarteigur". Fyrir bragðið synjar Ólafur helgi Barða veturvistar við hirð sína og fellir sök á hendur honum fyrir þrenns konar brot gegn boðorðum guðs, sem ljúka upp sögunni. Ólafur helgi ber Barða á brýn forneskju, sem í ummælum dýrlingsins verður tæplega skilin öðruvísi en heiðnar siðvenjur eða „manndráp". Þar að auki er hann sakfelldur fyrir átrúnað, sem virðist merkja þá lífsafstöðu að trúa á mátt sinn og megin eða með öðrum orðum á sjálfan sig. Loks er Barði sökum borinn fyrir of mikið rið, sem merkir „sveifla" og er haft um þá hegðun manna „að fara offari í gerðum sínum, sýna ofsa, en ekki stillingu". Í raun eru þessi þrjú atriði grundvallarhugtök í Íslendingasögum, sem koma fram undir ýmsum heitum við ýmsar aðstæður.

Við brottvísun konungs verður Barði í raun utangarðsmaður í samfélaginu og lýkur ævi sinni í Miklagarði, þar sem hann gerir yfirbót, að því er ætla má, með því að vega heiðna menn í þágu kristins konungs (þ.e. keisara). Í þeim hernaði fellur Barði og verður fyrir vikið sáluhólpinn. Hygg ég þar rætast forsögn Ólafs helga, að nokkuð „mikilligt" lægi fyrir honum.

Að byggingu greinist Heiðarvígasaga skýrt í tvo hluta, sem hanga saman á bláþræði hefndarinnar, en lyktir söguhlutanna vitna glöggt um vitund og vilja höfundar. Í Miklagarði eru bæði Gestur og Barði úr sögunni. Þar eru endar saman hnýttir, dauðdaginn er endurskin ævinnar og goldið er að verðugu. Sögunni er með þessum lyktum í útvirki hins kristna heims léð veraldarsýn til yrkisefnisins.

Þuríður Ólafsdóttir, móðir Barða, er persónugervingur hefndarinnar. Þessi höfðingjakona fær háðulega útreið, þegar henni er steypt af fararskjóta sínum ofan í læk, þá er hún hyggst slást í för með sonum sínum suður um heiði til hefnda. Í frásögninni af henni markar fyrir minnum hetjusagna og goðsagna, eins og reyndar víðar í sögunni. Það er líklegt, að Þuríður muni haft fyrir „Þór-ríður", þar sem ýmsar óbeinar vísanir í textanum leiða hugann að Þórssögnum, enda kæmi slíkur skilningur mæta vel heim við hlutverk Þuríðar í sögunni.

Innri tími sögunnar er þrískiptur. Víga-Styrr er fulltrúi fortíðar og heiðinna gilda, en Barði ber gunnfána samtíðarinnar, sem trúir um of á mátt sinn og megin og vanrækir setningar guðs. Höfundur sér í hillingum þann heim, þegar manndráp verða af numin og friður ríkir. Sú er hin ósagða en ráðna framtíðarsýn höfundar. Persónugerving hins óorðna mætti kalla mann að nafni Vígdvalinn (sem er raunar Kristsheiti í Sólarljóðum), og væri hann ímyndað andstæðutákn vígamannanna Víga-Styrs og Barða.

Heiðarvígasaga fer í flíkur hetjusögunnar og gerir það með grófgerðum tilburðum til þess að deila á og berjast gegn siðfræði hefndarinnar, sem styðst bæði við lög og hefðir samfélagsins. Tilgangurinn er markmið satírunnar, en tökin eru að miklu leyti aðferð travestíunnar með því að lýsa níðingsverkum sem hetjudáðum.

R i t u n a r t í m i. Heiðarvígasaga hefur, eins og að ofan greinir, yfirleitt verið talin elst Íslendingasagna frá því um 1200, og hafa sterk rök þótt hníga til þess, svo sem fornt skinnbókarbrot, engar tilvitnanir til annarra rita, fornleg orð og orðmyndir og loks frásagnarháttur, sem þykir þesslegur, að sagan sé skrifuð af viðvaningi í árdaga sagnaritunarinnar. Elsta rithöndin á skinnbókinni Sth.18,4to, þar sem síðari hluti Heiðarvígasögu er skráður, hafði verið tímasett um 1250, en nú þykir einsætt, að höndin sé mun yngri eða frá því um 1300. Orðfæri og stíll Heiðarvígasögu virðast ekki vera jafntraust merki um háan aldur sögunnar og fræðimenn hafa jafnan viljað vera láta. Þar kemur hvorttveggja til, að „fornlegar" orðmyndir líkar þeim, sem koma fyrir í Stokkhólmsbókinni, birtast í handritum, sem eru yngri en frá 1250, og er einkar lærdómsríkt að taka aðalhandrit Alexanderssögu til samanburðar (AM 519 A, 4to). Varhugavert er hins vegar að leggja mikið upp úr stíl við tímasetningu, með því að hann er margslungið hugtak og getur verið ýmist persónustíll, tegundarstíll eða tímastíll. Frásagnarháttur sögunnar er á köflum óheflaður og „frumstæður", sé miðað við klassískar Íslendingasögur. Sumir hnökrar eru sýnilega pennaglöp óvandaðs skrifara, en aðra má ef til vill fremur rekja til persónubundinnar framsetningar svo sem klerkastíls í siðbótarsögu en til annmarka, sem stafa af þroskaleysi sögustílsins, þegar Heiðarvígasaga var í letur færð. En hversu sem þessu er farið, þá er litlum vafa undir orpið, að frávik frá staðli tegundarstíls duga skammt til traustrar tímasetningar.

Hins vegar er greinilegt, að bygging og mörg einstök atvik Heiðarvígasögu bera glöggt vitni um íþrótt á háu stigi, svo að fræðimenn hafa jafnvel tekið sér í munn orðin *oflist* eða *tilgerð* um söguna, sem að öllum jafnaði höfða til fyrirbrigða, sem eiga sér langa bókmenntalega þróun að baki eða meira að segja hnignun. Í þessu sambandi er fróðlegt að bera saman glæsilegar veislur Laxdælu og rustafengnar átveislur Heiðarvígasögu. Einnig má nefna, að í Heiðarvígasögu koma fyrir flest þau frásagnarbrögð, sem tíðkast í Íslendingasögum. Loks skal þess minnst, að aðdragandinn að falli Gísla á Gullteig er svo bóklegur í lengd sinni og fjölbreytni, að hann á naumast sinn jafnoka í fornum sögum.

Nefndar eru tíu Íslendingasögur, sem gert er ráð fyrir, að hafi notað Heiðarvígasögu. Leiða má nokkrar líkur að því, að sagan hafi þekkt Þorvalds þátt víðförla, Guðmundarsögu dýra og Ólafs sögu helga eftir Snorra Sturluson. Í þessu sambandi er skylt að hafa í huga, að „rittengslin" eru einkum fólgin í hugmyndum en ekki orðfæri. Rittengslin eru skáldskaparkyns. Um vensl Heiðarvígasögu við Laxdælu gegnir allt öðru máli. Bein rittengsl eru þar hafin yfir allan vafa.

Eyrbyggja vitnar berum orðum bæði til Heiðarvígasögu og Laxdælu. Menn eru samdóma um, að Laxdæla sé samin um miðja 13. öld eða litlu síðar. Af þessu leiðir, að aldursröð þessara þriggja sagna verður þessi: Laxdæla frá 1255, Heiðarvígasaga frá 1260 og Eyrbyggja frá 1265. Vitanlega gera slík ártöl ráð fyrir skekkjumörkum.

Laxdæla er hetjusaga, þar sem höfundur yrkir um sóma og hefndir og stórmennska skín út úr annarri hverri málsgrein, en Heiðarvígasaga aftur á móti reisir merki gegn mannvígum og mælir fyrir fyrirgefningu og friði. Samkvæmt þessum skilningi væri Heiðarvígasaga eins konar andófssaga Laxdælu, þótt báðum sögum ljúki í guðs friði. Jafnvel þótt Heiðarvígasaga væri eldri en Laxdæla, sem ég tel harla ólíklegt, breytir það litlu um niðurstöðu þessarar rannsóknar, því að Heiðarvígasaga væri eftir sem áður rituð á ófriðartímum Sturlungaaldar.

HEIMILDASKRÁ

Jafnan er studdst við útgáfu Íslendingasagna í Íslenzkum fornritum (Rvík 1933 og áfr.), og er svo háttað um þá sögu, sem bók þessi fjallar einkum um: Heiðarvíga saga. Borgfirðinga sǫgur. Sigurður Nordal og Guðni Jónsson gáfu út. *Íslenzk fornrit* III. bindi. Hið íslenzka fornritafélag. Rvík 1938. Ástæðulaust þykir að telja upp sérstaklega Íslendingasögur í Íslenzkum fornritum. Skammstafanir eru yfirleitt auðskildar, t.d. Heiðarvígasaga = Hvs., Brennu-Njáls saga = Njála.

Alexanders saga. The Arna-Magnæan Manuscript 519A, 4to. Jón Helgason gaf út. Manuscripta Islandica 7. Copenhagen 1966.

Alexandreis. Alexanders saga mikla. Rvík 1945.

Allen, Richard F.: *Fire and Iron. Critical Approaches to Njáls saga.* Pittsburgh. University of Pittsburgh Press. 1971.

Andersson, Theodore M.: *The Problem of Icelandic Saga Origins.* New Haven and London. Yale University Press 1964.

Andersson, Theodore M.: *The Icelandic Family Saga.* Harvard University Press. Cambridge, Mass. 1967.

Andersson, Theodore M.: „Lore and Literature in a Scandinavian Conversion Episode.“ *Idee — Gestalt — Geschichte. Festschrift Klaus von See: Studien zur europäischen Kulturtradition.* Herausgeg. G.W. Weber. Odense 1988.

Andersson, Theodore M.: „The Displacement of the Heroic Ideal in the Family Sagas.“ *Speculum* 45. No. 4. (1970).

Ármann Jakobsson: *Sannyrði sverða. Vígaferli í Íslendinga sögu og hugmyndafræði sögunnar.* B.A. ritgerð í íslensku. Heimspekideild Háskóla Íslands. Janúar 1993. (ópr. 62. bls.).

Augustinus: *De civitate Dei.* Ed. E. Hoffmann. Corpus scriptorum ecclesiasticorum Latinorum XL. Wien 1899–1900.

Beck H.: „Laxdæla saga — A Structural Approach.“ *Saga-Book.* Vol. XIX. Part 4. London 1977.

Benson, Sven: „Talaktsteori och isländsk saga.“ *Arkiv för nordisk filologi* (1988).

Biskupa sögur I–II. Gefnar út af Hinu íslenzka bókmentafélagi. Kaupmannahöfn 1858–1878.

Bjarni Einarsson: *Skáldasögur*. Rvík 1961.

Bjarni Einarsson: „Um manngildishugmyndir Íslendinga að fornu.“ *Mælt mál og forn fræði*. Rvík 1987.

Bjarni Einarsson: „Frá Þormóði, kappa hins helga Ólafs konungs.“ *Mælt mál og forn fræði*. Rvík 1987.

Bjarni Guðnason: *Fyrsta sagan*. Studia Islandica. Íslenzk fræði 37. Rvík 1978.

Bjarni Guðnason: „Some Observations on *Heiðarvíga saga*: The Author's Message.“ *Poetry in the Scandinavian Middle Ages*. The seventh international Saga Conference. Centro Italiano di Studi sull'alto Medioevo. Spoleto, 4–10 September 1988.

Bjarni Guðnason: „Hetjur í Íslendingasögum.“ *Yrkja*. Rvík 1990.

Bjarni Guðnason: „Sögumynstur hetjudauðans.“ *Tímarit Háskóla Íslands*. Nr. 5. 1990.

Bjarni Guðnason: „Andmælaræða við doktorsvörn Sverris Tómassonar 2. júlí 1988.“ *Gripla* VIII. Rvík 1993.

Björn M. Ólsen: *Om Gunnlaugs saga ormstungu. En kritisk Undersögelse*. København 1911.

Björn M. Ólsen: *Um Íslendingasögur*. Kaflar úr háskólafyrirlestrum. Búið hafa til prentunar Sigfús Blöndal og Einar Ól. Sveinsson. Safn til sögu Íslands og íslenzkra bókmennta VI. Nr. 3. Rvík 1937–1939.

Bouman, A.C.: „Patterns in the Laxdæla Saga.“ *Patterns in Old English and Old Icelandic Literature*. Leiden 1962.

Byock, J.: *Feud in the Icelandic Saga*. University of California Press. Berkeley o.fl. 1993. (Paperback).

Boyer, R: „Fate as Deus Otiosus in the Íslendingasögur: A Romantic View?“ *Sagnaskemmtun: Studies in Honour of Hermann Pálsson*. Wien 1986.

Cederschiöld, G.: *Fornsögur Suðrlanda*. Lund 1884.

Clover Carol J.: *The Medieval Saga*. Cornell University Press. Ithaca and London. 1982.

Clover, Carol J.: „Icelandic Family Sagas (Íslendingasögur).“ *Old Norse-Icelandic Literature. A Critical Guide*. Ed. Carol J. Clover and John Lindow. Islandica XLV. Cornell University Press. Ithaca and London 1985.

Danakonunga sǫgur. Bjarni Guðnason gaf út. Íslenzk fornrit XXXV. Hið íslenzka fornritafélag. Rvík 1982.

Davíð Erlingsson: „Om öde och ödestro.“ *Folklore & folkkultur*. Föredrag från den 24. etnolog- och folkloristkongressen i Reykjavík 10–16. Augusti 1986. Háskóli Íslands 1990.

Dictionary of the Middle Ages. Vol. 1–13. Charles Scribner's Sons. New York 1982–1989.

Dumézil, G.: „The Drama of the World: Balder, Hoder, Loki.“ *Gods of the Ancient Northmen*. University of California Press, Berkeley. Los Angeles 1973.

Edda. Udg. Finnur Jónsson. Anden udgave. København 1926.

Eddadigte I–III. Udg. af Jón Helgason. Nordisk filologi. Tekster og lærebøger til universitetsbrug. Serie A: Tekster. København 1955–1959.

Einar Ólafur Sveinsson: *Um Njálu*. Rvík 1933.

Einar Ólafur Sveinsson: „Íslendingasögur." *Kulturhistorisk leksikon for nordisk middelalder* VII. København 1962.

Einar Ólafur Sveinsson: *Ritunartími Íslendingasagna*. Rvík 1965.

Einar Pálsson: *Stefið. Heiðinn siður og Hrafnkels saga*. Rvík 1988.

Elucidarius sjá *Þrjár þýðingar lærðar*.

Finnur Jónsson: *Den oldnorske og oldislandske litteraturs historie* I–III. 2. udg. København 1920–1924.

Flateyjarbók. I–III. Útg. Guðbrandur Vigfússon og C.R. Unger. Christiania 1860–1868.

Foote, P.: *Aurvandilstá. Norse Studies*. Odense University Press 1984.

Frye, Northrop: *Anatomy of Criticism. Four Essays*. Princeton, New Jersey. Princeton University Press. (Paperback Ed., Third Pr.) 1973.

Gamal Norsk Homiliebok. Cod. AM 619 4°. Ved G. Indrebø. Oslo 1931.

Gehl, Walter: *Ruhm und Ehre bei den Nordgermanen: Studien zum Lebensgefühl der isländischen Saga*. Berlin 1937.

Gering, H.: *Eyrbyggja saga*. Altnordische Sagabibliothek 6. Halle 1897.

Glendinning, R.J: „The Dreams in Sturla Þórðarson's Íslendingasaga and Literary Consciousness in 13th Century Iceland." Arv 29–30 (1973–1974).

Grágás. Lagasafn íslenska þjóðveldisins. Gunnar Karlsson o.fl. sáu um útgáfuna. Rvík 1992.

Grønbech, Vilhelm: *Vor folkeæt i oldtiden*. København 1955 (endurskoðuð útg.).

Guðmundar saga dýra. Sturlunga saga I. Rvík 1946.

Guðrún Ása Grímsdóttir: „Um sárafar í Íslendinga sögu Sturlu Þórðarsonar." *Sturlustefna*. Rvík 1988.

Guðrún P. Helgadóttir: „Laukagarðr." *Specvlvm Norroenvm. Norse Studies in Memory of Gabriel Turville-Petre*. Odense University Press 1981.

Guðrún Ingólfsdóttir: „Um hlutverk vísna í Íslendinga sögum." *Skáldskaparmál* I. Rvík 1990.

Guðrún Nordal: „Freyr fífldur." *Skírnir*, haust 1992.

Gunnar Karlsson: „Siðamat Íslendingasögu." *Sturlustefna*. Rvík 1988.

Hákonar saga Hákonarsonar. Utg. Marina Mundt. Oslo 1977.

Hallberg, Peter: *Den isländska sagan*. Verdandis skriftserie, 6. Stockholm 1956.

Hallberg, Peter: *Ólafr Þórðarson hvítaskáld, Knýtlinga saga och Laxdæla saga*. Studia Islandica. Íslenzk fræði 22. Rvík 1963.

Halldór Guðmundsson: „Skáldsöguvitund í Íslendingasögum." *Skáldskaparmál* I. Rvík 1990.

Halldór Halldórsson: *Íslenzkt orðtakasafn*. 3. útg. Rvík 1991.

Harris, Joseph: „The Masterbuilder Tale in Snorri's Edda and Two Sagas." *Arkiv för nordisk filologi* 91. (1976).

Harris, Joseph: „The King in Disguise.“ *Arkiv för nordisk filologi* 94. (1979).

Hauksbók. København 1892–1896.

Heiðarvíga saga. Udg. Kr. Kålund. Samfund til Udgivelse af gammel nordisk Litteratur. København 1904.

Heilagra manna søgur I–II. Udg. C.R. Unger. Christiania 1877.

Heimskringla I–III. Bjarni Aðalbjarnarson gaf út. Íslenzk fornrit XXVI–XXVIII. Hið íslenzka fornritafélag. Rvík 1941–1951.

Heinrichs, A.: „Beziehungen zwischen Edda und Saga: Zur Interpretation zweier Szenen aus der Heiðarvíga saga.“ *Zeitschrift für deutsches Altertum und deutsche Literatur* 99. (1970).

Heinrichs, A.: „„Intertexture“ and Its Functions in Early Written Sagas: A Stylistic Observation of *Heiðarvíga saga*, *Reykdæla saga* and the *Legendary Olafssaga*.“ *Scandinavian Studies* 48. (1976).

Heinzel, R.: *Beschreibung der isländischen Saga*. Wien 1880.

Helgi Guðmundsson: *Um Kjalnesinga sögu. Nokkrar athuganir*. Studia Islandica. Íslenzk fræði 26. Rvík 1967.

Heller, Rolf: *Die literarische Darstellung der Frau in der Isländersagas*. Halle 1958.

Heller, Rolf: *Die Laxdæla Saga*. Abh. der sächs. Akad. der Wissensch. zu Leipzig. Philol.-hist. Kl. Band 65. Heft 1. Berlin 1976.

Hermann Pálsson: *Sagnaskemmtun Íslendinga*. Rvík 1962.

Hermann Pálsson: *Úr hugmyndaheimi Hrafnkels sögu og Grettlu*. Studia Islandica. Íslenzk fræði 39. Rvík 1981.

Hermann Pálsson: *Uppruni Njálu og hugmyndir*. Rvík 1984.

Hermann Pálsson: „Minnisgreinar um Vatnsdælu og Bandamanna sögu.“ *Húnavaka* 25 (1985).

Hermann Pálsson: *Leyndarmál Laxdælu*. Reykjavík 1986.

Hermann Pálsson: *Mannfræði Hrafnkels sögu og frumþættir*. Rvík 1988.

Homiliu-Bok. Utg. T. Wisén. Lund 1872

Íslendingabók. Landnámabók. Jakob Benediktsson gaf út. Íslenzk fornrit I. Rvík 1968.

Íslensk bókmenntasaga I. Guðrún Nordal, Sverrir Tómasson og Vésteinn Ólason. Rvík 1992.

Íslensk orðabók. Ritstjóri Árni Böðvarsson. Önnur útgáfa. Rvík 1983.

Íslensk orðsifjabók. Ásgeir Blöndal Magnússon. Rvík 1989.

Jón Helgason: *Jón Ólafsson frá Grunnavík*. Safn Fræðafjelagsins V. Khöfn 1926.

Jón Helgason: *Norrøn litteraturhistorie*. København 1934.

Jón Helgason: „Blað Landsbókasafns úr Heiðarvíga sögu.“ *Árbók Landsbókasafnsins* VII–VIII (1950–1951).

Jón Helgason: *Tvær kviður fornar*. Rvík 1962.

Jón Helgason: *Kviður af Gotum og Húnum*. Rvík 1967.

Jón Sigurðsson: „„Eru nú tveir kostir og er hvorgi góður.““ *Skírnir*, vor 1992.

Jón Þorkelsson: *Íslenzkar ártíðaskrár*. Khöfn. 1893–1896.

Jónas Kristjánsson: *Um Fóstbræðrasögu*. Rvík 1972.

Jónas Kristjánsson: „Íslendingasögur." *Saga Íslands* III. Rvík 1978.

Jónas Kristjánsson: „The Roots of the Sagas." *Sagnaskemmtun. Studies in Honour of Hermann Pálsson*. Ed. R. Simek o.fl. Wien 1986.

Jónas Kristjánsson: „Var Snorri Sturluson upphafsmaður Íslendingasagna?" *Andvari*. Nýr flokkur XXXII. 115. ár. Hið íslenska þjóðvinafélag 1990.

Ker W.P: *Epic and Romance. Essays on Medieval Literature*. Endurpr. New York (Dover edition) 1957.

Kersbergen, Anna C.: *Litteraire motieven in de Njála*. Rotterdam 1927.

Konungs Skuggsjá. Speculum Regale. Magnús Már Lárusson bjó til prentunar. Rvík (útgáfuár vantar).

Kulturhistorisk leksikon for nordisk middelalder. I–XXII. København o.fl. 1956–1978.

Law and Literature in Medieval Iceland. Ljósvetninga saga and Valla-Ljóts saga. Theodore M. Andersson & William I. Miller. Stanford University Press. Stanford, California 1989.

Lind, E.H: *Norsk-isländska dopnamn ock fingerade namn från medeltiden*. Uppsala og Leipzig 1905–1915.

Lönnroth, Lars: „Rhetorical Persuasion in the Sagas." *Scandinavian Studies* 42 (1970).

Lönnroth, Lars: *Njáls Saga. A Critical Introduction*. University of California Press. Berkeley o.fl. 1976.

Martínez-Pizarro, J.: „The three Meals in Heiðarvíga saga: Repetitional and Functional Diversity." *Structure and Meaning in Old Norse Literature*. Ed. J. Lindow, L. Lönnroth, G.W. Weber. Odense 1986.

McTurk, Rory: *Studies in Ragnars saga Loðbrókar and its Major Scandinavian Analogues*. Medium Ævum Monographs. New Series XV. Oxford 1991.

Miller, D.L.: „Orestes: Myth and Dream as Catharsis." *Myths, Dreams and Religion*. Ed. J. Campbell. New York 1970.

Minnis, A.J.: *Medieval theory of authorship. Scholastic literary attitudes in the later Middle Ages*. London 1984.

Morkinskinna. Udg. Finnur Jónsson. København 1928.

Müller, Peter E.: *Sagabibliothek* I–III. København 1817–1820.

Olafs saga hins helga (þ.e. Helgisagan). Oscar Albert Johnsen. Kristiania 1922.

Ólafur Briem: *Heiðinn siður á Íslandi*. Rvík 1945. (2. útg. endurskoðuð og aukin. Rvík 1985).

Ólafur Briem: *Íslendingasögur og nútíminn*. Rvík 1972.

Ólafur Lárusson: *Hefndir*. Rvík 1941. Pr. í ritgerðasafninu *Lög og saga*. Rvík 1958.

Reallexikon für Antike und Christentum. Stuttgart 1950 o.áfr.

The Saga of Gunnlaug Serpent-Tongue and three other Sagas. Perg. 4:0 NR

18. Royal Library Stockholm. Early Icelandic Manuscripts in Facsimile. Volume XVI. Bjarni Einarsson gaf út. Copenhagen 1986.

Schier K.: *Anfänge und erste Entwicklung der Literatur in Island und Schweden: Wie beginnt Literatur in einer schriftlosen Gesellschaft?* Sudetendeutsche Akademie der Wissensch. und Künste. Geisteswissenschaftl. Kl. Sitzungsber. Jahrg. 1991, Heft 10. München 1991.

Sigfús Blöndal: *Væringjasaga*. Rvík 1954.

Sigurður Nordal: *Snorri Sturluson*. Rvík 1920.

Sigurður Nordal: *Hrafnkatla*. Studia Islandica. Íslenzk fræði 7. Rvík 1940.

Sigurður Nordal: *Um íslenzkar fornsögur*. Árni Björnsson þýddi. Rvík 1968.

Skjaldevers. Udg. af Jón Helgason. Nordisk filologi. Tekster og lærebøger til universitetsbrug. København 1961.

Sólarljóð. Útgáfa og umfjöllun: Njörður P. Njarðvík. Rvík 1991.

Stjorn. Gammelnorsk Bibelhistorie. Udg. C.R. Unger. Christiania 1862.

Sturlunga saga I–II. Jón Jóhannesson o.fl. sáu um útgáfuna. Rvík 1946.

Sveinbjörn Rafnsson: „Um kristniboðsþættina.“ *Gripla* II. Stofnun Árna Magnússonar. Rvík 1977.

Sveinbjörn Rafnsson: „Heimild um Heiðarvíga sögu.“ *Gripla* III. Stofnun Árna Magnússonar. Rvík 1979.

Sveinbjörn Rafnsson: „Í laukagarði Guðrúnar Ósvífursdóttur.“ *Skírnir*, haust 1989.

Sverrir Tómasson: *Formálar íslenskra sagnaritara á miðöldum. Rannsókn bókmenntahefðar*. Stofnun Árna Magnússonar á Íslandi. Rit 33. Rvík 1988.

Sverris saga etter Cod. AN. 327, 4to. Utg. G. Indrebø. Kristiania 1920.

Turville-Petre, G.: *Origins of Icelandic Literature*. Oxford 1953.

Turville-Petre, G.: *Myth and Religion of the North. History of Religion*. London 1964.

Vansina J.: *Oral Tradition as History*. London 1985.

Veraldar saga. Sturlunga saga. Skýringar og fræði. Ritstjóri Örnólfur Thorsson. Svart á hvítu. Rvík 1988.

Vilhjálmur Árnason: „Morality and Social Structure in the Icelandic Sagas.“ *Journal of English and Germanic Philology*. Vol. 90. No. 2. (1991).

Weber, G.W.: „Irreligiosität und Heldenzeitalder. Zum Mythencharakter der altisländischen Literatur.“ *Specvlvm Norroenvm. Norse Studies in Memory of Gabriel Turville-Petre*. Odense University Press 1981.

Páttr af Þorvaldi viðförla. Biskupa sögur I. Kaupmannahöfn 1858.

Þorgils Saga ok Hafliða. Ursula Brown gaf út. London 1952.

Þrjár þýðingar lærðar frá miðöldum. Elucidarius. Um kostu og löstu. Um festarfé sálarinnar. Gunnar Ágúst Harðarson bjó til prentunar. Rvík 1989.

Örnólfur Thorsson: „„Leitin að landinu fagra.“ Hugleiðing um rannsóknir á íslenskum fornbókmenntum.“ *Skáldskaparmál* I. Rvík 1990.

SUMMARY

This study of *Heiðarvígasaga* is divided into three main sections. The first part deals in general terms with the major impediments and difficulties which have made much of the effort in saga research rather fruitless. This is followed by a discussion and statement of the theoretical criteria adopted as basis in this study. The second and longest part of the work consists of an analytic reading aimed at determining the ideology of *Heiðarvígasaga*. This provides a comprehensive understanding of the saga and a basis for establishing the author's intention. The third section is dedicated to setting forth the conclusions and discussing their value and applicability in the the study of other saga literature.

Difficulties in saga research. Surveying the literature of saga criticism we are forced to acknowledge that we really know much less about the origin and nature of the Icelandic family sagas than is generally assumed and pretended. Without exaggeration it may be said that our knowledge of the sagas is a strange construction made up from an odd mixture of fact and fiction with the empirical working hand in hand with scholarly intuition and imagination. Indeed, basic assumptions and literary theories have varied in the course of time and have sometimes provided an unfortunate basis for saga research. The persistent question continues to press itself upon us: What kind of stories are the Icelandic family sagas? There are many of them and they were written over a long period of time when society was undergoing changes and there was an influx of foreign cultural trends. Without question it may be assumed that the sagas were not all mere factual information nor were they written solely for entertainment.

Supposing that the Icelandic family saga is the product of a writer, as is now generally accepted, one must also accept the consequences and attribute to these writers some real share in their works, even though they may have relied on a prolific oral tradition or some written sources.

The sagas have mostly been regarded as feud reports without a literary theme and thus not susceptible to literary interpretion. None of the sagas has been seen as a better example of this characteristic of the genre than *Heiðarvígasaga*. It has been considered a true representative of the uncontaminated outlook of the Nordic heroic age, or more specifically the Saga Age (930–1030).

Heiðarvígasaga is generally believed to be the oldest of all the sagas, dating from about 1200. Thus it has become the criterion for dating other sagas and scholars have used it as a basis for their understanding of the sagas in their formative stage and have drawn conclusions from it about the nature and origin of the sagas as a genre. At the same time, most scholars believe that *Heiðarvígasaga* is chiefly based on oral tradition and they have attributed as little as possible of the story-matter to the writer. My own research does not support these time-honoured ideas about the age and characteristics of *Heiðarvígasaga*.

Heiðarvígasaga has been poorly preserved. The first part of it, or the whole account of Víga-Styrr, which is without proper beginning, has not been preserved except in an 18th-century manuscript written from memory, mostly by Jón Ólafsson of Grunnavík. Every scholar who has examined Jón's reproduced version has agreed that in spite of obvious errors, chiefly in the names of people and places, it still provides a surprisingly reliable representation of the original story. The second part of *Heiðarvígasaga*, however, or nearly the whole of the story about Barði Guðmundarson, has been preserved in an old vellum manuscript, Sth. 18, 4to, to which Jón Ólafsson's version can be traced. Although the preserved text of the saga is incomplete and faulty and this admittedly casts some doubt on its source value, I have, with due reservation and after careful study of the text, concluded that it is reliable, as have earlier scholars.

The ideology of *Heiðarvígasaga*. The story tells of unrelenting feuds and yet it advocates peace. In all probability the author was a 13th-century cleric who was outraged by the immoral practices and violence of the Age of the Sturlungs, when the country was ablaze with warfare and fierce warriors went raiding into other regions of the country, disregarding the law of both God and man.

The narrative of *Heiðarvígasaga* unfolds in the traditional, epic form of an Icelandic family saga while at the same time the story text includes several key points which serve the reader as indicators regarding the authors intention. The most significant are these: The accusations of St. Ólafr, King of Norway, against Barði and his expulsion of Barði from his court; the deaths of Víga- Styrr and Barði; Þuríðr Ólafsdóttir's humiliation by her sons; the refusal of Guðlaugr Snorrason, who later enters a monastery in England, to take revenge for the killing of his uncle, Víga-Styrr; the killing of Gísli at Gullteigr and, finally, the inclusion of a lengthy piece of an old truce formulary, called *griðamál*, which forms a weighty argument in support of the interpretation of the saga . In view of these and various other indications there can be little doubt that the reader is supposed to understand the story primarily on a spiritual level. The writer conveys his message through repetition, analogy and contrast, although the most obvious clue to his intention lies in the names of the major characters, who each have a specific function as representatives for opposite values within the world of the saga. Thus Víga-Styrr, Barði and Þuríðr are embodiments of *forneskja* (heathendom) and its accompanying attitudes, whereas Gestr, Guðlaugr and Eiðr represent the new religion, Christianity, and its ideology. Their names form a symbolic system of ideas.

The author does not, as scholars have maintained, rely on traditional native tales to any significant extent. It may even be assumed, as Sigurður Nordal suggested, that many of the verses in the saga were composed by the author. The key characters probably existed in real life and the main events may even have taken place but the author's purpose was not that of establishing a historical place for them through his work but to use them to propagate an idea. The writer's chief sources were taken from contemporary ideas and oral or literary tradition, such as myths and heroic narratives, and some even from incidents in the history of the Israelites. The saga, therefore, is not a historical account of events from earlier times but an epic novel with a message.

Heiðarvígasaga takes place during a paradigm shift at the meeting of two religions. The author perceives the fighting and bloodshed of his age as the struggle between two opposite sets of ideologies:

Heathendom—Christianity
Revenge —Forgiveness
Hostilities—Peace

Although the author does not mention God by name in his story except in the *griðamál*, God still acts in the text. God metes out reward and punishment. The author senses his own time as characterized by the struggle between opposite sets of values. The mythical embodiments of these two sets are the two divinities Þórr and Christ, and the struggle of the author's age is conceived in terms of the grand metaphor of this duel. Indeed, Christ has already conquered Þórr, but people still do not follow God's commands in their words and actions. Peace will not be restored unless Gods law is adopted in full. This is the author's moral message and the meaning (*sensus spiritualis*) of the saga.

Similar ideas are expressed in the missionary sagas written by the monks of Þingeyrar around 1200, where heathen gods are often made participants in stories about the shift to the new religion, appearing as mischievous scoundrels. This idea is also present in *Þorgils saga og Hafliða*, a saga from the mid 13th-century already established as a tale of peace, where opposite values are in all likelihood presented in the persons of Þórir dritloki, a character who represents the god Þór and incites people against one another, and Guðmundr Grímsson, whose name may probably be understood as the "hidden hand of God", The story as myth offers a way of understanding why men are still killing each other in a Christian society as late as the 13th century. According to *Heiðarvígasaga* the hostilities are the result of *forneskja* that still has too strong a hold on people.

Víga-Styrr is a "man of warfare" as his name implies (*styrjaldarmaður*). He oppresses farmers and kills them without reason and his behaviour calls to mind that of Pharaoh towards the Israelites. Styrr's execution, transport of his body and his burial are a proof of the loss of his soul so that he becomes forever doomed in hell. With the help of God, Gestr Þórhallason kills Styrr in a similar manner as David killed the giant Goliath.

Gestr, by setting an example to others in his dealings with Þorsteinn Víga-Styrsson when he forgives him three times for attempting to kill him, shows that forgiveness is more potent than revenge and that forgiveness is the surest way to reconciliation and peace. The conflict between Gestr and Þorsteinn personifies the duel between the two religions and demonstrates the philosophy of the saga *in nuce*.

Notwithstanding the fact that the new religion was adopted as law a long time ago, the era of peace has not yet dawned. Barði, whose name means "fighter" (*bardagamaður*), kills innocent men on the pretext of avenging his brother. He also slays the unarmed Gísli Þorgautsson while he is cutting grass at Gullteigr, a place-name that possibly means "peace field". For these reasons St. Ólafr refuses to allow Barði to stay for the winter at his court and accuses him of three kinds of violations against God's commandments and these constitute the keys to the interpretation of the saga. Firstly, St. Ólafr charges Barði with *forneskja*, an expression that coming from the saint can only be understood as the heathen tradition of killing innocent men, an idea that the author has most probably taken from the *Saga of St. Ólafr* by Snorri Sturluson. In addition, Barði is also sentenced for *átrúnaður*, which seems to imply the attitude of believing in ones own might and main, in other words in himself. Finally, Barði is accused of too much *rið*, which means "swing", a word used to describe people's conduct when their actions are characterized by "excess, violence and lack of restraint". As a matter of fact, these three items are fundamental concepts in the sagas in general, appearing under different labels in various circumstances.

St. Ólafr's expulsion of Barði actually makes him an outcast in society and he ends his life in Constantinople where he presumably redeems himself by killing heathen men in the service of a Christian lord (i.e. the emperor). In the fight Barði is killed and as a consequence gains salvation. I believe this to be a fulfilment of St. Ólafr's prophecy that something *mikilligt* (great) was in store for Barði.

The structure of *Heiðarvígasaga* divides it clearly into two sections, held together only by a thin thread of revenge. The end of the saga, however, is an obvious indication of the author's awareness and intentions. In Constantinople both Gestr and Barði leave the scene of the story. This is where loose ends are tied together, death becomes the reflection of life and justice is dealt out. By placing the end in this manner at the outskirts of the Christian world the theme of the saga is seen in a world perspective.

Þuríðr Ólafsdóttir, Barði's mother, is the personification of revenge. This noble lady becomes the object of ridicule when she falls off her horse into a brook on the point of setting off with her sons to avenge her murdered son, Hallr. The motifs of heroic tales and myths can be discerned in the accounts of her as in other parts of the saga. It is not improbable that her name is supposed to suggest *Þór-ríðr*, something which would fit her role in the ideological world of the saga.

The inner time structure of the saga is divided into three periods. Víga-Styrr represents the old times and heathen values while Barði is the champion of contemporary times, believing excessively in his own might and main at the expense of God's tenets. The third phase is expressed in the author's vision of a world without warfare or violence, a mirage of a world where peace prevails. A possible personification of this unspoken vision is found in the character of Vígdvalinn, a name for Christ that occurs in *Sólarljóð*, although not in *Heiðarvígasaga*, and means "he who puts an end to killing". As such he could be seen as a symbol of contrast to the killer, Víga-Styrr, and the revenger, Barði.

Heiðarvígasaga assumes the garb of an heroic tale and does so by using coarse effects in order to satirize and protest against the ethics of revenge that is based both on the law and traditions of society. Its intent is the goal of the satire while the method is to all intents and purposes that of the travesty, displaying acts of brutality as heroic deeds.

The time of writing of *Heiðarvígasaga*. As mentioned earlier, the saga has generally been considered the oldest of the sagas, dating from about 1200, and this view has been substantiated by various types of evidence, including the existence of an old vellum fragment, no references to other writings, the fact that it contains archaic words and phrases and, finally, is written in a narrative form which seems to indicate that the saga was written by a novice in the beginning of the saga writing period. The oldest handwriting in the Sth. 18, 4to parchment, which contains the second part of *Heiðarvígasaga*, has been dated from about 1250, although according to more recent research it seems obvious that the hand is considerably younger, or from approximately 1300. The phraseology and style of *Heiðarvígasaga* does not seem to bear as sound a witness to the saga's high age as scholars have generally been led to believe. On one hand, so-called archaic forms similar to those in the Stockholm manuscript do occur in manuscripts dating from after 1250, for instance in the main manuscript of *Alexanders saga* (AM 519 A, 4to). On the other hand, placing too much importance on style when trying to determine age can be risky, since style is a complex concept involving various levels such as personal style, genre style or time style. The narrative form of the saga is unpolished and even primitive compared with the classical sagas. Some of the flaws are obvious writing errors made by a careless scribe whereas others can perhaps be attributed to personal exposition in a moralistic tale as well as to defects resulting from the immaturity of the narrative style at the time of writing *Heiðarvígasaga*. Be that as it may, there can be little doubt that deviations from a particular type of style are insufficient evidence for establishing a reliable dating of a saga.

On the contrary, it is evident that both the structure and particular incidents in *Heiðarvígasaga* bear witness to a highly developed skill, so much so that scholars have even used the terms *oflist* (excessive artifice) or *tilgerð* (affectation) to describe the saga, terms that usually refer to phenomena that have developed through a long-standing literary tradition or even one on the decline. Another point which should be mentioned is that *Heiðarvígasaga* contains most aspects of the narrative technique found in the sagas. Finally, it should be noted that the account of events leading up to the fall of Gísli at Gullteigur is contrived in a manner so literary and complex that its equal is scarcely to be found in the sagas.

The present study mentions ten sagas that are assumed to have made use of *Heiðarvígasaga* and thus form the *terminus ante quem* of the saga. The author of *Heiðarvígasaga* in all probability knew and made use of *Þorvalds þáttr víðförla, Guðmundar saga dýra, Ólafs saga helga* by Snorri Sturluson and, last but not least, *Laxdæla*, and these therefore form the saga's *terminus post quem*. The relationship between *Laxdæla* and *Heiðarvígasaga* is of particular interest as the characters, subject matter and style reveal beyond doubt that there exist direct links between the two sagas.

Eyrbyggja contains direct references to both *Heiðarvígasaga* and *Laxdæla* and scholars agree that *Laxdæla* was written about the middle of the 13th century or a little later. As a consequence, the age order of these three sagas is: *Laxdæla* from 1255, *Heiðarvígasaga* from 1260 and *Eyrbyggja* from 1265, these dates being subject to a margin of error, of course.

Laxdæla is a heroic saga where the author writes of honour and revenge and greatness radiates from almost every sentence, while *Heiðarvígasaga* is written against the compulsion of revenge inherent in the concept of honour, advocating forgiveness and peace. Seen in this light, *Heiðarvígasaga* may be viewed as a saga composed in opposition to *Laxdœla*, although both sagas end with the peace of God. Even if *Heiðarvígasaga* were older than *Laxdœla*, which I consider highly unlikely, this would not change the conclusion of the present study, namely that *Heiðarvígasaga* was written for a moralistic purpose in the tumultous Age of the Sturlungs.

Conclusion. The main conclusion of the study is that *Heiðarvígasaga* lends itself to interpretation and has an urgent message of peace. It is more than possible that this is also true of a number of other family sagas. If these theories prove valid there seems to be no way of avoiding a reconsideration of some old ideas about saga criticism. This involves, for instance, reexamining the relationship between the predominant theory of saga evolution and the dating of the sagas, reconsidering ideas about the objectivity of the saga style, the realism of the oldest sagas and, last but not least, the regard for the historical veracity of the sagas that has obstructed the vision of so many a scholar.

Since the Icelandic sagas are literature they must be studied as literature with a sharper focus on the author, his way of thinking and his intentions. What did the author wish to convey to his listeners or readers? The study of the sagas is the search for their essence.

Translation by Jónína Margrét Guðnadóttir

STUDIA ISLANDICA
ÍSLENSK FRÆÐI

1. Einar Ól. Sveinsson: *Sagnaritun Oddaverja* (1937)
2. Ólafur Lárusson: *Ætt Egils Halldórssonar og Egils saga* (1937)
3. Björn Sigfússon: *Um Ljósvetninga sögu* (1937)
4. Sigurður Nordal: *Sturla Þórðarson og Grettis saga* (1938)
5. Björn Þórðarson: *Um dómstörf í Landsyfirréttinum 1811–1832* (1939)
6. Halldór Halldórsson: *Um hluthvörf* (1939)
7. Sigurður Nordal: *Hrafnkatla* (1940)
8. Magnús Jónsson: *Guðmundar saga dýra* (1940)
9. Alexander Jóhannesson: *Menningarsamband Frakka og Íslendinga* (1944)
10. Stefán Einarsson: *Um kerfisbundnar hljóðbreytingar í íslenzku* (1949)
11. Björn Þórðarson: *Alþingi og konungsvaldið* (1949)
12. Einar Arnórsson: *Játningar íslenzku kirkjunnar* (1951)
13. Einar Ól. Sveinsson: *Studies in the Manuscript Tradition of Njálssaga* (1953)
14. Sveinn Bergsveinsson: *Þróun ö-hljóða í íslenzku.*
    Peter Foote: *Notes on the Prepositions* OF *and* UM(B) *in Old Icelandic and Old Norwegian Prose* (1955)
15. Ari C. Bouman: *Observations on Syntax and Style of Some Icelandic Sagas with Special Reference to the Relation between Víga-Glúms Saga and Reykdæla Saga.*
    Pierre Naert: *„Med þessu minu optnu brefi" eða framburðurinn ptn á samhljóðasambandinu pn í íslenzku* (1956)
16. Richard Beck: *Jón Þorláksson — Icelandic Translator of Pope and Milton* (1957)
17. Gabriel Turville-Petre: *Um Óðinsdýrkun á Íslandi.*
    Bjarni Aðalbjarnarson: *Bemerkninger om de eldste bispesagaer* (1958)
18. Árni Böðvarsson: *Nokkrar athuganir á rithætti þjóðsagnahandrita í safni Jóns Árnasonar.*
    Magnús Már Lárusson: *On the so-called „Armenian" Bishops.*
    Tryggvi J. Oleson: *A Note on Bishop Gottskálk's Children* (1960)
19. *Tvær ritgerðir um kveðskap Stephans G. Stephanssonar.*
    Óskar Ó. Halldórsson: *Á ferð og flugi.*
    Sigurður V. Friðþjófsson: *Kolbeinslag* (1961)
20. Peter Hallberg: *Snorri Sturluson och Egils saga Skallagrímssonar. Ett försök till språklig författarbestämning* (1962)

21. Ólafur Briem: *Vanir og Æsir* (1963)
22. Peter Hallberg: *Ólafr Þórðarson hvítaskáld, Knýtlinga saga och Laxdæla saga. Ett försök till språklig författarbestämning* (1963)
23. Björn Guðfinnsson: *Um íslenzkan framburð. Mállýzkur II.* Ólafur M. Ólafsson og Óskar Ó. Halldórsson unnu úr gögnum höfundar og bjuggu til prentunnar (1964)
24. Ólafur Halldórsson: *Helgafellsbækur fornar* (1966)
25. Anthony Faulkes: *Rauðúlfs þáttr. A Study* (1966)
26. Helgi Guðmundsson: *Um Kjalnesinga sögu. Nokkrar athuganir* (1967)
27. Þorleifur Hauksson: *Endurteknar myndir í kveðskap Bjarna Thorarensens* (1968)
28. Páll Bjarnason: *Ástakveðskapur Bjarna Thorarensens og Jónasar Hallgrímssonar* (1969)
29. Helga Kress: *Guðmundur Kamban. Æskuverk og ádeilur* (1970)
30. Hermann Pálsson and Paul Edwards: *Legedary fiction in medieval Iceland* (1971)
31. Grímur Thomsen: *On the Character of the Old Northern Poetry.* Edited and introduced by Edward J. Cowan and Hermann Pálsson. — Edward J. Cowan: *Icelandic Studies in Eighteenth and Nineteenth Century Scotland* (1972)
32. Helgi Skúli Kjartansson: *Myndmál Passíusálmanna og aðrar athuganir um stíl* (1973)
33. Davíð Erlingsson: *Blómað mál í rímum.* Sveinn Skorri Höskuldsson: *In memoriam. Dr phil. Steingrímur J. Þorsteinsson, prófessor.* Einar Sigurðsson: *Ritaskrá Steingríms J. Þorsteinssonar* (1974)
34. Einar Ól. Sveinsson: *Löng er för. — Þrír þættir um írskar og íslenzkar sögur og kvæði* (1975)
35. Silja Aðalsteinsdóttir: *Þjóðfélagsmynd íslenskra barnabóka. — Athugun á barnabókum íslenskra höfunda á árunum 1960–70* (1976)
36. Richard Perkins: *Flóamanna saga, Gaulverjabær and Haukr Erlendsson* (1978)
37. Bjarni Guðnason: *Fyrsta sagan* (1978)
38. Fríða Á. Sigurðardóttir: *Leikrit Jökuls Jakobssonar* (1980)
39. Hermann Pálsson: *Úr hugmyndaheimi Hrafnkels sögu og Grettlu* (1981)
40. Ólafur Jónsson: *Bækur og lesendur. — Um lestrarvenjur* (1982)
41. Matthías Viðar Sæmundsson: *Mynd nútímamannsins. Um tilvistarleg viðhorf í sögum Gunnars Gunnarssonar* (1982)
42. Kjartan G. Ottósson: *Fróðárundur í Eyrbyggju* (1983)
43. Hermann Pálsson: *Áhrif Hugsvinnsmála á aðrar fornbókmenntir* (1985)
44. Matthías Viðar Sæmundsson: *Ást og útlegð. Form og hugmyndafræði í íslenskri sagnagerð 1850–1920* (1986)
45. Þórir Óskarsson: *Undarleg tákn á tímans bárum. Ljóð og fagurfræði Benedikts Gröndals* (1987)

46. Gísli Sigurðsson: *Gaelic Influence in Iceland. Historical and Literary Contacts. A Survey of Research* (1988)
47. Gudrun Lange: *Die Anfänge der isländisch — norwegischen Geschichtsschreibung* (1989)
48. Páll Valsson: *Þögnin er eins og þaninn strengur. Þróun og samfella í skáldskap Snorra Hjartarsonar* (1990)
49. Andrew Wawn: *The Anglo Man. Þorleifur Repp, Philology and Nineteenth-Century Britain* (1991)
50. Bjarni Guðnason: *Túlkun Heiðarvígasögu* (1993)